പരാജയപ്പെട്ട
കമ്പോളദൈവം

Parajayapetta Kamboladaivam
Politics

M B Rajesh

CHINTHA PUBLISHERS
Thiruvananthapuram

First Edition
January 2023

Published
Chintha Publishers, Thiruvananthapuram

Typesetting
Star Communications, Thiruvananthapuram

Printed at
Romanson Print house, Thiruvananthapuram

Cover Design
Vinod Mangoes

ISBN : 978-93-94753-65-5

CO - 3227 / 6278

Email: chinthapublishers@gmail.com
Website: www.chinthapublishers.com

A version is available at National Libraries
Kolkata, Mumbai, Chennai and Delhi

Distribution
DESHABHIMANI BOOKHOUSE
H O Thiruvananthapuram 695035

Branch
Head Office Kunnukuzhi • Statue Thiruvananthapuram
KSRTC Bus Terminal Thampanoor • Saphalyam Complex Thiruvananthapuram
KSRTC Bus Station Alappuzha • KSRTC Bus Station Ernakulam
Machingal Lane Thrissur • IG Road Kozhikode
Mavoor Road Kozhikode • NGO Union Building Kannur
Central Bus Terminal Complex Thavakkara Kannur

പരാജയപ്പെട്ട കമ്പോളദൈവം

എം ബി രാജേഷ്

ചിന്ത പബ്ലിഷേഴ്സ്
തിരുവനന്തപുരം-695 035

എം ബി രാജേഷ്

പാലക്കാട് ജില്ലയിലെ കയിലിയാട് മാമ്പറ്റ ബാലകൃഷ്ണൻ നായരുടെയും എം കെ രമണിയുടെയും മകനായി 1971 മാർച്ച് 12 ന് പഞ്ചാബിലെ ജലന്ധറിൽ ജനിച്ചു. ചളവറ ഹൈസ്കൂൾ, ഒറ്റപ്പാലം എൻ എസ് എസ് കോളേജ്, തിരുവനന്തപുരം ലാ അക്കാദമി എന്നിവിടങ്ങളിൽ വിദ്യാഭ്യാസം. സാമ്പത്തികശാസ്ത്രത്തിൽ ബിരുദാനന്തര ബിരുദവും തുടർന്ന് എൽ എൽ ബിയും നേടി. എസ് എഫ് ഐ കോളേജ് യൂണിറ്റ് സെക്രട്ടറി മുതൽ സംസ്ഥാന സെക്രട്ടറി വരെ വിവിധ തലങ്ങളിൽ ഭാരവാഹിയായി. ഡി വൈ എഫ് ഐ ജില്ലാ പ്രസിഡന്റ്, സെക്രട്ടറി, സംസ്ഥാന പ്രസിഡന്റ്, അഖിലേന്ത്യ ജോയിന്റ് സെക്രട്ടറി, അഖിലേന്ത്യ പ്രസിഡന്റ് എന്നീ നിലകളിൽ പ്രവർത്തിച്ചു. നിരവധി വിദ്യാർത്ഥി, യുവജന പ്രക്ഷോഭങ്ങൾ നയിച്ച് പൊലീസ് മർദ്ദനമേൽക്കുകയും ജയിൽവാസം അനുഭവിക്കുകയും ചെയ്തു. *സ്റ്റുഡന്റ്*, *യുവധാര* എന്നീ പ്രസിദ്ധീകരണങ്ങളുടെ പത്രാധിപരായിരുന്നു.

2009 ലെ ലോക്സഭാ തിരഞ്ഞെടുപ്പിൽ സി പി ഐ (എം) സ്ഥാനാർത്ഥിയായി പാലക്കാട് മണ്ഡലത്തിൽ മത്സരിച്ച് വിജയിച്ചു. 2014 ൽ വൻ ഭൂരിപക്ഷത്തോടെ വിജയം ആവർത്തിച്ചു. 2021 ൽ തൃത്താല നിയമസഭാ മണ്ഡലത്തിൽനിന്ന് സി പി ഐ (എം) സ്ഥാനാർത്ഥിയായി നിയമസഭയിലേക്ക് വിജയിച്ചു. പതിനഞ്ചാം നിയമസഭയുടെ സ്പീക്കറായി 2021 മെയ് 25 മുതൽ 2022 സെപ്തംബർ 4 വരെ പ്രവർത്തിച്ചു. 2022 സെപ്തംബർ ആറിന് കേരള തദ്ദേശ സ്വയംഭരണ, എക്സൈസ് വകുപ്പ് മന്ത്രിയായി സത്യപ്രതിജ്ഞ ചെയ്തു.

1989 ൽ സി പി ഐ (എം) അംഗമായി. ഇപ്പോൾ സി പി ഐ (എം) സംസ്ഥാന കമ്മിറ്റി അംഗമാണ്.

കൃതികൾ: *ചരിത്രം അവരെ കുറ്റക്കാരെന്ന് വിധിക്കും, ആഗോളവത്കരണത്തിന്റെ വിരുദ്ധ ലോകങ്ങൾ, ആഗോള സാമ്പത്തിക പ്രതിസന്ധിയുടെ മാനങ്ങൾ.*

കാലടി സംസ്കൃത സർവകലാശാലയിലെ അധ്യാപിക ആർ നിനിതയാണ് ഭാര്യ. നിരഞ്ജന, പ്രിയദത്ത എന്നിവർ മക്കൾ.

ഉള്ളടക്കം

പ്രസാധകക്കുറിപ്പ്

നവ ലിബറലിസത്തിന്റെ ആഖ്യാനങ്ങൾ മെല്ലെ പത്തി താഴ്ത്തുന്ന കാഴ്ചകൾ ഇന്ന് ലോകത്തെല്ലായിടത്തും കണ്ടു തുടങ്ങിയിരിക്കുന്നു. പല രാജ്യങ്ങളിലും അതിന്റെ നേരിട്ടുള്ള രാഷ്ട്രീയ പ്രതിഫലനങ്ങൾ തന്നെ കാണാം. ലാറ്റിനമേരിക്കൻ രാജ്യങ്ങൾ സമ്പൂർണമായും ഇടതുപക്ഷത്തേക്ക് തിരിഞ്ഞത് ഇതിന്റെ ഏറ്റവുമൊടുവിലത്തെ ഉദാഹരണം. കമ്പോളത്തെ മാത്രം കേന്ദ്രീകരിച്ചുകൊണ്ടുള്ള സാമ്പത്തിക പ്രവർത്തനങ്ങൾ എത്രമാത്രം വിനാശകരമാണ് എന്ന് പകൽപോലെ ഇന്ന് വ്യക്തമാണെങ്കിലും ഇന്ത്യയിലെ മോദി ഭരണകൂടം കൂടുതൽ തീവ്രമായ ഉദാരവൽക്കരണ നടപടികളുമായി മുന്നോട്ടുപോവുകയാണ്. മോദി ഭരണകൂടം വിവിധ കാലയളവിൽ നടപ്പിലാക്കിയ ഉദാരവൽക്കരണ നയങ്ങളെ സംബന്ധിച്ച വിമർശന പഠനങ്ങളും കുറിപ്പുകളുമാണ് എം ബി രാജേഷിന്റെ ഈ പുസ്തകം. കോർപ്പറേറ്റ് മുതലാളിത്തം ഇന്ത്യൻ ഭരണകൂടത്തെ എത്ര ആഴത്തിലാണ് വിഴുങ്ങിയിരിക്കുന്നതെന്ന് ഈ ലേഖനങ്ങൾ വ്യക്തമാക്കുന്നു. ഉദാരവൽക്കരണ നയങ്ങൾക്കെതിരെ പോരാടുന്ന മുഴുവൻ ആൾക്കാർക്കും ഈ ഗ്രന്ഥം ഏറെ സഹായകമായിരിക്കും.

ചിന്ത പബ്ലിഷേഴ്സ്

മൂലധന മേധാവിത്വത്തിന്റെ മൂന്നു പതിറ്റാണ്ട്

ഇന്ത്യയിൽ സാമ്പത്തിക പരിഷ്ക്കാരങ്ങൾ എന്ന പേരിൽ നവ ലിബറൽ നയങ്ങൾ നടപ്പാക്കാൻ തുടങ്ങിയിട്ട് മൂന്നു പതിറ്റാണ്ട് തികയുന്നു. 1991 ൽ നരസിംഹറാവു സർക്കാർ, ധനമന്ത്രിയായിരുന്ന മൻമോഹൻസിങ്ങിന്റെ കാർമ്മികത്വത്തിലാണ് നവ ഉദാര (നിയോലിബറൽ) നയങ്ങൾക്ക് തുടക്കംകുറിക്കുന്നത്. പിന്നീട് കേന്ദ്രത്തിൽ അധികാരത്തിൽ മാറിമാറി വന്ന എല്ലാ സർക്കാരുകളും നയങ്ങളുടെ തുടർച്ച ഉറപ്പുവരുത്തി. കോൺഗ്രസ് തുടങ്ങിയ സാമ്പത്തിക നയങ്ങളാണ് തങ്ങൾ മുന്നോട്ടു കൊണ്ടുപോകുന്നത് എന്ന് വാജ്പേയി നയിച്ച സർക്കാരിന്റെ കാലം മുതൽ ബി ജെ പി പ്രഖ്യാപിച്ചിട്ടുമുണ്ട്. കോൺഗ്രസിനേക്കാൾ കാര്യക്ഷമമായി തങ്ങളാണ് ആ നയങ്ങളുടെ നടത്തിപ്പുകാർ എന്ന അവകാശവാദമാണ് ബി ജെ പിക്ക് ഉണ്ടായിരുന്നത്. 2004 ൽ ഈ നയങ്ങൾക്കെതിരായ ജനരോഷം യു പി എ സർക്കാരിനെതിരായി ഉയർന്നപ്പോൾ ബി ജെ പിയുടെ ആരോപണം ഈ നയങ്ങൾ തെറ്റാണെന്നായിരുന്നില്ല. അവ ശക്തമായി നടപ്പാക്കാനുള്ള നിശ്ചയദാർഢ്യമില്ലാത്ത, നയപരമായ തളർവാതം (Policy Paralisys) പിടിപെട്ട സർക്കാരാണ് മൻമോഹൻ സിങ്ങിന്റേത് എന്നായിരുന്നു. ആ നയം തീവ്രമായി നടപ്പാക്കി തങ്ങൾ രാജ്യത്തെ 'വികസിപ്പിക്കു'മെന്നായിരുന്നല്ലോ വർഗ്ഗീയ ധ്രുവീകരണത്തിനൊപ്പം ബി ജെ പിയുടെ രണ്ടാമത്തെ പ്രധാന പ്രചരണ വിഷയം. രണ്ടിനും പോന്ന നേതാവായി മോദിയെ അവതരിപ്പിക്കുകയും ഗുജറാത്ത് മുഖ്യമന്ത്രിയായ ഒരു വ്യാഴവട്ടക്കാലത്തിനിടയിൽ നവ ഉദാര നയങ്ങൾ ഉരുക്കുമുഷ്ടി ഉപയോഗിച്ച് നടപ്പാക്കാനുള്ള അദ്ദേഹത്തിന്റെ പ്രതിബദ്ധതയിൽ സംപ്രീതരാവുകയും ചെയ്ത കോർപ്പറേറ്റ് ലോകത്തിന്റെയാകെ ഉറച്ച പിന്തുണ ആർജിച്ച് ബി ജെ പി അധികാരത്തിലെത്തുകയും ചെയ്തു. കോർപ്പറേറ്റ്

വിശ്വാസം കാത്തുസൂക്ഷിച്ചുകൊണ്ട് കഴിഞ്ഞ ഏഴു വർഷമായി നവ ഉദാര നയങ്ങൾ ദയാരഹിതമായി മോദി സർക്കാർ നടപ്പാക്കുകയും ചെയ്യുന്നു. എത്രത്തോളം പ്രതിബദ്ധത ഈ നയങ്ങളോടും അതിന്റെ ഗുണഭോക്താക്കളായ തന്റെ കോർപ്പറേറ്റ് ചങ്ങാതിമാരോടും മോദി പുലർത്തുന്നു എന്ന് തെളിയിക്കുന്നതാണ് വിനാശകരമായ കാർഷിക നിയമങ്ങൾ നടപ്പാക്കുന്നതിലുള്ള മോദിയുടെ പിടിവാശി.

കിനിഞ്ഞിറങ്ങിയോ?

എന്താണ് നവ ഉദാര നയങ്ങളുടെ കാതൽ? എന്തായിരുന്നു അതിന്റെ വക്താക്കളായ മൻമോഹൻ മുതൽ മോദിവരെയുള്ളവരുടെ അവകാശവാദങ്ങൾ? എന്താണ് ഈ നയങ്ങൾ ജനങ്ങൾക്ക് നൽകിയത്?

ധന മൂലധനത്തിനും വിപണിക്കുംമേലുള്ള സർക്കാർ നിയന്ത്രണങ്ങളും ഇടപെടലുകളും വളർച്ചയ്ക്ക് തടസ്സമാണ്. അവ പൂർണ്ണമായും നീക്കണം. മൂലധനത്തിന്റെ ലാഭത്തിനുള്ള മൃഗതൃഷ്ണകളെ (animal spirits) കെട്ടഴിച്ചുവിടണം. സർക്കാർ സാമ്പത്തിക പ്രവർത്തനങ്ങളിൽ നിന്നെല്ലാം പിൻമാറണം. സമ്പദ്ഘടനയിൽ സർക്കാരിന്റെ പങ്ക് മൂലധനത്തിന് വഴിയൊരുക്കൽ (fecilitator) മാത്രമാണ് എന്ന് പ്രഖ്യാപിച്ചത് മൻമോഹൻ സിങ് മന്ത്രിസഭയിൽ ധനമന്ത്രിയായിരിക്കെ പ്രണബ് മുഖർജിയാണ്. പ്രഥമ മോദി സർക്കാർ അതേ നിലപാട് ആവർത്തിച്ചു. "ചുരുങ്ങിയ സർക്കാർ പരമാവധി ഭരണം" (Minimum Government Maximum Governance) എന്ന മോദിയുടെ മുദ്രാവാക്യം ഓർക്കുക.

സ്വകാര്യ മൂലധനത്തിന്റെയും വിപണിയുടെയും സ്വതന്ത്ര പ്രവർത്തനത്തിലൂടെ പരമാവധി സമ്പത്തും ലാഭവും ആർജിക്കാൻ മൂലധനത്തിന് സൗകര്യമൊരുക്കുക മാത്രമേ സർക്കാർ ചെയ്യാവൂ. അതിന് വിഘ്നം സൃഷ്ടിക്കുന്ന ഒന്നും ചെയ്യരുത്. സമ്പത്തുൽപ്പാദനത്തിന്റെയും വിതരണത്തിന്റെയും എല്ലാ മേഖലകളിൽനിന്നും സർക്കാർ പിൻമാറിക്കൊടുക്കണം. പരമാവധി ലാഭവും തടസ്സമില്ലാത്ത സമ്പത്തുൽപ്പാദനവും നടക്കുമ്പോൾ നേട്ടങ്ങൾ തൊഴിലായും വരുമാനമായും മറ്റ് അവസരങ്ങളായും സമൂഹത്തിന്റെ താഴേത്തട്ടിലേക്കും എല്ലാ വിഭാഗങ്ങളിലേക്കും കിനിഞ്ഞിറങ്ങു(trickle down) മെന്നായിരുന്നു ഇവരുടെ സിദ്ധാന്തം. സമ്പത്തുൽപ്പാദിപ്പിക്കലാണ് പ്രധാനം എന്ന് മൻമോഹൻ സിങ്ങും വൻതോതിൽ സമ്പത്തുൽപ്പാദിപ്പിക്കുന്നവരെ (കോർപ്പറേറ്റുകളെ എന്നർത്ഥം) ബഹുമാനിക്കണമെന്ന് മോദിയും പ്രഖ്യാപിച്ചു. വ്യാപാര ആഭിമുഖ്യം തന്റെ രക്തത്തിൽ അലിഞ്ഞുചേർന്നതാണ് എന്നും മോദി പ്രഖ്യാപിച്ചത് ഓർക്കുമല്ലോ?

എങ്ങനെയാണ് സമ്പത്തുൽപ്പാദനവും ലാഭവും പരമാവധിയാക്കാൻ ഇപ്പോഴുള്ള നിയന്ത്രണങ്ങൾ നീക്കേണ്ടത്? എന്താണ് ഉദാരമാക്കേണ്ടത്? വ്യവസായ ഉല്പാദനത്തിനുള്ള ലൈസൻസ് ക്വാട്ട സമ്പ്രദായം ഉപേക്ഷിക്കണം. എന്ത്, എത്ര, ആർക്കുവേണ്ടി ഉൽപ്പാദിപ്പിക്കണം എന്നൊക്കെ വിപണി ക്രമീകരിക്കും. വിദേശ സ്വകാര്യ മൂലധനത്തിന്റെയും ചരക്കുക

ളുടെയും സേവനങ്ങളുടെയും നീക്കങ്ങൾക്കുള്ള എല്ലാ നിയന്ത്രണ ങ്ങളും നീക്കി അവ ഉദാരമാക്കണം. പൊതുമേഖലയെ സ്വകാര്യവൽക്ക രിക്കണം. സബ്സിഡികളിലൂടെ വില നിയന്ത്രിക്കാൻ സർക്കാർ നടത്തുന്ന എല്ലാ ഇടപെടലുകളും അവസാനിപ്പിക്കണം. വില നിർണ യാവകാശം വിപണിക്ക് വിട്ടുകൊടുക്കണം. വിലകൾ ആഗോള നിലവാര വുമായി ബന്ധിപ്പിക്കണം. (പക്ഷേ, കൂലിയും കാർഷിക ഉൽപ്പന്നവിള കൾക്കും അതു ബാധകമല്ല!) ഇങ്ങനെ മൂലധനത്തിനും വിപണിക്കും സർവതന്ത്ര സ്വാതന്ത്ര്യമനുവദിച്ചാൽ വളർച്ചയുണ്ടാവും, സമ്പത്തുൽ പ്പാദനം വർദ്ധിക്കും, നേട്ടങ്ങൾ താഴേത്തട്ടിലേക്ക് കിനിഞ്ഞിറങ്ങും, എല്ലാ വർക്കും അതിന്റെ ഗുണഫലങ്ങൾ കിട്ടും. ഈ സ്വപ്നമാണ് ഏറെക്കാലം വിറ്റഴിച്ചത്. സ്വപ്നം വിറ്റ് വഞ്ചിക്കുകയായിരുന്നുവെന്ന് ജനങ്ങളിൽ നല്ലൊരു പങ്ക് ഇന്ന് തിരിച്ചറിയുന്നുണ്ട്. അനുഭവങ്ങളാണ് തിരിച്ചറിവിന് കാരണം.

പാർട്ടി രണ്ട് നയമൊന്ന്

കോൺഗ്രസ് ബി ജെ പി ഗവൺമെന്റുകൾ നിഷ്കർഷയോടെ ഉദാര വൽക്കരണ നയങ്ങളുടെ തുടർച്ച ഉറപ്പാക്കിയത് എങ്ങനെയായിരുന്നു? കയറ്റുമതിക്കും ഇറക്കുമതിക്കുമുള്ള അളവുപരമായ നിയന്ത്രണങ്ങൾ റാവു സർക്കാർ എടുത്തുകളഞ്ഞു. ഗാട്ട് കരാറിൽ ഒപ്പുവെച്ചു. വിദേശത്തു നിന്ന് എന്തും ഇങ്ങോട്ടു ഇറക്കുമതി ചെയ്യാമെന്നായി. കുറഞ്ഞ വില യ്ക്കുള്ള വ്യാവസായിക, കാർഷിക ഉൽപ്പന്നങ്ങൾ ഇന്ത്യൻ വിപണി യിൽ നിറഞ്ഞപ്പോൾ ചെറുകിട ഉൽപ്പാദകരും കർഷകരും മത്സരിച്ചു നിൽക്കാനാവാതെ തകർന്നു. വൻകിടക്കാർ ലാഭം കുന്നുകൂട്ടി ആധിപത്യ മുറപ്പിച്ചു. ഓഹരി വിൽപ്പനയിലൂടെ സ്വകാര്യവൽക്കരണത്തിനും തുടക്കംകുറിച്ചു. സബ്സിഡി വെട്ടിച്ചുരുക്കലിന്റെ ഭാഗമായി റേഷൻ സമ്പ്രദായം ആദ്യമായി എ പി എൽ/ ബി പി എൽ എന്ന് വിഭജിച്ചു. സബ്സിഡി മുഖ്യമായും ബി പി എല്ലിനു മാത്രമായി പരിമിതപ്പെടുത്തി. വാജ്പേയി സർക്കാർ ഓഹരി വിൽപ്പനയ്ക്ക് മാത്രമായി ഒരു മന്ത്രിയേയും മന്ത്രാലയത്തേയും സൃഷ്ടിച്ച് സ്വകാര്യവൽക്കരണം ദ്രുതഗതിയിലാക്കി. ഇന്ധനത്തിന്റെ നിയന്ത്രിത വില സംവിധാനം എടുത്തുകളയാനുള്ള നീക്കത്തിന് തുടക്കമിട്ടു. സർക്കാർ സാമ്പത്തിക പ്രവർത്തനങ്ങളിൽനിന്ന് പിന്മാറുന്നുവെന്നും സബ്സിഡികളും മറ്റും കുറയ്ക്കുന്നു എന്നും ഉറപ്പുവരുത്താൻ ധനകമ്മി കുറയ്ക്കാനുള്ള ധന ഉത്തരവാദിത്വനിയമം (FRBM Act) പാസ്സാക്കി. പിന്നീടു വന്ന യു പി എ സർക്കാർ നയങ്ങൾ ത്വരിതപ്പെടുത്തി. സബ്സിഡി ചുരുക്കലിന്റെ ഭാഗമായി പെട്രോൾ വില നിർണ്ണയാവകാശം പൂർണ്ണമായും സർക്കാർ ഉപേക്ഷിച്ചു. സബ്സി ഡിയുള്ള പാചകവാതക സിലിണ്ടറിന്റെ എണ്ണം വെട്ടിക്കുറച്ചു. ഒന്നാം മോദി സർക്കാരാവട്ടെ ഡീസൽ വില നിർണയാവകാശം കൂടി ഉപേക്ഷിക്കുകയും കമ്പനികളെ ഏൽപ്പിക്കുകയും ചെയ്തു. പാചക വാതക സബ്സിഡി തന്നെ നിർത്തലാക്കി. സബ്സിഡികൾ ഇല്ലാതാ

യതോടെ ഇന്ധന വിലകൾ സർവ്വകാല റെക്കോഡിലെത്തി. യു പി എ സർക്കാർ സുപ്രധാന മേഖലകൾ പവ്വിദേശ നിക്ഷേപത്തിന് തുറന്നു കൊടുത്തപ്പോൾ മോദി ഗവൺമെന്റ് പ്രതിരോധം, ടെലികോം, തുടങ്ങിയ മേഖലകളിൽ അത് 100 ശതമാനം വരെയായി ഉയർത്തി. ബാഴ്, ഇൻഷ്വറൻസ് ഉൾപ്പെടെയുള്ള ധനമേഖലയിൽ സ്വകാര്യവൽക്കരണവും വിദേശ നിക്ഷേപവും മൻമോഹൻസിങ് അനുവദിച്ചപ്പോൾ മോദി സർക്കാർ കോർപ്പറേറ്റുകൾക്ക് ബാങ്ക് തുടങ്ങാനുള്ള അനുമതി നൽകി. എൽ ഐ സി പോലെ തന്ത്രപ്രധാനമായ ഒരു ധനകാര്യ സ്ഥാപനം പോലും വിൽക്കാൻ മോദി നിശ്ചയിച്ചു. മോദിക്കാലത്തെ തീവ്ര സ്വകാര്യവൽക്കരണം ഒരു മേഖലയിൽ ഒരെണ്ണമൊഴികെ മറ്റെല്ലാ പൊതുമേഖലയും വിൽക്കാനുള്ള ആത്മനിർഭർ പാക്കേജ് വരെ എത്തിനിൽക്കുന്നു. കോർപ്പറേറ്റുകൾക്ക് നികുതിയിളവ് നൽകുന്നതിലും ഇരുകൂട്ടരും മത്സരിക്കുകയായിരുന്നു. മൻമോഹൻസിങ് സർക്കാരിന്റെ പത്തുവർഷത്തിനിടയിൽ ഏതാണ്ട് നാൽപ്പത് ലക്ഷം കോടി രൂപയുടെ നികുതിയിളവുകളാണ് കോർപ്പറേറ്റുകളടക്കമുള്ള സമ്പന്നർക്ക് നല്കിയത്. മോദി ഇളവുകളുടെ കണക്ക് ബജറ്റിൽ പ്രസിദ്ധപ്പെടുത്തുന്ന പതിവുതന്നെ നിർത്തിക്കളഞ്ഞതിലൂടെ ഇളവുകൾ നിഗൂഢമാക്കി മാറ്റി. കോർപറേറ്റ് നികുതി നിരക്ക് 30 ൽ നിന്ന് 25 ഉം ഇപ്പോൾ ഒരു വിഭാഗ ത്തിന് 15 ഉം ശതമാനമാക്കി കുറച്ചതിലൂടെ ലോകത്തെ തന്നെ ഏറ്റവും കുറഞ്ഞ നിരക്കിലേക്ക് ഇന്ത്യയെ എത്തിച്ചു. 58 വർഷത്തിനിടയിലെ ഏറ്റവും കുറഞ്ഞ പ്രത്യക്ഷ നികുതി വരുമാനത്തിലേക്ക് കോവിഡിന് മുമ്പുതന്നെ രാജ്യം പതിച്ചത് മോദി സർക്കാർ സമ്പന്നർക്ക് നല്കിയ വൻ നികുതി ഇളവുകളുടെ ഫലമായാണ്. പൊതുമേഖലാ ബാങ്കുകളിൽ നിന്ന് വായ്പകൾ തിരിച്ചടയ്ക്കാതെ കിട്ടാക്കടമാക്കി എഴുതിത്തള്ളി കോർപ്പറേറ്റുകൾക്ക് പൊതുപണം കൊള്ളയടിക്കാൻ സൗകര്യമൊരു ക്കുന്ന പ്രക്രിയ യു പി എ സർക്കാരിന്റെ കാലത്ത് വഷളായി എങ്കിൽ മോദി ഭരണത്തിൽ അത് എല്ലാ അതിരും ലംഘിക്കുന്ന പെരുങ്കൊള്ള യായി. ജി എസ് ടി നടപ്പിലാക്കുക വഴി ചെറുകിട ഉൽപ്പാദകരേയും അനൗപചാരിക മേഖലയേയും തകർത്ത് അവകൂടി കോർപ്പറേറ്റുകളുടെ വരുതിയിലാക്കുന്ന പ്രക്രിയയും കോൺഗ്രസ് തുടങ്ങി മോദി പൂർത്തിയാ ക്കിയതായിരുന്നല്ലോ. മോദിയുടെ തനതു സംഭാവനയായ നോട്ട് റദ്ദാക്കലും അനൗപചാരിക മേഖലയെ നിർമ്മാർജ്ജനം ചെയ്യാനുദ്ദേ ശിച്ചായിരുന്നു.

രാജ്യത്തെ 56% പേരുടെ ഉപജീവന മാർഗ്ഗമായ കൃഷിയിലും കോർപ്പറേറ്റ് കൊള്ളലാഭത്തിനായി മോദി സർക്കാർ വഴിയൊരുക്കു മ്പോൾ 2019 ലെ കോൺഗ്രസ് പ്രകടനപ്രതികയിൽ അധികാരം കിട്ടിയാൽ തങ്ങൾ ഇതേ പരിഷ്കാരങ്ങൾ കാർഷിക മേഖലയിൽ നടപ്പാക്കുമെന്ന് പറഞ്ഞിട്ടുണ്ട് എന്ന കാര്യം പ്രസക്തമാണ്. കോർപ്പറേറ്റ് അനുകൂല നവ ഉദാര നയങ്ങളിൽ ഇരുകൂട്ടരും തമ്മിൽ തികഞ്ഞ ചേർച്ചയും പൊരുത്തവുമാണുള്ളത് എന്നർത്ഥം. ഇതേറ്റവും ലളിതമായി

പറഞ്ഞത് വാജ്പേയി സർക്കാരിൽ ഓഹരി വിൽപ്പന മന്ത്രിയായിരുന്ന അരുൺ ഷൂരിയാണ്. കോൺഗ്രസിനൊപ്പം പശുവിനെക്കൂടി കെട്ടിയാൽ ബി ജെ പിയാകുമെന്നായിരുന്നു ഷൂരിയുടെ പ്രസ്താവന. കഴിഞ്ഞ മൂന്നു പതിറ്റാണ്ടുകാലം മുഖ്യമായും അധികാരത്തിലിരുന്ന കോൺഗ്രസും ബി ജെ പിയും നവ ഉദാര നയങ്ങളുടെ തുടർച്ച നിഷ്ഠയോടെ ഉറപ്പുവരുത്തിയത് എങ്ങനെയെന്നതിന്റെ ചില ഉദാഹരണങ്ങളാണ് മുകളിൽ പറഞ്ഞത്. ഇടതുപക്ഷമൊഴികെ പ്രാദേശിക പാർട്ടികളടക്കം എല്ലാവരും ഇതേ നയങ്ങൾ സംസ്ഥാനങ്ങളിലും മുടക്കമില്ലാതെ നടപ്പിലാക്കി. നവ ഉദാര നയങ്ങളുടെ കാര്യത്തിൽ ഇന്ത്യയിൽ ഭരണവർഗ്ഗ പാർട്ടികൾക്കിടയിൽ ഈ കാലയളവിലുടനീളം വർഗ്ഗ സമവായം നിലനിന്നു എന്നർത്ഥം. ഇടതുപക്ഷം മാത്രമാണ് തുടക്കം മുതൽ സ്ഥായിയായി ഈ നയങ്ങൾക്കെതിരെ ജനങ്ങളെ അണിനിരത്തി ചെറുത്തുനിൽപ്പ് സംഘടിപ്പിച്ചത്. സംസ്ഥാനങ്ങളിൽ അധികാരം ലഭിക്കുമ്പോൾ അവയുടെ പരിമിതിക്കകത്തും ബദൽ നയങ്ങൾ നടപ്പാക്കാൻ ശ്രമിച്ചതും ഇടതുപക്ഷമാണ്.

ഇങ്ങനെ നിയന്ത്രണമുക്തമായ മൂലധനവും വിപണിയും രാജ്യത്തിന് വളർച്ചയും പുരോഗതിയും കൊണ്ടുവന്നോ? ഇടക്കാലത്തുണ്ടായ വളർച്ച കുമിളപോലെ പൊട്ടിത്തകർന്നതാണ് ഇന്നത്തെ യാഥാർത്ഥ്യം. കോവിഡിനു മുമ്പ് വളർച്ച താഴേക്കു പതിച്ചത് ഈ സാമ്പത്തിക വർഷത്തോടെ അര നൂറ്റാണ്ടിനിടയിലെ ഏറ്റവും വലിയ തകർച്ചയിലെത്തുമെന്നാണ് ഔദ്യോഗിക കണക്കുകൾപോലും വ്യക്തമാക്കുന്നത്. നവ ഉദാര നയത്തിന്റെ വക്താക്കളും മൻമോഹൻ മുതൽ മോദിവരെയുള്ള പ്രയോക്താക്കളും വാഗ്ദാനം ചെയ്ത നേട്ടങ്ങളുടെ താഴേത്തട്ടിലേക്കുള്ള കിനിഞ്ഞിറങ്ങൽ ഉണ്ടായോ?

രണ്ടു രാജ്യങ്ങൾ

നവ ഉദാരവൽക്കരണത്തിന്റെ ഇന്ത്യൻ അനുഭവം അശ്ലീലത്തിന്റെ തലത്തോളമെത്തിയ അസമത്വ വ്യാപനത്തിന്റേതാണ്. കഴിഞ്ഞ രണ്ടു ദശകത്തിനിടയിൽ ശതകോടീശ്വരന്മാരുടെ എണ്ണം 13 ഇരട്ടിയാണ് വർദ്ധിച്ചത്. 9 ൽ നിന്ന് 119 ആയി. ശതകോടീശ്വരൻമാരിൽ 68 പേരുടെ മൊത്തം ആസ്തി 2018-19 ലെ കേന്ദ്ര ബജറ്റിനേക്കാൾ കൂടുതലാണ് എന്ന് ഓക്സ്ഫാം റിപ്പോർട്ട് ചൂണ്ടിക്കാട്ടുന്നു. ഇന്ത്യൻ ജനസംഖ്യയിൽ ഏറ്റവും സമ്പന്നരായ 10 ശതമാനം ദേശീയ വരുമാനത്തിന്റെ 56 ശതമാനം സ്വന്തമാക്കുമ്പോൾ യൂറോപ്പിൽ അത് 35 ഉം അമേരിക്കയിൽ 45 ഉം ശതമാനമാണ്. അതായത് ലോകത്ത് ഏറ്റവും കൂടുതൽ അസമത്വം നിലനിൽക്കുന്നത് ഇന്ത്യയിലാണ് എന്നർത്ഥം. നവ ഉദാര നയങ്ങളുടെ ഗുണഭോക്താക്കൾ അതിസമ്പന്നരാണെന്ന് തിരിച്ചറിയാൻ ഈ കണക്കുകൾ ധാരാളം. ചങ്ങാത്ത മുതലാളിത്തത്തിന്റെ പിൻബലത്തിൽ പൊതു സ്വത്ത് കവർന്ന്, പ്രാകൃത മൂലധന സഞ്ചയത്തിലൂടെയാണ് കോർപ്പറേറ്റുകൾ ഈ കാലയളവിലുടനീളം, മഹാമാരിയുടെ കാലത്തു

പോലും തടിച്ചുകൊഴുത്തത്. ശതകോടീശ്വരൻമാർ പൊതു സ്വത്ത് കൊള്ളയടിച്ച് ആസ്തി വർദ്ധിപ്പിച്ചതിന്റെ മോദിക്കാലത്തെ ഒരൊറ്റ ഉദാഹരണം മാത്രം പറയാം. അനിൽ അംബാനിയുടെ 2018 ൽ തുറന്ന മൂന്ന് അക്കൗണ്ടുകൾ എസ് ബി ഐ വ്യാജ അക്കൗണ്ടുകളായി പ്രഖ്യാപിച്ചത് ഈയിടെയാണ്. ഇവയിലൂടെ 5500 കോടിരൂപ വായ്പ യെടുത്ത് കടത്തി വിദേശത്ത് നിക്ഷേപിച്ചതായാണ് കണ്ടെത്തിയത്. ഈ മൂന്ന് അക്കാണ്ടുകളിലായി എസ് ബി ഐ, ഇന്ത്യൻ ഓവർസീസ് ബാങ്ക്, യൂണിയൻ ബാങ്ക് എന്നിവയ്ക്ക് കിട്ടാക്കടമായി മാറിയത് 90,000 കോടി രൂപയാണ് എന്നുമോർക്കുക. മോദി ഭരണകൂടവുമായുള്ള ചങ്ങാത്തത്തിന്റെ ബലത്തിലാണ് ഇത്ര വലിയ വായ്പ പൊതുമേഖലാ ബാങ്കുകളിൽനിന്ന് സംഘടിപ്പിക്കാനാവുന്നത്. ഇതുപോലെയുള്ള കൊള്ളകളിലൂടെയാണ് അനേകം ശതകോടീശ്വരൻമാർ സ്വന്തം ആസ്തി വർദ്ധിപ്പിച്ചിട്ടുള്ളതും. ഇത്തരം കവർച്ചകൾക്കും ഭീമൻ അഴിമതികൾ ക്കുമുള്ള സാദ്ധ്യതകൾ കൂടിയാണ് ഉദാരവൽക്കരിക്കപ്പെട്ടത്.

വല്ലതും കിനിഞ്ഞിറങ്ങുമെന്ന് പ്രതീക്ഷിച്ച പാവപ്പെട്ട ജനകോ ടികളുടെ ജീവിതം വറുതിയാൽ വറ്റിവരണ്ടുപോവുകയാണുണ്ടായത് എന്നും കണക്കുകൾ സാക്ഷ്യപ്പെടുത്തുന്നു. ജീവിതനിലവാര സൂചി കകളുടെ അടിസ്ഥാനത്തിൽ യു എൻ ഡി പിയുടെ മാനവ വികസന റാങ്കിങ്ങിൽ ഈ കാലയളവിൽ ഇന്ത്യയുടെ സ്ഥിതി പരിതാപകരമായി രുന്നു എന്നോർക്കണം. 2020 ൽ 189 രാജ്യങ്ങളിൽ മുൻ വർഷത്തേക്കാൾ രണ്ടു ചുവട് താഴേക്ക് വീണ് 131-ാം റാങ്കാണ് ഇന്ത്യക്ക്. ശതകോടീ ശ്വരൻമാരുടെ എണ്ണത്തിൽ ആദ്യ അഞ്ചിൽ ഉൾപ്പെടുന്ന രാജ്യമാണെ ന്നറിയുക. ആഗോള പട്ടിണി സൂചികയിലും ഇന്ത്യയുടെ സ്ഥിതി ദയനീ യമാണ്. 94-ാം റാങ്കിൽ ഇന്ത്യ ആഫ്രിക്കയിലെ തകർന്ന ദരിദ്രരാജ്യമായ സുഡാനൊപ്പമാണ് ജനങ്ങൾക്ക് മതിയായ ഭക്ഷ്യലഭ്യതയില്ലായ്മ (കലോറി കണക്കിൽ), കൂടിയ ശിശു മരണനിരക്ക്, കുട്ടികളിലെ പോഷ കാഹാരക്കുറവ്, ഭാരക്കുറവ്, വളർച്ചാ മുരടിപ്പ് എന്നിവയാണ് ആഗോള പട്ടിണി സൂചികയിലെ പിന്നോക്കാവസ്ഥയ്ക്ക് കാരണം. ആരോഗ്യ, വിദ്യാഭ്യാസ മേഖലകളിൽനിന്ന് സർക്കാർ പിൻമാറുകയും സ്വകാര്യ മൂലധനത്തിന്റെ മേച്ചിൽപുറമായി മാറ്റുകയും ചെയ്തപ്പോൾ സാധാരണ ജനങ്ങൾക്ക് അപ്രാപ്യമായി. ചികിത്സാ ചെലവുകൾ താങ്ങാനാവാതെ സെക്കന്റിൽ രണ്ടു പേർ വീതം ഇന്ത്യയിൽ ദരിദ്രരാകുന്നുവെന്നാണ് ഒരു കണക്ക്. കോവിഡ് മഹാമാരി കേരളമൊഴിച്ചുള്ള ഇന്ത്യയിലെ പൊതുജനാരോഗ്യ സംവിധാനത്തിന്റെ ശോച്യാവസ്ഥ അനാവരണം ചെയ്യുകയുണ്ടായല്ലോ. നയങ്ങൾ അതിസമ്പന്നർക്ക് അതിസമൃദ്ധി സമ്മാനിച്ചപ്പോൾ മഹാഭൂരിപക്ഷത്തിന് ജീവിതത്തകർച്ച മാത്രമാണ് നൽകിയത്. തൊഴിലും വരുമാനവും കൊണ്ടുവരുന്നതിനു പകരം 45 വർഷത്തെ ഏറ്റവും കൂടിയ തൊഴിലില്ലായ്മയാണ് സൃഷ്ടിച്ചത്.

ഭക്ഷണം, പാർപ്പിടം, ആരോഗ്യ, വിദ്യാഭ്യാസ സേവനങ്ങൾ, മിനിമം കൂലി എന്നിങ്ങനെയുള്ള അടിസ്ഥാന ആവശ്യങ്ങളൊന്നും നിറവേറ്റാതെ

കോടിക്കണക്കിനാളുകൾക്ക് മനുഷ്യോചിതമായ ജീവിത സാഹചര്യങ്ങൾ നിഷേധിക്കപ്പെട്ടിരിക്കുകയാണ് ഇന്ത്യയിൽ. നവ ഉദാരവൽക്കരണം ഇന്ത്യയെ അതിസമ്പന്നരുടെയും പരമദരിദ്രരുടെയും രണ്ടു രാജ്യങ്ങളായി വിഭജിക്കുകയാണ് ചെയ്തത്. ബി ജെ പി ഭരണമാണെങ്കിൽ ഇതിനൊപ്പം ദരിദ്രരുടെ രാജ്യത്തെ വർഗ്ഗീയമായും ജാതീയമായുമെല്ലാം വീണ്ടും പലതായി ഭിന്നിപ്പിക്കുകയും ചെയ്യുന്നു. പക്ഷേ, മൂലധനത്തിനും മുതലാളിമാർക്കും മതമില്ലെന്ന് മറക്കരുത്. രാജ്യവുമില്ല. അവർക്കുള്ളത് ലാഭത്തിന്റെ വിശാല ലോകം മാത്രമാണ്.

കേരളമൊരു ബദലാകുന്നത് എന്തുകൊണ്ട്?

നവ ഉദാരവാദം ഇന്ന് വഴിമുട്ടി നിൽക്കുകയാണ്. ബദൽ അനിവാര്യമാണെന്ന് കൂടുതൽ ജനവിഭാഗങ്ങൾ തിരിച്ചറിയുകയാണ്. ആ ബദൽ അന്വേഷണങ്ങൾക്ക് ഊർജം പകരുന്നതാണ് കേരളത്തിലെ എൽ ഡി എഫ് സർക്കാരിന്റെ നയങ്ങൾ. കേന്ദ്ര സർക്കാർ, ദേശീയ നയങ്ങൾ, ഫെഡറൽ ഘടന എന്നിവയുടെ ചട്ടക്കൂട് സൃഷ്ടിക്കുന്ന അധികാര പരിധിക്കകത്തുനിന്നു കൊണ്ടുതന്നെ ഒരു സംസ്ഥാന സർക്കാരിന് പരിമിതമായ അർത്ഥത്തിലാണെങ്കിലും പ്രയോഗക്ഷമമായ ഒരു ബദൽ മാതൃക സാദ്ധ്യമാണെന്നാണ് കേരള സർക്കാർ തെളിയിച്ചത്. സർക്കാർ പിൻവാങ്ങുക എന്ന നവ ഉദാര കുറിപ്പടിക്കുപകരം കൂടുതൽ സജീവമായി ഇടപെടുക എന്നതായിരുന്നു ഇടതുസർക്കാർ സ്വീകരിച്ച സമീപനം. അതിന്റെ പ്രയോജനം ഏറ്റവുമധികം അനുഭവപ്പെട്ടത് മഹാമാരിക്കാലത്താണ്. മഹാമാരിയെ നേരിടാൻ ഇന്ത്യയിലാദ്യം പാക്കേജ് പ്രഖ്യാപിച്ചതിലൂടെ സർക്കാർ ഇടപെടലിന്റെ ഉയർന്ന തലമാണ് ദൃശ്യമായത്. സ്വകാര്യവൽക്കരണത്തിന് ബദലായി പൊതുമേഖലയെ നവീകരിക്കുകയും ലാഭത്തിലാക്കി ശാക്തീകരിക്കുകയും ചെയ്യുന്നു. മാത്രമല്ല, മോദി സർക്കാർ സ്വകാര്യവൽക്കരിക്കുന്ന കേരളത്തിലെ കേന്ദ്രപൊതുമേഖലാ സ്ഥാപനങ്ങളെ സംസ്ഥാന സർക്കാർ ഏറ്റെടുത്ത് സംരക്ഷിക്കുകയും ചെയ്യുന്നു. വിദ്യാഭ്യാസം, ആരോഗ്യം തുടങ്ങിയ സേവന മേഖലകളിൽനിന്ന് സർക്കാർ പിൻമാറ്റം അനുശാസിക്കുന്ന നവ ഉദാര നയങ്ങളിൽനിന്ന് വ്യത്യസ്തമായി മിഷനുകൾ ആവിഷ്ക്കരിച്ച് രണ്ടു മേഖലകളിലും സജീവവും കാര്യക്ഷമവുമായി സർക്കാർ ഇടപെട്ടതിന്റെ ഫലമായി പൊതു വിദ്യാലയങ്ങളിലെ പശ്ചാത്തല സൗകര്യങ്ങളിൽ വിസ്മയിപ്പിക്കുന്ന കുതിച്ചു ചാട്ടമുണ്ടായി. ഇന്ത്യയിലെ ഇതര സംസ്ഥാനങ്ങളിൽ നിന്നെല്ലാം വ്യത്യസ്തമായി പൊതു വിദ്യാലയങ്ങളിൽ ഈ ഇടപെടലുകളുടെ ഫലമായി നാല് ലക്ഷം കുട്ടികൾ അധികമായി ചേർന്നു. പൊതുജനാരോഗ്യരംഗത്തെ സർക്കാർ ചെലവിൽ ഇന്ത്യ ഏറ്റവും താഴെ നിന്ന് നാലാം സ്ഥാനം അഫ്ഗാനിസ്ഥാനൊപ്പം പങ്കിടുമ്പോൾ ഇന്ത്യയിൽ ആരോഗ്യ മേഖലയിൽ ഏറ്റവും കൂടുതൽ സർക്കാർ ചെലവിടുന്ന സംസ്ഥാനം കേരളമാണ്. നിപ്പയും കോവിഡും പോലുള്ള പകർച്ചവ്യാധികളെ ലോകത്തിന് മാതൃക

യാവുംവിധം പ്രതിരോധിക്കാൻ കേരളത്തിനായത് ഈ ബദൽ നയംമൂലമാണ്. ഉദാരവൽക്കരണ നയങ്ങൾ ധനകമ്മി കുറയ്ക്കാനും ക്ഷേമച്ചെലവുകൾ വെട്ടിക്കുറയ്ക്കാനും നിർദ്ദേശിക്കുമ്പോൾ സാമൂഹികക്ഷേമ പെൻഷൻ 600 നിന്ന് 1500 രൂപയായും ഗുണഭോക്താക്കളുടെ എണ്ണം 6 ലക്ഷത്തിൽനിന്ന് 60 ലക്ഷമായി ഉയർത്തിയതും യാദൃച്ഛികമല്ല തന്നെ. സാമൂഹികസുരക്ഷാ ശൃംഖല വിപുലീകരിക്കുക എന്ന കാഴ്ചപ്പാടിന്റെ പ്രയോഗമാണത്. പൊതുവിതരണ സമ്പ്രദായം അവസാനിപ്പിച്ച് വിപണിയിലെ ഇടപെടലുകൾ അവസാനിപ്പിക്കാനുള്ള നീക്കങ്ങൾ കേന്ദ്രം ശക്തമാക്കിയപ്പോൾ കേരളം പൊതുവിതരണ സമ്പ്രദായം ഏറ്റവും കാര്യക്ഷമമായി നടപ്പാക്കുന്ന സംസ്ഥാനമാണ്. എ പി എൽ /ബി പി എൽ ഭേദമില്ലാതെ എല്ലാവർക്കും അവശ്യവസ്തു കിറ്റുകൾ ലഭ്യമാക്കിയതിലൂടെ പകർച്ചവ്യാധിക്കാലത്ത് പൊതുവിതരണ സംവിധാനത്തെ സാർവത്രികമാക്കി. കാർഷിക മേഖലയ്ക്കുള്ള പിന്തുണ ക്രേന്ദം സാരമായി വെട്ടിക്കുറയ്ക്കുകയും കൃഷി വൻകിട മൂലധനത്തിനായി തുറന്നുകൊടുക്കുകയും ചെയ്യുമ്പോൾ കേരളത്തിലെ സർക്കാർ കൃഷിയിൽ പൊതുനിക്ഷേപവും ഇടപെടലും ശക്തമാക്കുകയാണ് ചെയ്തത്. സുഭിക്ഷ കേരളം പോലുള്ള പദ്ധതികളിലൂടെ ഭക്ഷ്യ ഉൽപ്പാദനത്തിന് സർക്കാർ സജീവമായി ഇടപെടുകയാണ്. കേന്ദ്രത്തിന്റെ പുതിയ കാർഷിക നിയമങ്ങളിൽ താങ്ങുവില പരാമർശിക്കപ്പെടുക പോലും ചെയ്യുന്നില്ല. എന്നാൽ ഇന്ത്യയിൽ ഏറ്റവും ഉയർന്ന വിലയ്ക്ക് നെല്ല് സംഭരിക്കുന്ന (കിലോഗ്രാമിന് 27.48 രൂപ) സംസ്ഥാനം കേരളമാണ്. കർഷകർക്ക് പെൻഷൻ, നെൽകർഷകർക്ക് റോയൽറ്റി, 16 ഇനം പച്ചക്കറികൾക്ക് മിനിമം തറവില, കടാശ്വാസത്തിനുള്ള കമ്മീഷൻ എന്നിവയെല്ലാം ഇന്ത്യയിൽ നടപ്പാക്കുന്നത് കേരളത്തിൽ മാത്രമാണ്. കേന്ദ്ര സർക്കാർ നയങ്ങൾ കർഷകരെ വിപണിയുടേയും കോർപ്പറേറ്റുകളുടേയും ചൂഷണത്തിനെറിഞ്ഞു കൊടുക്കുമ്പോൾ കേരള സർക്കാർ കൃഷിക്കാർക്ക് സംരക്ഷണ കവചം മാത്രമല്ല കാർഷികവൃത്തിക്ക് പ്രോത്സാഹനവും നൽകുകയാണ്.

സർക്കാർ തൊഴിൽദായകനല്ല എന്ന് കേന്ദ്രം കൈ കഴുകുകയും സർക്കാരിന്റെ വലുപ്പം കുറയ്ക്കലിന്റെ (Minimum Government) ഭാഗമായി കേന്ദ്ര സർവ്വീസിൽ എട്ടു ലക്ഷത്തോളം ഒഴിവുകൾ നികത്താതിരിക്കുകയും ചെയ്യുമ്പോൾ പി എസ് സി വഴി റെക്കോഡ് നിയമനം കേരള സർക്കാർ നടത്തുന്നതും സർക്കാരിന്റെ വലുപ്പം കുറയ്ക്കൽ, ധനകമ്മി കുറയ്ക്കൽ തുടങ്ങിയ നവ ഉദാര നയങ്ങളുടെ കുറിപ്പടികൾ അസ്വീകാര്യമായതിനാലാണ്.

രാജ്യത്തെയാകെ ഏതാനും വർഷങ്ങളായി ചൂഴ്ന്ന് നിൽക്കുന്ന സാമ്പത്തിക മാന്ദ്യം, തദ്ഫലമായ നികുതി വരുമാന നഷ്ടം, ജി.എസ്.ടി വിഹിതവും നഷ്ടപരിഹാരവും കേന്ദ്രം നൽകാതിരിക്കുന്നത് എന്നിവ സൃഷ്ടിച്ച വിഭവ ഞെരുക്കത്തിനിടയിലാണ് ഈ വർദ്ധിച്ച വികസന, ക്ഷേമ ഇടപെടൽ കേരള സർക്കാർ നടത്തുന്നത്. അതിനിടയിലും

അടിസ്ഥാന വികസന പദ്ധതികൾ അവഗണിക്കുന്നുമില്ല. പണമില്ലാപ്പല്ലവി പാടി ഒന്നും ചെയ്യാതിരിക്കുകയല്ല നൂതനാശയങ്ങളിലൂടെ വിഭവ സമാഹരണം നടത്തുകയും അത് അടിസ്ഥാന സൗകര്യ വികസനത്തിനായി വിനിയോഗിക്കുകയുമാണ്. കിഫ്ബി അങ്ങനെയൊരു വിജയകരമായ നൂതനാശയമാണ്. 60,000 കോടി രൂപയുടെ വിസ്മയിപ്പിക്കുന്ന അടിസ്ഥാന സൗകര്യ വികസന പദ്ധതികൾ സാദ്ധ്യമാക്കുന്ന കിഫ് ബി, സംസ്ഥാനങ്ങളെല്ലാം കടുത്ത പ്രതിസന്ധി നേരിടുന്ന ഇന്ത്യയിൽ ഉജ്ജ്വലമായ ഒരു ബദലാണ്. ഇത്രയും പൊതു നിക്ഷേപം അടിസ്ഥാന സൗകര്യ വികസന മേഖലയിൽ ഉണ്ടാകുമ്പോൾ തൊഴിലും വരുമാനവും സ്ഥായിയായ സാമ്പത്തിക വളർച്ചയും സൃഷ്ടിക്കപ്പെടും. ഇതുപോലെ ധീരനൂതനമായ മറ്റൊരാശയം പ്രാവർത്തികമാക്കിയതാണ് കേരള ബാങ്ക്. കേരളത്തിന്റെ വികസനത്തിന് നിർണായക വിഭവ പിന്തുണ നൽകിയിരുന്ന എസ് ബി ടിയെ മോദി സർക്കാർ ലയിപ്പിച്ച് ഇല്ലാതാക്കിയപ്പോൾ ആ ശൂന്യത നികത്താനും സംസ്ഥാനത്തിന്റെ വികസനം വിഭവപ്രതിസന്ധി നേരിടാതിരിക്കാനുമുള്ള ബദൽ സംവിധാനമാണ് കേരള ബാങ്ക്. പൊതുമേഖലാ ബാങ്കുകൾ സംസ്ഥാനത്തിന്റെ വികസന, സാമൂഹിക ആവശ്യങ്ങളോട് മുഖം തിരിക്കുന്നതിനുള്ള മറുപടി കൂടിയാണിത്. കേന്ദ്രം ബാങ്കിങ് മേഖലയെ കോർപ്പറേറ്റ്വൽക്കരിക്കുന്നതിനെ സഹകരണ മേഖലയെ മുൻനിർത്തി കേരള ബാങ്കിലൂടെ ചെറുക്കുകയാണെന്നും കാണാം. നവ ഉദാര നയങ്ങൾക്കുള്ള ഇടതുബദൽ എന്താണെന്ന് വെറുമൊരു സംസ്ഥാനത്തിന്റെ പരിമിതികൾക്കുള്ളിൽനിന്ന് കേരളത്തിലെ സർക്കാർ പ്രവർത്തിച്ചു കാണിക്കുന്നു. ഈ ബദൽ വികസന പരിപ്രേക്ഷ്യം ബദൽ രാഷ്ട്രീയത്തിന്റെ ഉൽപ്പന്നമാണ്. "രാഷ്ട്രീയം സാദ്ധ്യതകളുടെ മാത്രം കലയല്ല, വിപ്ലവ രാഷ്ട്രീയമെന്നാൽ അസാദ്ധ്യമായതിനെ സാദ്ധ്യമാക്കുന്നതിന്റെ കലയാണ്" എന്ന് പ്രമുഖ ചിലിയൻ മാർക്സിസ്റ്റ് ചിന്തക മാർത്താ ഹനേക്കർ പറഞ്ഞതിനെ ശരിവെക്കുന്നു കേരളത്തിലെ ഇടതുപക്ഷ രാഷ്ട്രീയം.

ഈ ബദൽ, രാഷ്ട്രീയം രാജ്യത്താകെ വളർന്നുവന്നാൽ മാത്രമേ ഉദാരവൽക്കരണത്തിനുള്ള ബദൽ നയങ്ങൾ അഖിലേന്ത്യാതലത്തിൽ ഫലവത്താകൂ. ആ ബദൽ രാഷ്ട്രീയം രൂപപ്പെടുക തിരഞ്ഞെടുപ്പിലൂടെയല്ല; തെരുവിൽ അണമുറിയാത്ത മഹാ പ്രക്ഷോഭങ്ങളിലൂടെയായിരിക്കും. ആ പോരാട്ടങ്ങൾ തെരഞ്ഞെടുപ്പുകളുടെ ഗതി നിർണയിക്കുമ്പോഴാണ് ബദൽ ഉയരുക. രാജ്യ തലസ്ഥാനത്തെ പിടിച്ചുകുലുക്കുന്ന ഐതിഹാസികമായ കർഷക പ്രക്ഷോഭവും 20 കോടി തൊഴിലാളികൾ അണിനിരന്ന പണിമുടക്കും ഉൾപ്പെടെയുള്ള സമരമുഖങ്ങളിൽനിന്ന് നവ ഉദാര നയങ്ങൾക്ക് ബദലായ രാഷ്ട്രീയവും സാമ്പത്തിക നയങ്ങളും ഉയരുക തന്നെ ചെയ്യും. ലോകമാകെയും ഇന്ത്യയിലും വഴിമുട്ടിയ നവ ഉദാര നയങ്ങൾക്കും അതിന്റെ രാഷ്ട്രീയത്തിനും ദീർഘമായ ആയുസ്സ് ഇനി അവശേഷിക്കുന്നില്ല.

ചങ്ങാത്ത മുതലാളിത്തത്തിന്റെ 'യെസ്' വൈറസ്

യെസ് ബാങ്ക് തകർച്ചയുടെ ഒരു മാസം മുൻപായിരുന്നു കേന്ദ്ര സർക്കാർ പാർലമെന്റിൽ ഇക്കോണമിക് സർവ്വേ അവതരിപ്പിച്ചത്. ഈ സുപ്രധാന നയരേഖയിലെ ബാങ്കിങ് ദേശസാൽക്കരണത്തിന്റെ അര നൂറ്റാണ്ടിലെ അനുഭവങ്ങളെ വിലയിരുത്തുന്ന ഒരു അദ്ധ്യായം മുഴുവൻ രാജ്യത്തെ പൊതുമേഖലാ ബാങ്കുകളെക്കുറിച്ചുള്ള കുറ്റപത്രമാണ്. തീർന്നില്ല, 1991 ൽ നവ ഉദാരവൽക്കരണ നയങ്ങൾ നടപ്പാക്കിത്തുടങ്ങിയശേഷം നിലവിൽവന്ന നവ സ്വകാര്യ ബാങ്കുകളെ സർവ്വേ വാനോളം വാഴ്ത്തുന്നുമുണ്ട്. പൊതുമേഖലാ ബാങ്കുകളിലെ ഓഹരികളിൽ സർക്കാർ നിക്ഷേപിച്ച ഓരോ രൂപയ്ക്കും 23 പൈസ നഷ്ടമുണ്ടാകുമ്പോൾ നവ സ്വകാര്യ ബാങ്കുകളിലെ ഓഹരികളിൽ നിക്ഷേപകർ മുടക്കിയ ഓരോ രൂപയ്ക്കും ഒൻപത് പൈസ ലാഭമുണ്ടാകുന്നുവെന്നാണ് സർവ്വേയിലെ കണ്ടെത്തൽ. ഓഹരി വിപണിയിലെ മൂല്യത്തിന്റെ അടിസ്ഥാനത്തിൽ പൊതുമേഖലാ ബാങ്കുകളുടെ വിപണി മൂല്യത്തിന്റെ അഞ്ചിരട്ടിയാണ് നവ സ്വകാര്യ ബാങ്കുകളുടേത് എന്നും സർവ്വേ വാചാലമാകുന്നു. മാത്രമല്ല, ബാങ്ക് തട്ടിപ്പുകളുടെ മുഖ്യപങ്കും പൊതുമേഖലാ ബാങ്കുകളിലാണ് നടക്കുന്നതെന്ന കുറ്റപ്പെടുത്തലുമുണ്ട് കൂട്ടത്തിൽ.

ഇങ്ങനെ പൊതുമേഖലാ ബാങ്കുകൾക്ക് അനുകരണീയമായ കാര്യക്ഷമതയുടേയും മികവിന്റേയും മാതൃകകളായി കേന്ദ്ര സർക്കാർ ഉയർത്തിക്കാണിക്കുന്ന നവ സ്വകാര്യ ബാങ്കുകളുടെ പ്രതിനിധിയായിരുന്നു യെസ് ബാങ്ക്. ഇന്ത്യയിലെ നാലാമത്തെ ഏറ്റവും വലിയ സ്വകാര്യ ബാങ്ക്. ബാങ്ക് ഓഫ് അമേരിക്കയിലെ അനുഭവങ്ങളും വൈദഗ്ദ്ധ്യവുമായി ഇന്ത്യയിലെത്തി യെസ് ബാങ്ക് സ്ഥാപിച്ച റാണാ കപൂർ കോർപ്പറേറ്റ് ഇന്ത്യയുടെ പോസ്റ്റർ ബോയി ആയി അതിവേഗം വളർന്നു.

അതിനൊപ്പം അവിശ്വസനീയമായ വിധത്തിൽ റാണാ കപൂറിന്റെ യെസ് ബാങ്കും വളർന്നു. ഒരു ഘട്ടത്തിൽ ഇന്ത്യയുടെ ഭാവി ധനമന്ത്രിവരെയായി റാണാ കപൂർ പ്രവചിക്കപ്പെട്ടു. 2018 ൽ യെസ് ബാങ്കിന്റെ ഓഹരികൾ സർവ്വകാല ഉയർച്ചയിലെത്തി. ഒരു വർഷം കഴിഞ്ഞപ്പോഴേക്കും റാണാ കപൂറിന് പടിയിറങ്ങേണ്ടവിധത്തിൽ ബാങ്ക് പ്രതിസന്ധിയിലായി. വീണ്ടും ഒരു വർഷം കൂടി കഴിഞ്ഞപ്പോഴേക്കും കേന്ദ്ര സർക്കാർ കാര്യക്ഷമതയില്ലാത്തവയെന്ന് കുറ്റപ്പെടുത്തിയ പൊതുമേഖലാ ബാങ്കുകളുടെ പ്രതിനിധിയായ എസ് ബി ഐയുടെ ജീവൻരക്ഷാ പിന്തുണയിൽ യെസ് ബാങ്ക് ആയുസ്സ് കഷ്ടിച്ച് നിലനിർത്തുന്നു! ഇന്ത്യൻ ബാങ്കിങ് മേഖലയിൽ പതിനാറ് വർഷത്തിനുള്ളിൽ ഒരു ഉൽക്കപോലെ ഉദിച്ചുയർന്ന് എരിഞ്ഞടങ്ങിയ യെസ് ബാങ്ക് തകർച്ച ഒരു യാദൃച്ഛികമായ അപകടമായിരുന്നില്ല. പൊതുവിൽ ഇന്ത്യൻ സമ്പദ്ഘടനയും പ്രത്യേകിച്ച് ബാങ്കിങ് മേഖലയും നേരിടുന്ന ഗുരുതരമായ രോഗാവസ്ഥയുടെ ഒരു ലക്ഷണമാണ് യെസ് ബാങ്കിന്റെ പതനത്തോടെ പുറത്തുവരുന്നത്. ഈ രോഗാവസ്ഥയ്ക്ക് കാരണമായ മൂന്ന് ഘടകങ്ങളുണ്ട്. നവ ഉദാരവൽക്കരണം സൃഷ്ടിച്ച ബാങ്കിങ് സംസ്കാരം, റിസർവ്വ് ബാങ്കിന്റെ കൃത്യവിലോപം, ചങ്ങാത്ത മുതലാളിത്തത്തിന്റെ ഭീഷണമായ വളർച്ച എന്നിവയാണവ.

ഒന്നാമതായി, തൊണ്ണൂറുകളിൽ ആരംഭിച്ച നവ ഉദാരവൽക്കരണ നയങ്ങൾ ബാങ്കിന്റെ ലക്ഷ്യങ്ങളും മുൻഗണനകളുമാകെ പൊളിച്ചെഴുതി. രാജ്യത്തിന്റെ വികസനം, സാമൂഹിക ലക്ഷ്യങ്ങൾ എന്നിവയുടെ സ്ഥാനത്ത് പരമാവധി ലാഭം ദ്രുതഗതിയിൽ എന്നതായി ലക്ഷ്യം. ഈ നയങ്ങളുടെ ഫലമായി സ്ഥാപിക്കപ്പെട്ട യെസ് ബാങ്ക് പോലുള്ള നവ സ്വകാര്യ ബാങ്കുകൾ പരമാവധി ലാഭം എന്ന ലക്ഷ്യം മാത്രം മുൻനിർത്തി ആക്രമണോത്സുകവും അധാർമ്മികവും വിവേചനരഹിതവുമായ ബിസിനസ് മാതൃകകൾ വളർത്തിയെടുത്തു. പഴയ സ്വകാര്യ ബാങ്കുകളിൽനിന്ന് സ്വഭാവത്തിലും ഉള്ളടക്കത്തിലും ബിസിനസ് രീതികളിലുമെല്ലാം നവ സ്വകാര്യ ബാങ്കുകൾ വ്യത്യസ്തമായി. അത്യധികം അപകടസാദ്ധ്യതയുള്ള വായ്പകളും ചൂതാട്ടസ്വഭാവമുള്ള നിക്ഷേപങ്ങളും മാനദണ്ഡങ്ങളും മാർഗ്ഗനിർദ്ദേശങ്ങളും ബിസിനസ്സിൽ പുലർത്തേണ്ട അച്ചടക്കത്തിന്റെ ലംഘനവുമെല്ലാം അനുവദനീയമാണെന്ന സ്ഥിതിയായി. ലാഭം ഉണ്ടാക്കുന്ന കാലത്തോളം ഇതൊന്നും ഒരു പ്രശ്നമായില്ല. ഇത്തരം മാർഗ്ഗങ്ങളിലൂടെയാണ് യെസ് ബാങ്ക് അതിവേഗക്കുതിപ്പ് നടത്തിയത്. 1939 ൽ സ്ഥാപിക്കപ്പെട്ട സ്വകാര്യ ബാങ്കായ ഫെഡറൽ ബാങ്കിനെ കേവലം ഒന്നര പതിറ്റാണ്ടുകൊണ്ട് ബ്രാഞ്ചുകളുടെ എണ്ണം, വായ്പ, നിക്ഷേപം തുടങ്ങിയവയിലെല്ലാം പിന്നിലാക്കി എന്നോർക്കുക. പഴയ സ്വകാര്യ ബാങ്കുകളും നവ സ്വകാര്യ ബാങ്കുകളും തമ്മിലുള്ള വ്യത്യാസം ഇതിൽനിന്നു മനസ്സിലാക്കാം.

നവ ഉദാരവൽക്കരണ നയം ബാങ്ക് ദേശസാൽക്കരണാനന്തരം നടപ്പാക്കപ്പെട്ട മുൻഗണനാ വായ്പാരീതി തന്നെ അട്ടിമറിച്ചു. 40 ശതമാനം മുൻഗണനാ മേഖലകളായ കൃഷി, ചെറുകിട ഇടത്തരം വ്യവസായങ്ങൾക്കു നിർബന്ധിതമായി നൽകണമെന്ന വ്യവസ്ഥയിൽ വെള്ളം ചേർക്കപ്പെട്ടത് പരമാവധി ലാഭം എന്ന ലക്ഷ്യത്തിനനുസൃതമായിരുന്നു. ബാങ്കിങ് മേഖലയിലെ ഉദാരവൽക്കരണ നടപടികളെക്കുറിച്ച് തൊണ്ണൂറുകളിൽ സമർപ്പിക്കപ്പെട്ട നരസിംഹം കമ്മിറ്റി റിപ്പോർട്ട് കിട്ടാക്കടം പെരുകുന്നതിനു കാരണം മുൻഗണനാ വായ്പകളാണെന്നു ചൂണ്ടിക്കാട്ടിയാണ് അതുപേക്ഷിക്കണമെന്ന ശുപാർശ നല്കുന്നത്. കിട്ടാക്കടംമൂലം പൊതുമേഖലാ ബാങ്കുകൾ പ്രതിസന്ധിയിലാകുമ്പോൾ ബജറ്റ് സഹായത്തോടെ പുനർമൂലധന ശാക്തീകരണം നല്കാൻ പാടില്ലെന്നും നരസിംഹം കമ്മിറ്റി നിർദ്ദേശിച്ചു. ലാഭം ലക്ഷ്യമാക്കി വൻകിട വായ്പകളിലേക്ക് ഊന്നൽ മാറി. പ്രത്യേകിച്ച് ഊർജ്ജം, വാർത്താവിനിമയം, വ്യോമയാനം തുടങ്ങിയ അടിസ്ഥാനസൗകര്യ വികസന മേഖലകളിലെ കോർപ്പറേറ്റുകൾക്ക് ഉദാരമായി ഭീമൻവായ്പകൾ നൽകി. പ്രത്യേകിച്ച് 2004'07 ലെ ഉയർന്ന സാമ്പത്തിക വളർച്ചാ കാലയളവിൽ ഇന്ത്യൻ കോർപ്പറേറ്റുകൾ കൂടുതൽ വളർച്ചയും ലാഭവും കണക്കുകൂട്ടി വൻ വായ്പകളെടുത്ത് വ്യാപകമായ മുതൽമുടക്കു നടത്തി. എന്നാൽ, 2008 ഓടെ ഉണ്ടായ ആഗോള സാമ്പത്തിക പ്രതിസന്ധിയും ആഭ്യന്തര വളർച്ചാവേഗം കുറഞ്ഞതും മോദി സർക്കാർ അധികാരത്തിൽ വന്ന ശേഷമുണ്ടായ സാരമായ വളർച്ചാ ഇടിവുമെല്ലാം ചേർന്ന് സൃഷ്ടിച്ച പ്രതിസന്ധി വൻകിട പദ്ധതികളേയും അവയ്ക്കു നൽകിയ വായ്പകളുടെ തിരിച്ചടവിനേയും ബാധിച്ചു. ന്യായമായും ചില വായ്പകൾ മുടങ്ങുകയും കിട്ടാക്കടം വർദ്ധിക്കാൻ തുടങ്ങുകയും ചെയ്തു. എന്നാൽ, ഈ സാഹചര്യം മുതലെടുത്ത് കോർപ്പറേറ്റുകളും രാഷ്ട്രീയ നേതൃത്വവും ബാങ്ക് മേധാവികളും ചേർന്ന ഒരു അച്ചുതണ്ട് രൂപംകൊള്ളുകയും കിട്ടാക്കടത്തിന്റെ മറവിൽ വൻ വായ്പകൾ എഴുതിത്തള്ളി ബാങ്കുകളെ ഉപയോഗിച്ച് പ്രാകൃത മൂലധന സഞ്ചയത്തിന്റെ പ്രക്രിയ ആസൂത്രിതമായി നടപ്പാക്കുകയും ചെയ്തു. ഇതിന്റെ ഫലമായാണ് ബാങ്കുകളിലെ കിട്ടാക്കടം അനിയന്ത്രിതമായി പെരുകിയതും സർവ്വകാല റെക്കോഡിലെത്തിയതും. പരമാവധി ലാഭം എന്ന ലക്ഷ്യത്തിനായി മൂലധനത്തിന്റെ മൃഗതൃഷ്ണകളെ കെട്ടഴിച്ചുവിട്ട നവഉദാരവൽക്കരണ നയങ്ങളാണ് യെസ് ബാങ്കിനെ സൃഷ്ടിച്ചതിന്റേയും പനപോലെ വളർത്തിയതിന്റേയും ഒടുവിൽ സംഹരിച്ചതിന്റേയും ഇന്ത്യൻ ബാങ്കിങ് മേഖലയെയാകെ ഗ്രസിച്ച കിട്ടാക്കടമെന്ന ഗുരുതര രോഗാവസ്ഥയുടേയുമെല്ലാം അടിസ്ഥാന കാരണം.

രണ്ടാമത്തെ ഘടകം റിസർവ്വ് ബാങ്കിന്റെ പങ്കും ഉത്തരവാദിത്വവുമാണ്. ബാങ്കിങ് മേഖലയിൽ മാനദണ്ഡങ്ങളും നിയന്ത്രണങ്ങളും അച്ചടക്കവും പാലിക്കുന്നുവെന്ന് ഉറപ്പാക്കേണ്ട റിസർവ്വ് ബാങ്ക് അതിൽ

വീഴ്ച വരുത്തിയതിന്റെ ഉദാഹരണമാണ് യെസ് ബാങ്ക്. റിസർവ്വ് ബാങ്കിന്റെ ഉദാസീനത മിനിമം ഇടപെടലും നിയന്ത്രണവുമെന്ന നവ ഉദാരനയങ്ങളുടെ വീക്ഷണമനുസരിച്ചാണെന്ന് കാണാതെ പോകരുത്. പ്രത്യേകിച്ച് നവ സ്വകാര്യ ബാങ്കുകളുടെ പരമാവധി ലാഭം ലക്ഷ്യമാക്കിയുള്ള പ്രവർത്തന സ്വാതന്ത്ര്യത്തിൽ കഴിയുന്നത്ര ഇടപെടാതിരിക്കുക എന്ന സമീപനമാണ് റിസർവ്വ് ബാങ്കിന്റേത്. കേന്ദ്ര ധനമന്ത്രി നിർമലാ സീതാരാമൻ തന്നെ പറഞ്ഞത് റിസർവ്വ് ബാങ്ക് കഴിഞ്ഞ രണ്ടു വർഷമായി യെസ് ബാങ്കിനെ നിരീക്ഷിച്ചു വരികയായിരുന്നു എന്നാണ്. ആ നിരീക്ഷണ കാലയളവിലാണ് ബാങ്കിന്റെ പ്രതിസന്ധി മൂർച്ഛിക്കുന്നത് എന്ന വസ്തുത റിസർവ്വ് ബാങ്കിനേയും ധനമന്ത്രാലയത്തേയും പ്രതിക്കൂട്ടിലാക്കുന്നു. പൊതുമേഖലാ ബാങ്കുകളിൽ അടിയന്തര തിരുത്തൽ നടപടികൾ നടപ്പാക്കാറുള്ള റിസർവ്വ് ബാങ്കിന്റെ കാര്യത്തിൽ കാണിച്ച മെല്ലെപ്പോക്ക് ദുരൂഹമാണ്. 2015 ൽത്തന്നെ അന്താരാഷ്ട്ര റേറ്റിങ് ഏജൻസിയായ യു ബി എസ് യെസ് ബാങ്കിന്റെ പ്രവർത്തനങ്ങളിൽ ആശങ്ക ഉയർത്തിയിരുന്നു. യെസ് ബാങ്കിന്റെ ബാദ്ധ്യത കഴിച്ചുള്ള ആസ്തികളുടെ 125 ശതമാനത്തോളമാണ് മോശം സാമ്പത്തികസ്ഥിതിയിലുള്ള കോർപ്പറേറ്റ് കമ്പനികൾക്ക് നൽകിയിട്ടുള്ള വായ്പയെന്ന് യു ബി എസ് ചൂണ്ടിക്കാട്ടിയിരുന്നു. ഈ മുന്നറിയിപ്പ് ഗൗരവമായി പരിഗണിക്കാനോ ആ ഘട്ടത്തിൽ ഇടപെടാനോ റിസർവ്വ് ബാങ്ക് തയ്യാറായില്ല. യെസ് ബാങ്കാവട്ടെ യു ബി എസിനെ തള്ളുകയും അവർക്കെതിരായി സെക്യൂരിറ്റീസ് എക്സ്ചേഞ്ച് ബോർഡ് ഓഫ് ഇന്ത്യ (സെബി)ക്ക് പരാതി നൽകുകയുമാണ് ചെയ്തത്. 2016 മുതൽ ബാങ്കിന്റെ വായ്പാ വളർച്ച അസാധാരണമായി ഉയർന്നു. 2016'17 ൽ 35 ശതമാനവും 2017'18 ൽ 54 ശതമാനവുമായി വായ്പ വളർന്നു. അതിലും റിസർവ്വ് ബാങ്കിന് അസ്വാഭാവികമായി ഒന്നും തോന്നിയില്ല. 2018 നവംബറിൽ അഴിമതി ആരോപണങ്ങളെത്തുടർന്ന് ബാങ്ക് ചെയർമാൻ അശോക് ചാവ്ളയ്ക്ക് രാജിവെക്കേണ്ടിവന്നു. തുടർന്ന് ഒരു സ്വതന്ത്ര ഡയറക്ടറും രാജിവെച്ചു. റിസർവ്വ് ബാങ്ക് നിരീക്ഷണത്തിനു വിധേയമായിരുന്നു എന്നു പറയുന്ന സമയം ഉൾപ്പെടുന്ന 2017–2019 കാലയളവിൽ 1.32 ലക്ഷം കോടിയിൽ നിന്ന് യെസ് ബാങ്ക് വായ്പകൾ 2.41 ലക്ഷം കോടിയായി കുതിച്ചുയർന്നതും ഇതിനിടയിലാണ്. ഒടുവിൽ 2019 ജനുവരിയിലാണ് താൽക്കാലിക ചെയർമാനെ നിശ്ചയിച്ചുകൊണ്ട് ഗൗരവമുള്ള ഒരു ഇടപെടൽ റിസർവ്വ് ബാങ്കിൽനിന്നുണ്ടായത്. മൂന്നു മാസത്തിനുശേഷം മാർച്ചിൽ രവണീത് ഗില്ലിനെ സി ഇ ഒ ആയി നിയമിച്ചപ്പോഴേക്കും ഏറെ വൈകിക്കഴിഞ്ഞിരുന്നു.

മൂകസാക്ഷിയാകുന്ന ആർ ബി ഐ

യെസ് ബാങ്കിനെ നിരീക്ഷണത്തിൽ വെച്ചു എന്നു പറയുന്ന കാലയളവിൽപ്പോലും വസ്തുതകളും പാളിച്ചകളും ശരിയായി കണ്ടെത്തു

ന്നതിൽ റിസർവ്വ് ബാങ്ക് പരാജയപ്പെട്ടു എന്നു കാണാം. കിട്ടാക്കടത്തിന്റേയും നഷ്ടത്തിന്റേയും കണക്കുകൾ മറച്ചുവെച്ചും തെറ്റായി റിപ്പോർട്ട് ചെയ്തും യെസ് ബാങ്ക് നടത്തിയ ക്രമക്കേടുകൾക്ക് ആർ ബി ഐ മൂകസാക്ഷിയായിരുന്നു എന്നതാണ് സത്യം. ഏറ്റവുമൊടുവിൽ 2019 ഡിസംബറിൽ അവസാനിച്ച യെസ് ബാങ്കിന്റെ കണക്കുകൾ പ്രകാരം 18,564 കോടി രൂപ നഷ്ടമാണ്. കൃത്യം ഒരു വർഷം മുൻപ്, 2018 ഡിസംബർ പാദത്തിൽ 1000 കോടി രൂപ ലാഭം കണക്കിൽ കാണിച്ചിടത്തുനിന്നാണ് ഈ പതനം. ഒരു വർഷത്തിനിടയിൽ മൊത്തം കിട്ടാക്കടം 2.10 ശതമാനത്തിൽനിന്ന് 18.87 ആയി കുതിച്ചുയർന്നു. കിട്ടാക്കടത്തിന്റേയും നഷ്ടത്തിന്റേയും കണക്കുകൾ മറച്ചുവെച്ചു എന്നതിന് ഇതിൽക്കൂടുതൽ എന്ത് തെളിവു വേണം? തങ്ങളുടെ മൂക്കിനു താഴെ നടന്ന ഇക്കാര്യങ്ങളുടെയെല്ലാം ഉത്തരവാദിത്വത്തിൽനിന്ന് റിസർവ്വ് ബാങ്കിന് ഒഴിഞ്ഞുനിൽക്കാനാവുമോ? റെഗുലേറ്റർ എന്ന നിലയിലുള്ള റിസർവ്വ് ബാങ്കിന്റെ സുപ്രധാന പങ്കിനെ സംബന്ധിച്ചുതന്നെ നിശിതമായ ചോദ്യങ്ങളുയർത്തുന്നതാണ് യെസ് ബാങ്കിന്റെ പതനം.

മൂന്നാമത്തേതും ഒരുപക്ഷേ, ഏറ്റവും പ്രധാനപ്പെട്ടതുമായ പ്രശ്നം മോദി വാഴ്ചയിൽ സർവ്വ സീമകളും ലംഘിച്ച് വഷളായി വളർന്ന ചങ്ങാത്ത മുതലാളിത്തത്തിന്റേതാണ്. 2014 ൽ മോദി ഗവൺമെന്റ് അധികാരത്തിൽ വന്ന ശേഷമാണ് യെസ് ബാങ്കിന്റെ വായ്പാ വളർച്ച അമ്പരപ്പിക്കുന്ന ഗതിവേഗം കൈവരിച്ചതെന്നു കാണാനാവും. ഈ കാലയളവിൽ ബാങ്കിങ് വ്യവസായത്തിലെ ആകെ വായ്പാ വളർച്ചാനിരക്കിന്റെ നാലിരട്ടിയായിരുന്നു യെസ് ബാങ്കിന്റെ വായ്പാ വളർച്ചാനിരക്ക്. ഇതിൽ നോട്ട് റദ്ദാക്കലിനും ജി എസ് ടിക്കും ശേഷം സമ്പദ്ഘടന വളരെ മന്ദഗതിയിലാവുകയും വായ്പാ വളർച്ചയ്ക്ക് വിളർച്ച ബാധിച്ചുവെന്നും ഇക്കണോമിക് സർവ്വേയിൽതന്നെ സമ്മതിക്കുന്ന കാലയളവിൽ, പ്രത്യേകിച്ച് 2017'18 യെസ് ബാങ്കിന്റെ വായ്പാ വളർച്ച 54 ശതമാനമായിരുന്നുവെന്ന് അറിയുക. ഇനി അസാധാരണമായ വായ്പാ വളർച്ചയുടെ ഗുണഭോക്താക്കളാകട്ടെ, മോദി ഭരണവുമായി ഉറ്റചങ്ങാത്തം പുലർത്തുന്ന കോർപ്പറേറ്റുകളായിരുന്നു എന്നുകൂടി മനസ്സിലാവുമ്പോഴാണ് ചിത്രം വ്യക്തമാവുക. ഇവരിൽ മിക്കവരും അതിനകം തന്നെ പൊതുമേഖലാ ബാങ്കുകൾക്ക് വലിയ കിട്ടാക്കടം വരുത്തിവെച്ചു കഴിഞ്ഞിരുന്നു. യെസ് ബാങ്കിന്റെ കിട്ടാക്കടത്തിന്റെ നല്ലൊരു പങ്ക് 10 വൻകിട ബിസിനസ് ഗ്രൂപ്പുകളുടെ ഉടമസ്ഥതയിലുള്ള 44 കമ്പനികൾക്കു കൊടുത്ത വായ്പയാണെന്ന് ഇതിനകം പുറത്തുവന്നുകഴിഞ്ഞിട്ടുണ്ട്. ഇവയിൽ കുഴപ്പത്തിലുള്ള അനിൽ അംബാനിയുടെ 9 കമ്പനികളും പൂട്ടിപ്പോയ ജെറ്റ് എയർവേയ്സും പൊളിഞ്ഞ ഐ എൽ ആൻഡ് എഫ് എസും ഡി എച്ച് എഫ് സി എല്ലും ഉൾപ്പെടുന്നു. ഇവയടക്കമുള്ള അടിസ്ഥാന സൗകര്യവികസന, റിയൽ എസ്റ്റേറ്റ്, ധനകാര്യ മേഖലകളിലുള്ള നിരവധി സംശയാസ്പദമായ കമ്പനികൾക്കു നൽകിയ വായ്പകളാണ് യെസ് ബാങ്കിന്റെ പതന

ത്തിലേക്ക് നയിച്ചത്. ഈ വായ്പകൾ പലതും നൽകിയതിന്റെ പിന്നിൽ കേന്ദ്ര സർക്കാരിന്റെ പങ്കും പിന്തുണയും താൽപ്പര്യവും കൂടിയുണ്ട്. പ്രതിസന്ധിയിലായ ഈ കമ്പനികളിൽ പലതും നേരത്തേ എടുത്തതും തിരിച്ചടവ് മുടക്കിയതുമായ വായ്പകൾ കിട്ടാക്കടമാവാതിരിക്കാൻ അവയ്ക്ക് വേറെ വായ്പകൾ സംഘടിപ്പിച്ചുകൊടുത്ത് സഹായിക്കുക യായിരുന്നു. അതോടൊപ്പം സമ്പദ്ഘടനയിലെ വായ്പാ വളർച്ചാനിരക്ക് എന്ന പ്രധാന സൂചകം കൃത്രിമമായി ഉയർത്തി നിർത്താനും ഈ വൻകിട വായ്പകൾ സർക്കാരിനെ സഹായിക്കും. സമ്പദ്ഘടനയിലെ നിക്ഷേപനിരക്കും അതുവഴി വളർച്ചാനിരക്കും ഉയർത്താനുള്ള നടപടിയെന്ന വ്യാജേനയാണ് കേന്ദ്ര സർക്കാർ പിന്തുണയിൽ വൻകിട കോർപ്പറേറ്റ് വായ്പകൾ യെസ് ബാങ്ക് നൽകിയതെങ്കിലും അതൊന്നും പുതിയ മുതൽമുടക്കിനല്ല, നിലവിലുള്ള വായ്പകൾ സർവ്വീസ് ചെയ്യുന്നതിനാണ് ഉപയോഗിച്ചതെന്നും വ്യക്തമാണ്.

ഇതിലെല്ലാം കേന്ദ്രത്തിനും അറിവും പങ്കും ഉള്ളതുകൊണ്ടാണ് എസ് ബി ഐയോട് കേന്ദ്ര സർക്കാർ എത്രയും പെട്ടെന്ന് യെസ് ബാങ്കിന്റെ 49 ശതമാനം ഓഹരികൾ വാങ്ങാൻ ആവശ്യപ്പെട്ടത്. യഥാർ ത്ഥത്തിൽ എസ് ബി ഐ യെസ് ബാങ്ക് ഏറ്റെടുക്കാനുള്ള വൈമുഖ്യം നേരത്തേ പ്രകടിപ്പിച്ചതാണ്. മറ്റൊരു ബാങ്കും ഏറ്റെടുക്കാവുന്ന സ്ഥിതി യിലല്ല തങ്ങളെന്ന് കഴിഞ്ഞ ഒക്ടോബറിൽ പറഞ്ഞ എസ് ബി ഐ ചെയർ മാൻ രജനീഷ് കുമാർ (*ടൈംസ് ഓഫ് ഇന്ത്യ*, 31.01.2019) ഇപ്പോൾ നിലപാട് മാറ്റിയതിനുപിന്നിൽ കേന്ദ്ര സർക്കാരിന്റെ ശക്തമായ സമ്മർദ്ദമാ ണെന്നുറപ്പ്, തങ്ങളുടെ ചങ്ങാതിമാരായ വൻകിട കോർപ്പറേറ്റുകൾക്ക് ബാങ്കുകളെ ഉപയോഗിച്ച് പ്രാകൃത മൂലധനസഞ്ചയം നടത്താൻ സൗകര്യമൊരുക്കിക്കൊടുക്കുന്നത് മോദി സർക്കാരിന്റെ മുഖമുദ്രയാണ്. മോദി സർക്കാർ അധികാരത്തിലെത്തിയ 2014 നുശേഷം 2019 വരെ ബാങ്കുകളിലെ കിട്ടാക്കടം 7,77,800 കോടി രൂപ എഴുതിത്തള്ളിയെന്ന് ആഗോള ബാങ്കിങ് ഗ്രൂപ്പായ ക്രെഡിറ്റ് സൂയ്സിന്റെ ഏറ്റവും പുതിയ റിപ്പോർട്ടിൽ പറയുന്നു. ഇതിൽ 6,86,800 കോടി രൂപ പൊതുമേഖലാ ബാങ്കുകളുടെതാണെങ്കിൽ 91,000 കോടി രൂപ സ്വകാര്യ ബാങ്കു കളുടെതാണ്. വൻകിട കോർപ്പറേറ്റ് വായ്പകൾ എഴുതിത്തള്ളി പ്രതി സന്ധിയിലായ പൊതുമേഖലാ ബാങ്കുകൾക്ക് പുനർമൂലധനം ബജറ്റി ലൂടെ, നികുതിദായകരുടെ പണം ഉപയോഗിച്ച് ലഭ്യമാക്കും. കൃഷി, വ്യവസായം എന്നിങ്ങനെ മുൻഗണനാ വായ്പകളുടെ ഫലമായി ഉണ്ടാകുന്ന കിട്ടാക്കടത്തിന്റെ പ്രശ്നം പരിഹരിക്കാൻ പൊതുമേഖലാ ബാങ്കുകൾക്ക് ബജറ്റിൽനിന്ന് പണം കൊടുക്കരുതെന്നാണ് നരസിംഹം കമ്മിറ്റി അന്ന് പറഞ്ഞത്. എന്നാൽ, ഇന്ന് കിട്ടാക്കടം വൻതോതിൽ പെരുകിയപ്പോൾ എഴുതിത്തള്ളുകയും പൊതുമേഖലാ ബാങ്കുകൾക്ക് ബജറ്റിൽനിന്നു പുനർമൂലധനം ലഭ്യമാക്കുകയും ചെയ്യുന്നു. കാരണം, ഇന്ന് കിട്ടാക്കടം വേണ്ടപ്പെട്ട കോർപ്പറേറ്റുകളുടേതാണ്. പൊതുമേഖലാ

ബാങ്കുകളുടെ കിട്ടാക്കടമായാലും പൊളിഞ്ഞ സ്വകാര്യ ബാങ്കുകളുടെ രക്ഷാദൗത്യമായാലും പൊതുജനങ്ങളുടെ ചെലവിലാണ്. ഇതിനെയാണ് ലാഭത്തിന്റെ സ്വകാര്യവൽക്കരണം നഷ്ടത്തിന്റെ ദേശസാൽക്കരണം എന്നുപറയുന്നത്. വൻ ലാഭമുണ്ടാക്കുന്ന ബി പി സി എൽ സ്വകാര്യ കുത്തകകൾക്ക് കിട്ടുന്നുവെന്ന് ഉറപ്പാക്കാൻ അതിന്റെ ഓഹരികൾ വാങ്ങുന്നതിൽനിന്ന് പൊതുമേഖലാ സ്ഥാപനങ്ങളെ വിലക്കിയ മോദി സർക്കാർതന്നെയാണ് പൊളിഞ്ഞ യെസ് ബാങ്കിന്റെ 49 ശതമാനം വാങ്ങാൻ പൊതുമേഖലയിലുള്ള എസ് ബി ഐക്കുമേൽ സമ്മർദ്ദം ചെലുത്തിയത്.

2019 ആദ്യത്തിൽ സി ഇ ഒ സ്ഥാനമൊഴിഞ്ഞ റാണാ കപൂറിന് ആ വർഷം അവസാനത്തോടെ തന്റെ ഓഹരികളെല്ലാം വിറ്റഴിച്ച് സുരക്ഷിതമായി ബാങ്കിൽനിന്നു പിൻവാങ്ങാൻ സൗകര്യമൊരുക്കിയതും ചങ്ങാത്ത മുതലാളിത്തത്തിന്റെ കണ്ണിയെന്ന നിലയിലാണ്. ഇപ്പോഴത്തെ കോലാഹലങ്ങളും കണ്ണിൽ പൊടിയിടാനുള്ള നാടകങ്ങളുമെല്ലാം അവസാനിച്ചു കഴിഞ്ഞാൽ റാണാ കപൂറും നഷ്ടങ്ങളൊന്നുമില്ലാതെ നിയമത്തിനു തൊടാൻ കഴിയാതെ വിരാജിക്കുന്നതു കാണാം. ഇന്ത്യക്ക് പുറത്ത് ഇപ്പോഴും സുഖലോലുപരായി വിലസുന്ന വിജയ്മല്യ, നീരവ് മോദിമാരെപ്പോലെ. യെസ് ബാങ്ക് തകരാൻ പോകുന്നുവെന്ന വിവരം അദാനിയെപ്പോലുള്ളവർക്ക് നേരത്തേ ലഭിച്ചതും ഭരണകൂടവുമായുള്ള ചങ്ങാത്തംകൊണ്ടാണ്. യെസ് ബാങ്കിന് മോറട്ടോറിയം പ്രഖ്യാപിക്കുന്നതിന്റെ 10 ദിവസം മുൻപ്, പാചകവാതക ബില്ല് യെസ് ബാങ്കിൽ അടയ്ക്കാനുള്ള സൗകര്യം തങ്ങൾ അവസാനിപ്പിച്ചതായി അറിയിച്ചുകൊണ്ട് അദാനി ഗ്യാസ് തങ്ങളുടെ ഉപഭോക്താക്കൾക്ക് എസ് എം എസ് അയച്ചിരുന്നു. ഇത്രയൊക്കെയായിട്ടാണ് തന്റെ സർക്കാർ ചങ്ങാത്ത മുതലാളിത്ത രീതികൾക്കെതിരെ ശക്തമായ നടപടിയെടുക്കുമെന്ന് കഴിഞ്ഞ ദിവസം തലസ്ഥാനത്തെ ഒരു ബിസിനസ് ഉച്ചകോടിയിൽ മോദി പ്രഖ്യാപിച്ചത്. ആ ഉച്ചകോടിയുടെ മുഖ്യ സ്പോൺസർമാരിലൊന്ന് യെസ് ബാങ്കായിരുന്നു എന്നതാണ് വിചിത്രം!

യെസ് ബാങ്കിന്റെ പതനത്തോടെ കേന്ദ്ര സർക്കാർ തന്നെ പ്രചരിപ്പിച്ച കോർപ്പറേറ്റ് കാര്യക്ഷമതയുടെ മറ്റൊരു മിത്തു കൂടി തകരുകയാണ്. ചന്ദാ കൊച്ചാർ മുതൽ റാണാ കപൂർ വരെ ബാങ്കിങ് രംഗത്തെ കോർപ്പറേറ്റ് താരനായകരെല്ലാം കള്ളദൈവങ്ങളായിരുന്നുവെന്ന് തുറന്നു കാണിക്കപ്പെട്ടിരിക്കുന്നു. പക്ഷേ, എന്നിട്ടും മോദി ഗവൺമെന്റ് പൊതുമേഖലാ ബാങ്കുകളെ സ്വകാര്യവൽക്കരിച്ച് ഇതേ കോർപ്പറേറ്റ് ശക്തികളുടെ കൈയിലെത്തിക്കാനുള്ള ശ്രമവുമായി മുന്നോട്ടുതന്നെയാണ്. അതിന്റെ ആദ്യ ഘട്ടമായ ബാങ്ക് ലയനം പൂർത്തിയാക്കി കഴിഞ്ഞു. ഒരു പാഠവും അനുഭവങ്ങളിൽനിന്നു പഠിക്കാൻ മോദി ഗവൺമെന്റ് തയ്യാറല്ല. സ്വകാര്യവൽക്കരണത്തിന്റെ വിനാശകരമായ പ്രത്യാഘാതങ്ങളുടെ നിരവധി അനുഭവങ്ങൾ ലോകമാകെയുണ്ട്. അമേരിക്ക തകർന്ന

ബാങ്കുകളെ രക്ഷിക്കാനുള്ള പാക്കേജിനായി പൊതുഖജനാവിൽനിന്ന് 2008 ൽ ചെലവഴിച്ചത് 800 ബില്യൺ (ഏതാണ്ട് 59 ലക്ഷം കോടി രൂപ) ഡോളറായിരുന്നുവെന്ന് മറക്കരുത്. അതിനും മുൻപ്, തൊണ്ണൂറുകളുടെ അന്ത്യത്തിൽ, ഏഷ്യൻ സാമ്പത്തിക തകർച്ചയെ തുടർന്ന് കൊറിയൻ ബാങ്കുകളേയും എൺപതുകളുടെ ഒടുവിൽ ജാപ്പനീസ് ബാങ്കുകളേയും രക്ഷിക്കാനും ഇങ്ങനെ വൻതോതിൽ പൊതുപണം ചെലവഴിക്കേണ്ടി വന്നിട്ടുണ്ട്. തകർന്ന സ്വകാര്യ ബാങ്കുകളെ രക്ഷിക്കാൻ ഇറ്റാലിയൻ സർക്കാരിന് 2017 ൽ ചെലവഴിക്കേണ്ടിവന്നത് 25 ബില്യൺ (ഏതാണ്ട് 1.82 ലക്ഷം കോടി രൂപ) ഡോളറായിരുന്നു. ഐ എം എഫ് നടത്തിയ ഒരു പഠനമനുസരിച്ച് 1970–2011 കാലയളവിൽ ബാങ്കുകളെ രക്ഷിക്കാനായി വികസിത രാജ്യങ്ങൾക്ക് ജി ഡി പി 6.8 ശതമാനവും വളർന്നുവരുന്ന സമ്പദ്വ്യവസ്ഥകൾക്ക് 10 ശതമാനവും ശരാശരി ചെലവിടേണ്ടിവന്നിട്ടുണ്ട്. എന്നാൽ, ഈ കാലയളവിൽ ഇന്ത്യക്ക് ജി ഡി പിയുടെ ഒരു ശതമാനം മാത്രമേ ചെലവിടേണ്ടി വന്നിട്ടുള്ളൂ എന്നത് പ്രധാനമാണ്. ഇന്ത്യൻ ബാങ്കിങ് രംഗത്തെ പൊതുമേഖലയുടെ ദൃഢമായ അടിത്തറയും നിർണ്ണായകമായ പങ്കുമാണ് ഇതിന്റെ മുഖ്യ കാരണം. 2008 ലെ ആഗോള സാമ്പത്തിക പ്രതിസന്ധിയിലും ഇന്ത്യൻ ബാങ്കുകൾ സുരക്ഷിതമായി നിന്നത് അതുകൊണ്ടാണ്. സ്വകാര്യവൽക്കരണത്തിലൂടെ ബാങ്കിങ് രംഗത്തെ പൊതുമേഖലയുടെ സുശക്തമായ അടിത്തറ പൊളിച്ചടുക്കിയാൽ മേൽപ്പറഞ്ഞ അപകടച്ചുഴികളിലേക്ക് ഇന്ത്യയും എടുത്തെറിയപ്പെടും. അതിനിടയാക്കുന്ന ഒരു മാരക സാമ്പത്തിക വൈറസാണ് യെസ് ബാങ്കിന്റെ രൂപത്തിൽ ഇപ്പോൾ തലനീട്ടിയിരിക്കുന്നത്. ഈ വൈറസ് നവ ഉദാരവൽക്കരണനയത്തിന്റെ സൃഷ്ടിയും ചങ്ങാത്ത മുതലാളിത്ത കാലത്ത് പടരുന്നതുമാണ്. ഈ വിനാശകാരിയായ യെസ് വൈറസിൽനിന്ന് ഇന്ത്യൻ ബാങ്കിങ് മേഖലയേയും സമ്പദ്ഘടനയേയും രക്ഷിക്കാൻ സ്വകാര്യവൽക്കരണത്തോട് അസന്ദിഗ്ദ്ധമായ "നോ" പറയുകയാണ് പോംവഴി.

രണ്ടു ചിത്രങ്ങൾ, രണ്ടു വഴികൾ

ബജറ്റ് പെട്ടിയിലാക്കി കൊണ്ടുവരുന്ന പതിവിനുപകരം പട്ടിൽ പൊതിഞ്ഞുകൊണ്ടു വന്നുവെന്നതായിരുന്നു നിർമലാ സീതാരാമന്റെ കേന്ദ്ര ബജറ്റ് അവതരണത്തിലെ കൗതുകമായി മാധ്യമങ്ങൾ പറഞ്ഞത്. ഡോ. തോമസ് ഐസക് അവതരിപ്പിച്ച ബജറ്റിന്റെ കവർ ചിത്രമായിരുന്നു മാധ്യമങ്ങൾക്ക് കൗതുകമായത്. ഗോഡ്സെയുടെ വെടിയേറ്റ് വീണ മഹാത്മാഗാന്ധിയുടെ ചോരവാർന്ന അന്ത്യചിത്രമായിരുന്നുവല്ലോ കേരള ബജറ്റിന്റെ കവറിൽ. നിർമല സമകാലിക ഇന്ത്യൻ യാഥാർഥ്യങ്ങളെ ചുവന്ന പട്ടിൽ പൊതിഞ്ഞുവെക്കാൻ ശ്രമിച്ചപ്പോൾ കേരള സർക്കാരിന്റെ കവർ ചിത്രം ആ യാഥാർഥ്യങ്ങളെ അതിന്റെ എല്ലാ രൗദ്രതയോടെയും സത്യസന്ധതയോടെയും തുറന്നുകാണിക്കുന്നതായി. ഒരാഴ്ചയുടെ ഇടവേളയ്ക്കുള്ളിൽ അവതരിപ്പിക്കപ്പെട്ട ഈ രണ്ട് ബജറ്റുകൾ തമ്മിലുള്ള അന്തരം പക്ഷേ, ഈ വ്യത്യാസങ്ങളിലൊതുങ്ങുന്നില്ല. അതിലടങ്ങിയിട്ടുള്ള ദർശനവും രാഷ്ട്രീയവും സാമ്പത്തിക സമീപനവും അടിമുടി വ്യത്യസ്തവും നേർ വിപരീത ദിശകളിലുള്ളതുമാണ്.

മാന്ദ്യ കാലയളവിലെ ബജറ്റുകൾ

മാന്ദ്യകാലത്ത് അവതരിപ്പിച്ച ബജറ്റുകളെന്ന നിലയിൽ രണ്ട് ബജറ്റുകളെയും ജനങ്ങൾ ഏറെ പ്രതീക്ഷയോടെയും ആകാംക്ഷയോടെയുമാണ് ഉറ്റുനോക്കിയിരുന്നത്. സാമ്പത്തിക മാന്ദ്യത്തിന് പ്രധാന കാരണമായ വാങ്ങൽശേഷിയിലെ ഇടിവ് പരിഹരിക്കാനും തൊഴിലും വരുമാനവും സൃഷ്ടിക്കാനും ഉതകുന്നവിധത്തിൽ പൊതുനിക്ഷേപവും ക്ഷേമച്ചെലവുകളും വർധിപ്പിക്കാനുതകുന്ന ചില നടപടികളെങ്കിലും കേന്ദ്ര ബജറ്റിൽ ചിലരെങ്കിലും പ്രതീക്ഷിച്ചിരുന്നു. എന്നാൽ കേന്ദ്രമന്ത്രി എല്ലാവരെയും ഞെട്ടിച്ചുകൊണ്ട് നവ ഉദാരവൽക്കരണനയങ്ങളുടെ

പാതയിൽനിന്ന് അണുവിട വ്യതിചലിക്കാൻ കൂട്ടാക്കാത്ത തികഞ്ഞ യാഥാസ്ഥിതിക സമീപനമാണ് സ്വീകരിച്ചത്. തളർന്ന സമ്പദ്‌വ്യവസ്ഥയെ ഉത്തേജിപ്പിക്കുമെന്ന് പ്രതീക്ഷിക്കപ്പെട്ട, രണ്ടു മണിക്കൂർ അമ്പത് മിനിറ്റുകൾ നീണ്ടിട്ടും പൂർത്തിയാക്കാനാവാതിരുന്ന ബജറ്റ് പ്രസംഗം നടത്തി ധനകാര്യമന്ത്രി തളർന്നതല്ലാതെ വേറെ പ്രയോജനമൊന്നുമുണ്ടായില്ല. ഒടുവിൽ സഭയുടെ മേശപ്പുറത്തുവെച്ച പ്രസംഗം മുഴുവൻ വായിച്ചതായി കണക്കാക്കണമെന്ന് സ്പീക്കറോടും ലോക്സഭയോടും അഭ്യർത്ഥിച്ച് നിർമലാ സീതാരാമൻ പിന്മാറുകയായിരുന്നു. ബജറ്റിനകത്താവട്ടെ, സമ്പദ്ഘടനയെ പുനരുജ്ജീവിപ്പിക്കാനുള്ള ഉത്തരവാദിത്വങ്ങൾ നിർവഹിക്കാതെ, മൂലധന ശക്തികൾക്കുള്ള വഴിയൊരുക്കിക്കൊടുത്ത് സർക്കാർ പിന്മാറ്റവും അവർ ഉറപ്പുവരുത്തി. ബജറ്റിന്റെ ഊന്നൽ മൂന്ന് കാര്യങ്ങളിലാണ്. മാന്ദ്യകാലത്ത് സർക്കാർ വരുമാനത്തിലെ ശോഷണത്തിന്റെ ആക്കം കൂട്ടിക്കൊണ്ട് കോർപ്പറേറ്റുകൾക്കും ധനിക വിഭാഗങ്ങൾക്കും വൻതോതിൽ നികുതിയിളവുകളും ആനുകൂല്യങ്ങളും നൽകുക എന്നതാണ് ഒന്നാമത്തേത്. രണ്ടാമത്, ഈ ഇളവുകളുടെ ഫലമായി ഖജനാവിനുണ്ടാകുന്ന ചോർച്ച പരിഹരിക്കാൻ വികസന ക്ഷേമ പദ്ധതികൾക്കുള്ള ചെലവുകൾ ഗണ്യമായി വെട്ടിക്കുറയ്ക്കുക. മൂന്നാമതായി, ഇന്ത്യൻ സമ്പദ്ഘടനയുടെ നട്ടെല്ലായ പൊതുമേഖലാ സ്ഥാപനങ്ങളുടെ വ്യാപകമായ സ്വകാര്യവൽക്കരണത്തിന് വഴിയൊരുക്കുക.

മധുരം കോർപ്പറേറ്റുകൾക്ക് മാത്രം

കേന്ദ്ര ബജറ്റുമായി ബന്ധപ്പെട്ട് ധന മന്ത്രാലയത്തിലെ കാലങ്ങളായി തുടരുന്ന ഒരു ആചാരമാണ് ബജറ്റവതരണത്തിനു മുന്നോടിയായി ജീവനക്കാർക്കെല്ലാം ഹൽവ വിളമ്പുക എന്നത്. ഇത്തവണ ബജറ്റിലും നിർമല സൽക്കാരപ്രിയയായ ഒരു ആതിഥേയയെപ്പോലെ നിറയെ ഹൽവ വിളമ്പി. പക്ഷേ, മധുരം വിളമ്പിയത് മുഴുവൻ കോർപ്പറേറ്റുകൾക്കായിരുന്നുവെന്നു മാത്രം. തിരഞ്ഞെടുപ്പിനുശേഷം 2019 ജൂലായിൽ അവതരിപ്പിച്ച കഴിഞ്ഞ ബജറ്റിന് തൊട്ടുപിന്നാലെ ആഗസ്റ്റിൽ പാക്കേജിൽത്തന്നെ ധനമന്ത്രി 1.45 ലക്ഷം കോടി രൂപയുടെ കോർപ്പറേറ്റ് നികുതിയിളവുകൾ നൽകി അവരുടെ മനം മധുരംകൊണ്ട് നിറച്ചിരുന്നു. ഇത്തവണ ദീപാവലി വളരെ നേരത്തെ ആഗസ്റ്റിൽ തന്നെ വന്നുവെന്ന കോർപറേറ്റ് സി ഇ ഒയുടെ അന്നത്തെ പ്രതികരണം തന്നെ അതിലുള്ള ആഹ്ലാദമാധുര്യം വ്യക്തമാക്കുന്നതായിരുന്നു. മോദി സർക്കാർ 2014 ൽ അധികാരത്തിൽ വരുമ്പോൾ 30 ശതമാനമുണ്ടായിരുന്ന കോർപ്പറേറ്റ് നികുതി നിരക്ക് അരുൺ ജെയ്റ്റ്‌ലി 25 ഉം പിന്നീട് 22 ശതമാനവുമാക്കി ലോകത്തിലെ ഏറ്റവും കുറഞ്ഞ കോർപ്പറേറ്റ് നികുതിനിരക്കുള്ള രാജ്യമാക്കി ഇന്ത്യയെ മാറ്റിയിരുന്നു. പാക്കേജിൽ പുതിയ കമ്പനികൾക്ക് നിർമലാ സീതാരാമൻ അത് വീണ്ടും 15 ശതമാനമാക്കി കുറച്ചിരുന്നു. 2020-21 ലെ ബജറ്റിൽ ആ ഇളവ് ഊർജോൽപ്പാദനമുൾപ്പെടെയുള്ള മറ്റ് മേഖലകളിലെ കമ്പനികൾക്ക് കൂടി വ്യാപിപ്പിച്ചു. ഇങ്ങനെ വാരിക്കോരി

കോർപ്പറേറ്റ് നികുതി ഇളവുചെയ്തിട്ടും (30 ൽ നിന്ന് 15 ശതമാനമാക്കിയിട്ടും) നിക്ഷേപം കൂടുകയല്ല കുറയുകയാണുണ്ടായത് എന്ന യാഥാർത്ഥ്യം കണക്കിലെടുക്കാതെയാണ് ഇളവുകൾ വ്യാപിപ്പിക്കാൻ ധനമന്ത്രി തയ്യാറായത്. ഇതിനു പുറമെയാണ് കമ്പനികൾക്കും വ്യക്തികൾക്കുമുള്ള ഡിവിഡന്റ് ഡിസ്ട്രിബ്യൂഷൻ ടാക്സും (DDT) അതിനുമുകളിലുണ്ടായിരുന്ന സർചാർജും പൂർണമായി ഒഴിവാക്കിയത്. കമ്പനികൾക്കുണ്ടായിരുന്ന സർചാർജ് പൂർണമായി ഒഴിവാക്കി. പ്രതിവർഷം 10 ലക്ഷമോ അതിലധികമോ ഡിവിഡന്റ് ലഭിക്കുന്ന വ്യക്തിഗത നിക്ഷേപകർക്കുണ്ടായിരുന്ന 10 ശതമാനം നികുതിയും ഒഴിവാക്കി. ഈ രണ്ട് നികുതികളും ഒഴിവാക്കിയതിന്റെ ഫലമായി കേന്ദ്ര സർക്കാരിനുണ്ടാകുന്ന വരുമാന നഷ്ടം 65,000 കോടി രൂപയാണ്.

പെരുകുന്ന അസമത്വം

സമകാലികലോകത്ത് ഏറ്റവും ഉയർന്ന സാമ്പത്തിക അസമത്വമുള്ള രാജ്യമാണ് ഇന്ത്യ എന്ന് പഠനങ്ങൾ വ്യക്തമാക്കുന്നു. രാജ്യത്തിന്റെ തന്നെ ചരിത്രത്തിലും സാമ്പത്തിക അസമത്വം ഏറ്റവും ഉയർന്നുനിൽക്കുകയാണ്. മോദി സർക്കാർ അധികാരത്തിൽ വന്ന 2014 നുശേഷം സ്വത്തും വരുമാനവും അതിസമ്പന്നരിൽ കേന്ദ്രീകരിക്കുന്ന പ്രവണത അമ്പരപ്പിക്കുംവിധം ശക്തിപ്പെടുന്നതായി നിരവധി പഠനങ്ങൾ കണ്ടെത്തിയിട്ടുണ്ട്. ഈയിടെ പ്രസിദ്ധീകരിക്കപ്പെട്ട ഓക്സ്ഫാമിന്റെ ആഗോള അസമത്വ റിപ്പോർട്ടിൽ ഇന്ത്യയെക്കുറിച്ചുള്ള കണ്ടെത്തലുകൾ ഞെട്ടിപ്പിക്കുന്നതാണ്. ഇന്ത്യയിലെ 63 ശതകോടീശ്വരന്മാരുടെ ആകെ ആസ്തി 2018–19 ലെ കേന്ദ്ര ബജറ്റിനേക്കാൾ (2,44,42,200 കോടി രൂപ) കൂടുതലാണെന്നാണ് ഒരു കണ്ടെത്തൽ. ഇന്ത്യൻ ജനസംഖ്യയിലെ അതിസമ്പന്നരായ ഒരു ശതമാനം പേരുടെ ആകെ ആസ്തി രാജ്യത്തെ 95 കോടി മനുഷ്യരുടെ മൊത്തം ആസ്തിയുടെ നാലിരട്ടിയാണെന്നും ഓക്സ്ഫാം റിപ്പോർട്ട് ചൂണ്ടിക്കാണിക്കുന്നു. ഇങ്ങനെ സ്വത്ത് കുന്നുകൂട്ടിക്കൊണ്ടിരിക്കുന്ന, നല്ല ദിനങ്ങളിൽ ആറാടിക്കൊണ്ടിരിക്കുന്ന അതിസമ്പന്നർക്കാണ് ബി ജെ പി സർക്കാർ നികുതിയിളവുകളുടെ ഹൽവ വിളമ്പുന്നതെന്നോർക്കണം. യഥാർത്ഥത്തിൽ ഈ അതിസമ്പന്നർക്കുമേൽ കൂടുതൽ നികുതി ചുമത്തി സർക്കാർ കൂടുതൽ വിഭവസമാഹരണം നടത്തുകയും അത് തൊഴിലും വരുമാനവും സൃഷ്ടിക്കാനുതകുന്ന പൊതുനിക്ഷേപവും പാവപ്പെട്ടവർക്ക് ആശ്വാസം പകരുന്ന ക്ഷേമപദ്ധതികൾക്കുള്ള ചെലവും വർധിപ്പിക്കാൻ വിനിയോഗിക്കുകയായിരുന്നു ചെയ്യേണ്ടിയിരുന്നത്. 2019 ലെ സാമ്പത്തിക നോബൽ സമ്മാന ജേതാവായ അഭിജിത് ബാനർജിയെപ്പോലുള്ളവർ സ്വത്തുനികുതി പോലെ സമ്പന്നർക്കുമേൽ പുതിയ നികുതികൾ ചുമത്തുകയും അവരിൽനിന്ന് കൂടുതൽ നികുതിവരുമാനം ഈടാക്കുകയുമാണ് അസമത്വം ഭയാനകമായി വളർന്ന ഇന്നത്തെ സാഹചര്യത്തിൽ ചെയ്യേണ്ടതെന്ന് ചൂണ്ടിക്കാട്ടിയ കാര്യം ഓർക്കുക. എന്നാൽ ബി ജെ പിയുടെ കേന്ദ്രഭരണത്തിന് ആ മാർഗ്ഗമായിരുന്നില്ല സ്വീകാര്യമായത്.

കോർപ്പറേറ്റുകളെ ഇളവുകളുടെ, മധുരം ചൊരിഞ്ഞ് പ്രീണിപ്പിച്ച നിർമലാ സീതാരാമൻ സാധാരണക്കാർക്കും പാവപ്പെട്ടവർക്കുമായി പട്ടു പൊതിഞ്ഞ് ചുരുട്ടിവെച്ചത് ചെലവുചുരുക്കലിന്റെ പാഷാണമായിരുന്നു. കണക്കുകളിൽ കൃത്രിമം കാണിക്കലും വളച്ചൊടിക്കലും സ്ഥിതിവിവരക്കണക്കുകളുടെ വിശ്വാസ്യതയില്ലായ്മയും മോദി സർക്കാരിന്റെ മുഖമുദ്രയാണ്. ജി ഡി പി വളർച്ചാനിരക്കുകൾ പോലും ഇങ്ങനെ കൃത്രിമമായി പെരുപ്പിച്ചുകാണിക്കുന്നുവെന്ന് ഒന്നാം മോദി സർക്കാരിന്റെ മുഖ്യ സാമ്പത്തിക ഉപദേഷ്ടാവായിരുന്ന ഡോ. അരവിന്ദ് സുബ്രഹ്മണ്യം തന്നെ പറഞ്ഞിട്ടുള്ളതാണല്ലോ. ബജറ്റ് കണക്കുകളിലും ഈ തട്ടിപ്പ് നമുക്ക് കാണാം. ബജറ്റുകളിൽ വിവിധ പദ്ധതികൾക്കായി കണക്കുകളിൽ കാണിച്ച തുക പോലും ചെലവഴിക്കാതെ വെട്ടിക്കുറയ്ക്കുകയും പിന്നീട് വെട്ടിക്കുറച്ച തുകയുമായി താരതമ്യപ്പെടുത്തി അടുത്ത വർഷത്തെ തുക വകയിരുത്തുകയും ചെയ്യുന്നത് പതിവാണ്. 2019-20 ലെ ബജറ്റിൽ വകയിരുത്തിയതിനേക്കാൾ കുറവാണ് സാമ്പത്തിക വർഷം യഥാർത്ഥത്തിൽ ചെലവഴിച്ചതെന്ന് പുതുക്കിയ കണക്കുകൾ വ്യക്തമാക്കുന്നു. ഈ പുതുക്കിയ കണക്കുകളുടെ മാത്രം താരതമ്യപ്പെടുത്തിയും 2019-20 ലെ യഥാർത്ഥ ബജറ്റ് വകയിരുത്തലുകൾ മറച്ചുവെച്ചുമാണ് 2020-21 ലെ ബജറ്റിൽ വകയിരുത്തലുകൾ നടത്തിയിട്ടുള്ളത്. ഇത് നടപ്പുവർഷത്തെ യഥാർത്ഥ കുറവിനെ മറച്ചുവെക്കാൻ സഹായിക്കും. ഉദാഹരണത്തിന് ഭക്ഷ്യ സബ്സിഡിയുടെ കാര്യമെടുക്കുക. കഴിഞ്ഞവർഷം (2019-20) ഭക്ഷ്യ സബ്സിഡിക്ക് നീക്കിവെച്ച തുക 1.80 ലക്ഷത്തിൽ പരം കോടിയായിരുന്നെങ്കിലും അത് വെട്ടിക്കുറച്ച് 1.08 ലക്ഷം കോടി മാത്രമാണ് ചെലവഴിച്ചത്. 75,000 ൽ പരം കോടിയുടെ കുറവ്. നടപ്പുവർഷം (2020-21) ഭക്ഷ്യ സബ്സിഡി 1.11 ലക്ഷം കോടിയാണ്. കഴിഞ്ഞ വർഷത്തെ വെട്ടിക്കുറച്ച തുകയുമായി മാത്രം താരതമ്യപ്പെടുത്തിയാൽ 3000 കോടി രൂപ വർദ്ധിച്ചതായി തോന്നും. യഥാർത്ഥത്തിൽ കഴിഞ്ഞ വർഷത്തെ ഭക്ഷ്യ സബ്സിഡിയേക്കാൾ 72,000 കോടിയുടെ കുറവ്! ഭക്ഷ്യ വിലക്കയറ്റം ഗണ്യമായി ഉയരുകയും 14 ശതമാനത്തിനപ്പുറം എത്തുകയും ചെയ്തപ്പോഴാണ് ഭക്ഷ്യ സബ്സിഡി കുത്തനെ കുറച്ചിരിക്കുന്നതെന്ന് ഓർക്കേണ്ടതാണ്. യഥാർത്ഥത്തിൽ പൊതുസംഭരണവും പൊതുവിതരണ സംവിധാനവും ശക്തിപ്പെടുത്തി ഭക്ഷ്യ വിലക്കയറ്റം തടയാൻ സബ്സിഡി വർധിപ്പിക്കേണ്ടപ്പോഴാണിത്. മറ്റൊരു ഞെട്ടിപ്പിക്കുന്ന വെട്ടിക്കുറയ്ക്കലുണ്ടായത് ഗ്രാമീണ തൊഴിലുറപ്പു പദ്ധതിയിലാണ്. 10,000 കോടിയുടെ കുറവാണിതിൽ വരുത്തിയത്. ഗ്രാമീണ മേഖലയിൽ തൊഴിലും വരുമാനവും വാങ്ങൽ ശേഷിയും സാരമായ തകർച്ചയെ നേരിടുമ്പോൾ ജനങ്ങൾക്ക് പെട്ടെന്ന് തൊഴിലും വരുമാനവും ഉറപ്പാക്കാൻ കഴിയുന്ന തൊഴിലുറപ്പ് പദ്ധതി കൂടുതൽ വിപുലീകരിക്കുകയും കൂലി വർധിപ്പിക്കുകയും പദ്ധതിക്കുള്ള വിഹിതം കൂട്ടുകയും വേണമെന്ന ആവശ്യം ശക്തമായിരുന്നു. ഗ്രാമീണ മേഖലയിലെ യഥാർത്ഥ വേതനനിരക്കിൽ സമീപകാലത്തെ ഏറ്റവും വലിയ ഇടിവനുഭവപ്പെടുന്ന പശ്ചാത്തലത്തിൽ തൊഴിലുറപ്പിനു

കൂടുതൽ നീക്കിവെക്കുന്നത് ഗ്രാമീണ ഇന്ത്യയിലെ സ്ഥിതിക്ക് അൽപ്പം ആശ്വാസമാകുമായിരുന്നു. എന്നാൽ കോർപ്പറേറ്റുകൾക്ക് ഇളവുകൾ നൽകാൻ മടികാണിക്കാത്ത കേന്ദ്ര സർക്കാർ ഗ്രാമീണ ദരിദ്രരുടെ ആശ്രയമായ തൊഴിലുറപ്പ് പദ്ധതിയോട് കരുണയൊട്ടും കാണിച്ചില്ല.

ബജറ്റ് വിഹിതത്തിന്റെ ശതമാനക്കണക്കെടുത്താൽ ഗ്രാമവികസന മേഖലയ്ക്കാകെയുള്ള വിഹിതം 0.55, ആരോഗ്യ മേഖലയ്ക്ക് 0.15, വിദ്യാഭ്യാസത്തിന് 0.25, സാമൂഹ്യ ക്ഷേമത്തിന് 0.02 എന്നിങ്ങനെ കുറച്ചതായി കാണാം. ഇതിൽത്തന്നെ കേന്ദ്ര സർക്കാർ കൊട്ടിഘോഷിക്കുന്ന പല പദ്ധതികൾക്കുമുള്ള വിഹിതവും കുറച്ചിട്ടുണ്ട്. ഭവന പദ്ധതിയായ പി എം എ വൈ, ആരോഗ്യ സുരക്ഷാ പദ്ധതിയായ പി എം ജെ എ വൈ, ഗ്രാമീണ റോഡിനുള്ള പി എം ജി എസ് വൈ, സ്വച്ഛ്ഭാരത് എന്നിവയെല്ലാം ഇങ്ങനെ വിഹിതം വെട്ടിക്കുറയ്ക്കപ്പെട്ടവയാണ്. കഴിഞ്ഞ ലോക്സഭാ തിരഞ്ഞെടുപ്പിലെ ബി ജെ പിയുടെ തുറുപ്പുചീട്ടായിരുന്ന പി എം കിസാൻ (കർഷകർക്ക് 6000 രൂപ നേരിട്ടുള്ള സഹായമായി നൽകുന്നത്) പദ്ധതിക്കും വിഹിതം വെട്ടിക്കുറച്ചിട്ടുണ്ട്. ഭക്ഷ്യ സബ്സിഡിക്ക് പുറമേ പെട്രോളിയം, രാസവള സബ്സിഡികളും യഥാക്രമം 0.08 ഉം 0.62 ഉം ശതമാനം വീതം കുറച്ചിട്ടുണ്ട്. 2019-20 ലെ പുതുക്കിയ കണക്കുകളേക്കാൾ മൊത്തം സബ്സിഡി ചെലവ് കുറച്ചത് 1.15 ശതമാനമാണ്. സബ്സിഡികളിലെ ഈ കുറവ് ഇന്ധന, പാചകവാതക വിലകൾ കൂടുന്നതിനിടയാക്കുമെന്ന് പ്രത്യേകം പറയേണ്ടതില്ലല്ലോ.

കോരന് കഞ്ഞി കുമ്പിളിൽത്തന്നെ

കേന്ദ്രം അടിച്ചേൽപ്പിക്കുന്ന ഈ ചെലവുചുരുക്കലിന്റെ പ്രധാനപ്പെട്ട ഇരകൾ ദളിതർ, ആദിവാസികൾ, സ്ത്രീകൾ, ന്യൂനപക്ഷ വിഭാഗങ്ങൾ തുടങ്ങിയ ദുർബലരും പാർശ്വവൽക്കരിക്കപ്പെട്ടവരുമായ വിഭാഗങ്ങളാണ്. ജനസംഖ്യയിൽ മൂന്നിൽ രണ്ടു വരുന്ന ഈ വിഭാഗങ്ങൾക്കായി വകയിരുത്തിയിട്ടുള്ള ആകെ തുക കേന്ദ്ര സർക്കാരിന്റെ ആകെ ചെലവുകളുടെ നാലിലൊന്ന് (25.08 %) മാത്രമാണെന്ന് കാണാനാവും. നവ ഉദാര സാമ്പത്തികനയങ്ങളും ബി ജെ പിയുടെ മനുവാദ രാഷ്ട്രീയവും ചേരുമ്പോൾ ദളിത്, ആദിവാസി, ന്യൂനപക്ഷ, സ്ത്രീ ജനവിഭാഗങ്ങൾ നേരിടുന്ന ദുരിതവും ചൂഷണവും പെരുകുന്നു എന്നർത്ഥം. കേന്ദ്ര സർക്കാർ കോർപ്പറേറ്റുകൾക്കും ധനികർക്കും നികുതിയിളവുകൾ വാരിക്കോരി നൽകിയതിന്റെയും മാന്ദ്യത്തിന്റെയും ഫലമായി ഉണ്ടായ വരുമാനനഷ്ടം മുഴുവൻ പരിഹരിക്കുന്നത് സാധാരണക്കാർക്കുള്ള ക്ഷേമ ചെലവുകളും സബ്സിഡികളും വെട്ടിക്കുറച്ചിട്ടാണ് എന്നാണ് വ്യക്തമാവുന്നത്. കഴിഞ്ഞ വർഷത്തെ ബജറ്റിൽ വിഭാവനം ചെയ്തതിനേക്കാൾ 2.98 ലക്ഷം കോടി (12%) രൂപയുടെ ഇടിവാണ് കേന്ദ്രത്തിന്റെ വരുമാനത്തിലുണ്ടായത്. കോർപ്പറേറ്റ് നികുതിയിളവുകൾ, കോർപ്പറേറ്റുകളെ സഹായിക്കാൻ നൽകിയ കസ്റ്റംസ്, എക്സൈസ് തീരുവയിളവുകൾ, മാന്ദ്യം കാരണം ജി എസ് ടി വരുമാനത്തിലുണ്ടായ ഇടിവ് എന്നിവയാണ് നികുതിവരുമാനം ഇടിയാനുള്ള കാരണങ്ങൾ. ജി

എസ് ടി വരുമാനത്തിലെ യഥാർത്ഥ ഇടിവ് കണക്കിലെടുക്കുമ്പോൾ വരുമാന ചോർച്ച ഇതിലും ഗുരുതരമാകും ഈ വരുമാന ചോർച്ചയുടെ ഭാരം സംസ്ഥാന സർക്കാരുകൾക്ക് മേൽ കെട്ടിവെക്കാനും കേന്ദ്രം ശ്രമിക്കുകയാണ്. സംസ്ഥാനങ്ങൾക്ക് നിയമാനുസൃതം നൽകേണ്ട കേന്ദ്ര നികുതിവിഹിതത്തിൽ 1.53 ലക്ഷം കോടി രൂപയുടെ കുറവാണ് വരുത്തിയിട്ടുള്ളത്. അതായത് കോർപ്പറേറ്റുകൾക്കുള്ള ഇളവുകൾ സംസ്ഥാന സർക്കാരുകളുടെയും ആത്യന്തികമായി ജനങ്ങളുടെയും ചെലവിലാണ് നൽകുന്നത്.

നികുതിവരുമാനം കുത്തനെ ഇടിയുമ്പോൾ പിടിച്ചുനിൽക്കാൻ റിസർവ് ബാങ്കിന്റെ കരുതൽ ധനത്തിൽനിന്ന് 17% ലക്ഷം കോടി കൈക്കലാക്കിയതുപോലെ ഇത്തവണത്തെ ബജറ്റിൽ പൊതുമേഖല വിറ്റ് 2.0 ലക്ഷം കോടി രൂപ സമാഹരിക്കാനും ലക്ഷ്യമിടുന്നു. യഥാർത്ഥത്തിൽ മാന്ദ്യത്തെ രാജ്യത്തിന്റെ വിലമതിക്കാനാവാത്ത പൊതുസ്വത്ത് സ്വദേശിയും വിദേശികളുമായ കോർപ്പറേറ്റുകൾക്ക് ചുളുവിലയ്ക്ക് വിറ്റുതുലയ്ക്കാനുള്ള മറയാക്കി മാറ്റുകയാണ് മോദി സർക്കാർ. വിൽപ്പന/യ്ക്കായി ബജറ്റിൽ നിർദ്ദേശിക്കുന്ന പൊതുമേഖലാ സ്ഥാപനങ്ങളിൽ 32 ലക്ഷം കോടി രൂപ ആസ്തിയുള്ള എൽ ഐ സിയും ഇന്ത്യൻ പെട്രോളിയം വിപണിയുടെ നാലിലൊന്ന് നിയന്ത്രിക്കുന്ന 9.75 ലക്ഷം കോടി രൂപ ആസ്തിയുള്ള ബി പി സി എല്ലും ഇന്ത്യൻ റെയിൽവേയും എയർ ഇന്ത്യയും ഇന്ത്യൻ പ്രതിരോധ രംഗത്തിന്റെ അഭിമാനമായ ബി ഇ എം എല്ലുമെല്ലാം ഉൾപ്പെടും. ഈ പൊതുമേഖലാ സ്ഥാപനങ്ങളെല്ലാം വിൽപ്പനയ്ക്ക് വെക്കുന്നത് മാന്ദ്യകാലത്താണ്. വളരെ നിസ്സാരമായ വില മാത്രം നല്കി കോർപ്പറേറ്റുകൾക്ക് ഈ അമൂല്യമായ സമ്പത്ത് കൈയടക്കാനുള്ള കുൽസിത പദ്ധതിയുടെ ഭാഗമാണിത്. മാന്ദ്യത്തിന്റെ പേരിൽ ഖജനാവ് ചോർത്തുന്ന ഇളവുകളും ഒപ്പം രാജ്യത്തിന്റെ പൊതുസമ്പത്തും അവർക്കുതന്നെ വിൽക്കുന്ന കൊള്ളയുടെ വഞ്ചനാപത്രമാണ് 2020-21 ലെ കേന്ദ്ര ബജറ്റ്. നിർമലാ സീതാരാമൻ ബജറ്റ് പൊതിഞ്ഞു കൊണ്ടുവന്ന പട്ട് പൊതുമേഖലയെ കുളിപ്പിച്ചുകിടത്തിയ ശേഷം പുതപ്പിക്കാനുള്ളതാണ് എന്ന് നാം തിരിച്ചറിയേണ്ടിയിരിക്കുന്നു.

ജനകീയ ബദൽ

കേരള ബജറ്റ് അവതരിപ്പിച്ചത് മാന്ദ്യത്തിന്റെ മാത്രം പശ്ചാത്തലത്തിലായിരുന്നില്ല. കേന്ദ്ര സർക്കാർ കേരളത്തെ രാഷ്ട്രീയ ശത്രുതയുടെ പേരിൽ സാമ്പത്തികമായി ഞെരുക്കി തളർത്താൻ ശ്രമിക്കുന്നതിന്റെയും രണ്ട് മഹാപ്രളയങ്ങളും 'ഓഖി'യും അടക്കമുള്ള പ്രകൃതിദുരന്തങ്ങളും 'നിപ്പ' പകർച്ചവ്യാധിയും സൃഷ്ടിച്ച കടുത്ത പ്രതിസന്ധികളുടെയും പശ്ചാത്തലത്തിലായിരുന്നു. കേന്ദ്ര സർക്കാരിൽനിന്ന് കേരളത്തിനുള്ള വിഹിതത്തിൽ 8,330 കോടി രൂപയുടെ കുറവാണ് നടപ്പുവർഷത്തിന്റെ അവസാന പാദത്തിൽ കണക്കാക്കിയിരിക്കുന്നത്.

ഈ ഭീമമായ കുറവ് കേരളം പോലുള്ള ഒരു സംസ്ഥാനത്തിന് സൃഷ്ടിക്കുന്ന പ്രതിസന്ധി വിവരണാതീതമാണ്. എന്നാൽ ഈ വെല്ലു

വിളികളുടെ മുന്നിൽ പകച്ചുപോവുകയോ തളർന്നിരിക്കുകയോ അല്ല, യാഥാർത്ഥ്യബോധത്തോടെ അതിനെ നേരിടാനുള്ള പാത കണ്ടെത്തുകയാണ് കേരള ബജറ്റ് ചെയ്യുന്നത്. മാന്ദ്യകാലത്ത് ബജറ്റിനെ തന്നെ ഒരു മാന്ദ്യവിരുദ്ധ പാക്കേജാക്കി മാറ്റുകയാണ് ചെയ്തത്. ചെലവുചുരുക്കുകയെന്ന കേന്ദ്ര സർക്കാരിന്റെ നവ ലിബറൽ നയത്തിന് പകരം വികസനക്ഷേമ ചെലവുകൾ വർധിപ്പിക്കുകയും അതുവഴി ജനങ്ങളുടെ വരുമാനവും വാങ്ങൽ കഴിവും കൂട്ടുകയും ചെയ്യുക എന്ന ബദൽ സമീപനമാണ് സംസ്ഥാന ബജറ്റിൽ കാണുന്നത്. ക്ഷേമ പെൻഷനുകളെല്ലാം വീണ്ടും 100 രൂപ വീതം കൂട്ടി പ്രതിമാസം 1300 രൂപയാക്കി ഉയർത്തുകയും അതുവഴി ഇന്ത്യയിലെ മറ്റൊരു സംസ്ഥാനത്തും ഇല്ലാത്ത സാമൂഹിക സുരക്ഷാ പദ്ധതിയായി വിപുലീകരിക്കുകയും ചെയ്തിരിക്കുന്നു. ഈ സർക്കാർ അധികാരത്തിൽ വരുമ്പോൾ 600 രൂപയായിരുന്നതാണ് ഇരട്ടിയിലേറെയായി കൂട്ടിയത്. തുകയിൽ മാത്രമല്ല, ഗുണഭോക്താക്കളുടെ എണ്ണവും (18 ലക്ഷത്തിലേറെ) ഈ കാലയളവിൽ വർദ്ധിച്ച് 54 ലക്ഷത്തിലെത്തി. കേന്ദ്രം തൊഴിലുറപ്പിന്റെ വിഹിതം വെട്ടിക്കുറച്ചപ്പോൾ ഇവിടെ തൊഴിലുറപ്പ് തൊഴിലാളികൾക്ക് പെൻഷനും ക്ഷേമനിധിയും ഏർപ്പെടുത്തി. സ്കൂൾ പാചകത്തൊഴിലാളികളുടെ ദിവസക്കൂലി, ആശാ വർക്കർമാരുടെ ഓണറേറിയം എന്നിവ കൂട്ടിയതിൽ പണിയെടുത്തു ജീവിക്കുന്നവരുടെ പ്രശ്നങ്ങളോടുള്ള കരുതൽ കാണാം.

വിഭവ സമാഹരണത്തിലും ബദലുകൾ

സാമൂഹിക ക്ഷേമ ചെലവുകൾ വർധിപ്പിക്കുമ്പോൾ അധിക നികുതിഭാരം ജനങ്ങൾക്ക് മേലാകെ അടിച്ചേൽപ്പിച്ചില്ല എന്നതും ശ്രദ്ധേയമാണ്. 2 ലക്ഷം രൂപയ്ക്കുമേൽ വിലയുള്ള ബൈക്കുകൾ, 10 ലക്ഷം രൂപയ്ക്കു മേൽ വിലയുള്ള കാറുകൾ എന്നിവയുടെയും ആഡംബര വസ്തുക്കളുടെയും നികുതി കൂട്ടി വരുമാനം വർദ്ധിപ്പിക്കുന്നത് സാധാരണക്കാരെ ബാധിക്കില്ല എന്ന് വ്യക്തമാണല്ലോ. ട്രംപിന്റെ ഒറ്റ ഫോൺ കോളിൽ ഹാർലി ഡേവിസൺ ആഡംബര ബൈക്കിന്റെ നികുതി കുറച്ചുകൊടുത്ത മോദിയുടെ നടപടിയിൽനിന്ന് വ്യത്യസ്തമാണിത്. ക്ഷേമ പദ്ധതികൾ നടപ്പാക്കുക മാത്രമല്ല, കൃഷി, വ്യവസായം, പൊതുവിദ്യാഭ്യാസം, പൊതുജനാരോഗ്യം, പരിസ്ഥിതി എന്നീ മേഖലകൾക്കും മുൻഗണന നൽകുന്നതിലൂടെ സുസ്ഥിരവികസന ലക്ഷ്യം ബജറ്റ് മുന്നോട്ടുവെക്കുന്നുണ്ട്. ക്ഷേമപദ്ധതികൾക്കും സർക്കാരിന്റെ വിഭവ പരിമിതികൾക്കുമിടയിൽ ദീർഘകാല വികസനത്തിനും സമ്പത്തുൽപ്പാദന വളർച്ചയ്ക്കും അനിവാര്യമായ അടിസ്ഥാനസൗകര്യ വികസന രംഗത്ത് കുതിപ്പുണ്ടാക്കാൻ ബജറ്റിന് പുറത്ത് കിഫ്ബി എന്ന ഭാവനാപൂർണമായ പരിപാടി ഫലപ്രദമായി മുന്നോട്ടുപോകുന്നു. തുടക്കത്തിലെ വെല്ലുവിളികൾ മറികടന്ന് 4500 കോടി രൂപയുടെ വികസന പദ്ധതികൾ കിഫ്ബിയിൽ പൂർത്തിയാക്കി കഴിഞ്ഞു. ഇതുവരെ 35,028 കോടി രൂപയുടെ ചെലവ് വരുന്ന 675 പദ്ധതികൾക്ക് കിഫ്ബി പ്രത്യേകാനുമതി നൽകിക്കഴിഞ്ഞു. 2020-21 സാമ്പത്തികവർഷത്തിൽ 20,000 കോടി

രൂപയുടെ പദ്ധതികളാണ് കിഫ്ബി വഴി പൂർത്തിയാക്കുമെന്ന് കണക്കാക്കിയിട്ടുള്ളത്. ഇത്ര വലിയ നിക്ഷേപം മാന്ദ്യത്തെ ചെറുക്കാനും ഒപ്പം കേരളത്തിന്റെ ദീർഘകാല വികസനക്കുതിപ്പിനുള്ള അടിത്തറ യൊരുക്കാനും സഹായിക്കും.

ചെലവുചുരുക്കലിന്റെയും സ്വകാര്യവൽക്കരണത്തിന്റെയും സർക്കാർ പിന്മാറ്റത്തിന്റെയും നവ ലിബറൽ നയങ്ങൾക്ക് ബദലായി സർക്കാർ സമ്പദ്ഘടനയിൽ സജീവമായി ഇടപെടുകയും ക്ഷേമവികസന ചെല വുകൾ വർധിപ്പിക്കുക വഴി ജനങ്ങളുടെ വരുമാനവും വാങ്ങൽ ശേഷിയും കൂട്ടുകയും ചെയ്യുന്ന കേരള സർക്കാരിന്റെ ഇടതുപക്ഷ ബദൽ സമീപന മാണ് പ്രായോഗികവും ഫലപ്രദവുമെന്ന് കേരളത്തിന്റെ സമ്പദ്ഘടന കൈവരിച്ച നേട്ടങ്ങൾ തെളിയിക്കുന്നു. ദേശീയതലത്തിൽ ജി ഡി പി വളർച്ച 4.8 ശതമാനത്തിൽ ഇടറിനിൽക്കുമ്പോൾ കേരളത്തിൽ ദേശീയ ശരാശരിക്ക് മുകളിൽ 7.2 ശതമാനമാണ് ആഭ്യന്തരോൽപ്പാദനത്തിന്റെ വളർച്ചാനിരക്ക്. രാജ്യത്തെ വ്യാവസായികോൽപ്പാദനം, പ്രത്യേകിച്ച് മാനുഫാക്ച്ചറിങ് മേഖല തകർച്ചയെ നേരിടുകയും ഒന്നിലേറെ പാദങ്ങളിൽ നെഗറ്റീവ് ആയിത്തീരുകയും ചെയ്ത കാലയളവിൽ സംസ്ഥാന ആഭ്യന്തരോൽപ്പാദനത്തിന്റെ പങ്ക് 13.2 ശതമാനം എന്ന സർവ കാല റെക്കോഡിലെത്തിയത് ഉജ്ജ്വല നേട്ടമാണ്. മൂന്ന് വർഷംകൊണ്ട് പൊതുമേഖലാ സ്ഥാപനങ്ങൾ നഷ്ടം പരിഹരിച്ച് 100 കോടിയിലേറെ രൂപയുടെ ലാഭം കൈവരിച്ചതും രാജ്യത്തിനാകെ മാതൃകയാണ്. ലാഭമുള്ള പൊതുമേഖലയെ വിൽക്കുകയും നഷ്ടത്തിലായത് പൂട്ടുകയും ചെയ്യുന്ന കേന്ദ്രനയത്തിനുള്ള വിജയകരമായ ബദൽ മാതൃകയാണ് കേരളം മുന്നോട്ടുവെക്കുന്നത്. കേരളത്തിന്റെ ആളോഹരി വരുമാനം ദേശീയ ശരാശരിയുടെ 160 ശതമാനം അധികമാണ്. ഇങ്ങനെ മിക്ക സൂചകങ്ങളെടുത്താലും സാമ്പത്തിക പുരോഗതിയിലും സാമൂഹിക ക്ഷേമത്തിലും ദേശീയതലത്തിൽ കേരളം കൈവരിച്ച നേട്ടങ്ങൾ ഇടതുപക്ഷ ബദലിന്റെ മികവിന്റെ സാക്ഷ്യങ്ങളാണ്.

കേന്ദ്ര ബജറ്റ് പട്ടിൽ പൊതിഞ്ഞ് അവതരിപ്പിക്കുന്നത് കോർപ്പറേറ്റ് മൂലധനത്തിന്റെ താൽപ്പര്യങ്ങളാണെങ്കിൽ കേരള ബജറ്റ് മുന്നോട്ടു വെക്കു ന്നത് അതിനുള്ള ബദൽ നയങ്ങളാണ്. സ്വാതന്ത്ര്യദിന പ്രസംഗത്തിൽ മോദി പറഞ്ഞതുപോലെ സ്വത്തുണ്ടാക്കുന്നവരുടെ (Wealth Creators) കാര്യത്തിലാണ് കേന്ദ്ര ബജറ്റിന്റെ ഊന്നലത്രയും എങ്കിൽ യഥാർത്ഥ സ്വത്തുൽപ്പാദകരായ തൊഴിലാളികളും കൃഷിക്കാരും ഉൾപ്പെടെയുള്ള സാധാരണക്കാരാണ് കേരള ബജറ്റിന്റെ കേന്ദ്ര സ്ഥാനത്തുള്ളത്. രണ്ടു ബജറ്റുകളുടെയും മുൻഗണനകൾ വിപരീതദിശയിലുള്ളതാണ്. ഇരു രാഷ്ട്രീയവും തമ്മിലുള്ള മൗലികമായ വ്യത്യാസം ഇതിൽ തെളിയുന്നു.

ആത്മനിർഭർ അഭിയാൻ അഥവാ കോവിഡ് കാപ്പിറ്റലിസം

മഹാത്മാഗാന്ധിയിൽനിന്ന് മിൽട്ടൺ ഫ്രീഡ്മാനിലേക്കുള്ള ദൂരം മോദിയുടെ നേതൃത്വത്തിൽ ഇന്ത്യ നടന്നുതീർന്നിരിക്കുന്നു. വരിയിൽ അവസാനം നിൽക്കുന്ന മനുഷ്യന്റെ കണ്ണീരിനെക്കുറിച്ചാണ് ഗാന്ധിജി ഓർമ്മിപ്പിച്ചത്. ദുരന്തങ്ങളും മനുഷ്യരുടെ കണ്ണീരും വിപണികളും മൂല ധനത്തിനും തുറന്നുതരുന്ന സുവർണ്ണാവസരത്തെക്കുറിച്ചാണ് നവ ഉദാര മുതലാളിത്തത്തിന്റെ ആചാര്യനായ മിൽട്ടൺ ഫ്രീഡ്മാൻ ഓർമ്മി പ്പിച്ചുകൊണ്ടേയിരുന്നത്. ഓർമ്മിപ്പിക്കുക മാത്രമല്ല കണ്ണിൽ ചോരയി ല്ലാതെ പ്രയോഗിക്കാൻ അദ്ദേഹം നേതൃത്വം കൊടുക്കുകയും ചെയ്തു.

ഇന്ന് പാതകളിൽ നിറയെ കണ്ണീരുണങ്ങാത്ത മനുഷ്യരാണ്. കരൾ പിളരുന്ന വേദനക്കാഴ്ചകളാണ്. അസുഖബാധിതയായ അമ്മയെ കാളവണ്ടിയിലിരുത്തി, ഒരറ്റത്ത് കാളക്കൊപ്പം നുകത്തിന്റെ മറ്റേ അറ്റം സ്വന്തം കഴുത്തിൽ കെട്ടി 800 കിലോമീറ്റർ തിളച്ച വെയിലിൽ വലിച്ചു കൊണ്ടുപോയ കൗമാരക്കാരന്റെ ദൃശ്യം കാണിച്ചുകൊണ്ട് രാജ്ദീപ് സർ ദേശായി പറഞ്ഞത് ഈ കാഴ്ചകൾ നമ്മെ വേട്ടയാടിക്കൊണ്ടിരിക്കു മെന്നാണ്. ചെരുപ്പില്ലാതെ നൂറുകണക്കിന് കിലോമീറ്റർ നടന്ന കുടിയേറ്റ തൊഴിലാളിക്ക് സ്വന്തം ഷൂസ് ഊരിക്കൊടുത്ത ബി ബി സി റിപ്പോർട്ടറുടെ ദൃശ്യം നാം കണ്ടു. പൊള്ളുന്ന പാതകളിലൂടെ ഉരുട്ടിക്കൊണ്ടുപോകുന്ന ട്രോളി ബാഗിനു മുകളിലും സൈക്കിളിലെ ഭാണ്ഡക്കെട്ടുകൾക്കു മുകളിലുമൊക്കെയായി വിശന്ന് തളർന്നുറങ്ങുന്ന പിഞ്ചുകുഞ്ഞുങ്ങളുടെ ഹൃദയഭേദകമായ കാഴ്ചകളും കണ്ടു. ഈ പലായനത്തിനിടയിൽ ദേശീയപാതകളിലും റെയിൽവേ ട്രാക്കിലുമായി 119 ദരിദ്ര തൊഴിലാളികൾ ചതഞ്ഞരഞ്ഞു. ഇതെല്ലാം സംഭവിച്ചുകൊണ്ടിരിക്കുമ്പോഴും ആരും നടന്നുപോകുന്നില്ലെന്ന കേന്ദ്രത്തിന്റെ സത്യവാങ്മൂലം വിശ്വസിച്ച് ഹർജി തള്ളുകയും വീണ്ടും ഹർജി കൊടുത്തപ്പോൾ “ആരെല്ലാം

നടക്കുന്നു, നടക്കുന്നില്ല എന്നു നോക്കുകയല്ല ഞങ്ങളുടെ പണി" എന്ന് ഹൃദയശൂന്യമായി പറഞ്ഞൊഴിയുകയും ചെയ്ത ഉന്നത നീതിപീഠവും നമ്മുടെ മുന്നിലുണ്ട്. സ്വതന്ത്ര ഇന്ത്യ അതിന്റെ ചരിത്രത്തിലെ ഏറ്റവും അഗാധമായ ഒരു മാനുഷിക പ്രതിസന്ധിയിലൂടെ കടന്നുപോകുമ്പോൾ ജുഡീഷ്യറിയും സർക്കാരുമെല്ലാമടക്കമുള്ള ജനാധിപത്യ സ്ഥാപനങ്ങളും ലോകത്തിലെ ഏറ്റവും വലിയ ജനാധിപത്യവും എങ്ങനെ പെരുമാറി എന്നത് നമ്മെ ലജ്ജിപ്പിക്കുകയും രോഷം കൊള്ളിക്കുകയും ചെയ്യേണ്ടതാണ്.

കോവിഡ്-19 ഒരു ആരോഗ്യ പ്രതിസന്ധിയായും പിന്നീട് ഉപജീവന പ്രതിസന്ധിയായും ഒടുവിൽ അഭൂതപൂർവ്വമായ ഒരു മാനുഷിക പ്രതിസന്ധിയായും പരിണമിച്ചിരിക്കുകയാണ്. എങ്ങനെയാണ് ഈ പ്രതിസന്ധിയുടെ ഓരോ ഘട്ടത്തിലും മോദി സർക്കാർ ഇടപെട്ടതും കൈകാര്യം ചെയ്തതും? ജനുവരി 30 ന് ആദ്യത്തെ വൈറസ് ബാധ ഇന്ത്യയിൽ (കേരളത്തിൽ) റിപ്പോർട്ട് ചെയ്യപ്പെട്ട് ലോക്ക്ഡൗൺ പ്രഖ്യാപിച്ച മാർച്ച് 24 വരെയുള്ള 54 ദിവസം ഒരു തയ്യാറെടുപ്പും നടത്താതെ നിഷ്ക്രിയമായിരുന്നശേഷം വെറും നാല് മണിക്കൂർ മുൻപ് രാജ്യമാകെ ലോക്ക്ഡൗൺ പ്രഖ്യാപിച്ചു. ദരിദ്രരും നിത്യകൂലിക്കാരുമായ മനുഷ്യർ എങ്ങനെ ജീവിക്കുമെന്ന ഒരു ഉറപ്പും നൽകാതെ, അശേഷം ഉത്തരവാദിത്വമില്ലാത്ത അടച്ചിടൽ. സാമ്പത്തിക പാക്കേജ് പ്രഖ്യാപിക്കുന്നതുപോലും ലോക്ക്ഡൗൺ പ്രഖ്യാപിച്ച് 36 മണിക്കൂർ കഴിഞ്ഞ്. അപ്പോഴേക്കും പരിഭ്രാന്തരായ മനുഷ്യർ പലായനം ആരംഭിച്ചു. കൊറോണയ്ക്കും പട്ടിണിക്കുമിടയിലൂടെയുള്ള ഒരു ആർത്തനാദമായി ആ പലായനം ഇപ്പോഴും തുടരുന്നു. ലോക്ക്ഡൗൺ എന്ന ഒറ്റമൂലിയല്ലാതെ മറ്റൊന്നും ചെയ്യാതിരുന്ന സർക്കാർ മൂന്നു തവണ അത് നീട്ടിയിട്ടും രോഗബാധിതരുടെ എണ്ണം ഒരു ലക്ഷം കവിഞ്ഞു. അടച്ചിടൽ രണ്ടു മാസമാകുമ്പോൾ തൊഴിലും വരുമാനവും ഉപജീവനമാർഗ്ഗങ്ങളുമില്ലാതായി പാവപ്പെട്ടവരും സാധാരണക്കാരും മഹാദാരിദ്ര്യത്തിന്റേയും ആസന്നമായ പട്ടിണിമരണങ്ങളുടേയും മുന്നിൽ പകച്ചുനിൽക്കുകയാണ്. അവരുടെ മുന്നിലാണ് പതിവ് നാടകീയതയുമായി മോദി പ്രത്യക്ഷപ്പെട്ട് ഇരുപതു ലക്ഷം കോടി രൂപയുടെ കാതടപ്പിക്കുന്ന പാക്കേജ് പ്രഖ്യാപിക്കുന്നത്. മോദിയുടെ വിമർശകർ പോലും ആശ്വസിച്ചു. ഇപ്രാവശ്യം എന്തായാലും മോദി ഗവൺമെന്റിന് വിവേകമുദിച്ചുവെന്നും ശരിയായ ദിശയിൽ ചിലതെങ്കിലുമുണ്ടാവുമെന്നും പ്രതീക്ഷിച്ചു.

പൊള്ളയായ പാക്കേജ്

ഇരുപതു ലക്ഷം കോടി രൂപയുടെ അഥവാ ജി ഡി പിയുടെ 10 ശതമാനത്തിന്റെ മെഗാ പാക്കേജിന്റെ വിശദാംശങ്ങൾ പഞ്ചദിന പത്രസമ്മേളനത്തിനൊടുവിൽ ധനമന്ത്രി നിർമലാ സീതാരാമൻ വിശദീകരിച്ചു തീർന്നപ്പോൾ വിമർശകർ മാത്രമല്ല അനുയായികളും അക്ഷരാർത്ഥത്തിൽ നടുങ്ങി. ആ നടുക്കമാണ് സംഘപരിവാർ സംഘടനയായ

ഭാരതീയ മസ്ദൂർ സംഘിന്റെ കടുത്ത ഭാഷയിലുള്ള പ്രതിഷേധത്തിൽ വായിക്കാനാവുന്നത്. കേന്ദ്ര ധനമന്ത്രിയുടെ പ്രഖ്യാപനങ്ങൾ രാജ്യ താല്പ്പര്യത്തിന് എതിരാണ്, പരാജയപ്പെട്ട ആശയങ്ങളാണ്, സ്വന്തം നയങ്ങളിൽ സർക്കാരിനുതന്നെ ആത്മവിശ്വാസമില്ല, അങ്ങേയറ്റം അപലപനീയവും എതിർക്കപ്പെടേണ്ടതുമാണ് എന്നിങ്ങനെയുള്ള പരാമർശങ്ങൾ ഒരു സംഘപരിവാർ സംഘടനയിൽ നിന്നുണ്ടാകുന്നത് അസാധാരണമാണല്ലോ. സംഘപരിവാറിനു മാത്രമല്ല, മോദി സർക്കാരിന്റെ നയപരമായ വിവേകരാഹിത്യം ഓഹരി വിപണിക്കുപോലും ഞെട്ടലുണ്ടാക്കി. അതുകൊണ്ടാണ് പാക്കേജിനെത്തുടർന്ന് ഓഹരിവിപണിയിൽ വൻ ഇടിവുണ്ടായത്. അടിയന്തര പ്രശ്നങ്ങളൊന്നും അഭിസംബോധന ചെയ്യാതിരുന്ന ഈ പാക്കേജ് ജനങ്ങളുടെ ദുരിതമകറ്റുന്നതിലും സമ്പദ് വ്യവസ്ഥയുടെ പുനരുജ്ജീവനത്തിലും ദയനീയമായ പരാജയമാണെന്ന തിരിച്ചറിവാണ് നിരാശാജനകമായ ഈ പ്രതികരണങ്ങൾക്ക് കാരണം.

ലോക്ക്ഡൗണും തൊഴിലില്ലായ്മയുംമൂലം കയ്യിൽ കാൽകാശില്ലാതെ ദുരിതത്തിലായ മനുഷ്യരുടെ കയ്യിൽ പണമെത്തിക്കലാണ് ഈ മാന്ദ്യദുരിതകാലത്തെ ഏതൊരു രക്ഷാ പാക്കേജിന്റേയും അടിയന്തര ലക്ഷ്യമാകേണ്ടത്. അതിന് നേരിട്ടുള്ള പണകൈമാറ്റം, സൗജന്യ ഭക്ഷ്യധാന്യം ലഭ്യമാക്കൽ, തൊഴിൽദാന പദ്ധതികൾ എന്നിവ നടപ്പാക്കേണ്ടിയിരുന്നു. ഈ പാക്കേജിൽ ഇത്തരം നടപടികൾ അങ്ങേയറ്റം അപര്യാപ്തമാണ്. ജൻധൻ അക്കൗണ്ടുള്ള സ്ത്രീകൾക്ക് 500 രൂപ വീതം മൂന്നു മാസത്തേക്ക് നൽകിയ തുച്ഛമായ സഹായത്തിലൊതുങ്ങി നേരിട്ടുള്ള പണകൈമാറ്റം. ഇതുതന്നെ 36 ശതമാനം പേരിൽ എത്തിയിട്ടില്ല എന്നാണ് പ്രമുഖ വികസന ധനശാസ്ത്രജ്ഞനായ ജീൻഡ്രേസിന്റെ നേതൃത്വത്തിൽ ഏപ്രിൽ അവസാനം നടന്ന സർവ്വേയിൽ കണ്ടെത്തിയിരിക്കുന്നത്. സി പി ഐ (എം) കേന്ദ്രസർക്കാരിന് സമർപ്പിച്ച മാർഗ്ഗരേഖയിൽ ആവശ്യപ്പെട്ടത് പ്രതിമാസം 7500 രൂപ വീതം മൂന്നു മാസത്തേക്ക് ആദായനികുതിദായകരല്ലാത്ത എല്ലാവരുടേയും അക്കൗണ്ടിലേക്ക് പണമായി കൈമാറണമെന്നായിരുന്നു. 7500 രൂപ കൈമാറണമെന്ന ആവശ്യം ഉയർത്തിയവരിൽ നവ ഉദാരനയങ്ങളുടെ ശക്തരായ വക്താക്കളായ രഘുറാം രാജൻ മുതൽ പ്രമുഖ കോർപ്പറേറ്റ് മേധാവിയായ അസീം പ്രേംജി വരെയുണ്ടെന്നോർക്കണം. ജനങ്ങളുടെ കൈയിൽ പണമെത്തുക എന്നത് സമ്പദ്ഘടനയുടെ പുനരുജ്ജീവനത്തിന് എത്രമാത്രം അനിവാര്യമാണ് എന്ന് തിരിച്ചറിയുന്നതുകൊണ്ടാണ് രഘുറാം രാജനും അസീം പ്രേംജിയുമെല്ലാം ഇതിനെ പിന്തുണയ്ക്കുന്നതും. ലോകത്തെ മിക്ക രാജ്യങ്ങളും പ്രഖ്യാപിച്ച പാക്കേജുകളിൽ ഗണ്യമായ പണകൈമാറ്റ പദ്ധതികൾ ഉൾപ്പെടുന്നതും അതുകൊണ്ടാണ്. ഇന്ത്യയിലെ പ്രമുഖ ധനശാസ്ത്രജ്ഞർ ചേർന്ന് തയ്യാറാക്കിയ പുനരുജ്ജീവന പദ്ധതിയിൽ പ്രതിമാസം 7500 രൂപ പണകൈമാറ്റം, 10 കിലോ സൗജന്യ ഭക്ഷ്യധാന്യം ലഭ്യമാക്കൽ, തൊഴിലുറപ്പിൽ ആവശ്യപ്പെടുന്നവർക്കെല്ലാം തൊഴിൽ എന്നീ കാര്യങ്ങൾ നടപ്പിലാക്കാൻ ജി ഡി പിയുടെ 3 ശതമാനം മാത്രം ചെലവാണ് കണക്കാ

ക്കിയിട്ടുള്ളത്. എന്നിട്ടും എന്തുകൊണ്ടാണ് ജി ഡി പിയുടെ 10 ശതമാനം കൊട്ടിഘോഷിച്ച മോദിയുടെ പാക്കേജിൽ ഇവയിൽ പലതും ഉൾപ്പെടാത്തത്? അവിടെയാണ് ഇരുപതു ലക്ഷം കോടി അഥവാ ജി.ഡി.പിയുടെ 10 ശതമാനം എന്ന വ്യാജ അവകാശവാദത്തിന്റെ കള്ളി വെളിച്ചത്താവുന്നത്. റിസർവ്വ് ബാങ്ക് പണനയത്തിലൂടെ ബാങ്കുകൾക്ക് അധികം ലഭ്യമാക്കുന്ന പണവും ബാങ്കുകൾ വായ്പയായി നൽകുമെന്ന് പ്രതീക്ഷിക്കുന്നതുമെല്ലാം ചേർത്താണ് ഇരുപതുലക്ഷമെന്ന കബളിപ്പിക്കൽ നടത്തുന്നത്. ഇതിൽ സർക്കാരിന് നേരിട്ടുവരുന്ന അധിക ചെലവ് കേവലം 1.75 ലക്ഷം കോടി മാത്രമാണെന്നും ഇപ്പോൾ വ്യക്തമായി കഴിഞ്ഞിട്ടുണ്ട്. അതായത് ധനപരമായ ഉത്തേജനം എന്നത് തീർത്തും അപര്യാപ്തവും നിസ്സാരവുമാണെന്നർത്ഥം. മോർഗൻ സ്റ്റാൻലി മുതൽ കെയർ വരെയുള്ള 14 അന്താരാഷ്ട്ര ധനകാര്യ ഏജൻസികളുടെ കണക്കനുസരിച്ച് ജി ഡി പിയുടെ 0.7 മുതൽ 1.3 ശതമാനം വരെ മാത്രമാണ് യഥാർത്ഥ പാക്കേജ്. ബാങ്ക് ഓഫ് അമേരിക്ക കണക്കാക്കുന്നത് ജി ഡി പിയുടെ 1.1 ശതമാനം മാത്രമാണ്. ഇതിനെയാണ് പത്തിരട്ടിയിലേറെ പെരുപ്പിച്ച് ജി ഡി പിയുടെ 10 ശതമാനം വരുന്ന വമ്പൻ പാക്കേജ് എന്ന നിലയിൽ മോദി അവതരിപ്പിച്ചിരിക്കുന്നത്. ഊതിപ്പെരുപ്പിച്ച കണക്കിലെ വഞ്ചനകൊണ്ട് സമ്പദ് വ്യവസ്ഥയെ പുനരുജ്ജീവിപ്പിക്കാനാവില്ല എന്ന് ലോകം മുഴുവൻ ഇന്ന് പറഞ്ഞുതുടങ്ങിയിരിക്കുന്നു. പ്രമുഖ അന്താരാഷ്ട്ര ഇൻവെസ്റ്റ്മെന്റ് ബാങ്കായ ബേൺസ്റ്റീൻ ഉല്പാദനത്തേയും ഉപഭോഗത്തേയും പിന്തുണയ്ക്കുന്ന അടിയന്തര/ഇടക്കാല നടപടികളൊന്നുമില്ലാത്ത പാക്കേജ് സമ്പദ്‌വ്യവസ്ഥയ്ക്ക് സഹായകരമാവില്ല എന്നാണ്. 2020-21 സാമ്പത്തിക വർഷത്തിൽ അവർ 7 ശതമാനം എന്ന ഞെട്ടിപ്പിക്കുന്ന വളർച്ചാ ഇടിവാണ് പ്രവചിച്ചിരിക്കുന്നത്. ബാങ്ക് ഓഫ് അമേരിക്കയുടെ പ്രവചനം 0.1 ശതമാനമായി ഇടിയുമെന്നാണ്. പ്രമുഖ അന്താരാഷ്ട്ര ധനകാര്യസ്ഥാപനമായ ഗോൾഡ്മാൻ സാക്സും വളർച്ച 2020-21 ൽ അഞ്ച് ശതമാനം ഇടിഞ്ഞ് 0.4 ൽ എത്തുമെന്ന മുന്നറിയിപ്പ് നൽകുന്നു.

മോദി സർക്കാരിന്റെ പൊള്ളയായ പാക്കേജ് വിവരണാതീതമായ ദുരിതങ്ങളിലേക്കാണ് രാജ്യത്തെ നയിക്കാൻ പോകുന്നതെന്നാണ് ഈ മുന്നറിയിപ്പുകളെല്ലാം നൽകുന്ന ഭീതിദമായ സന്ദേശം. യഥാർത്ഥത്തിൽ വിനാശകരമായ നയങ്ങളുടെ ഫലമായി കോവിഡിനു മുൻപേ ആരംഭിച്ചതാണ് പ്രതിസന്ധി. കോവിഡിനു മുൻപുതന്നെ നാൽപ്പത്തിയഞ്ച് വർഷത്തിലെ ഏറ്റവും ഉയർന്ന തൊഴിലില്ലായ്മ നിരക്കും നാലു പതിറ്റാണ്ടിലാദ്യമായി ഇടിഞ്ഞ ഉപഭോഗ ചെലവുകളും കുറഞ്ഞുകൊണ്ടിരിക്കുന്ന നിക്ഷേപനിരക്കുമെല്ലാമായി പ്രതിസന്ധി വഷളായിരുന്നു. കോവിഡും ലോക്ക്ഡൗണും അതിനോടുള്ള ചിന്താശൂന്യമായ പ്രതികരണവും ചേർന്ന് സമ്പദ്ഘടന കൈവിട്ട നിലയിലേക്ക് പതിക്കുന്നു എന്നതാണ് ഇപ്പോൾ സംഭവിച്ചുകൊണ്ടിരിക്കുന്നത്.

ചെറുകിട ഇടത്തരം സൂക്ഷ്മ സംരംഭങ്ങൾ (എം എസ് എം ഇ)ക്കുള്ള മൂന്ന് ലക്ഷം കോടിയുടെ വായ്പകളാണ് പാക്കേജിന്റെ പ്രധാന സവി

ശേഷതകളിലൊന്നായി ഉയർത്തിക്കാണിക്കുന്നത്. യഥാർത്ഥത്തിൽ ഈ മേഖലയ്ക്ക് സർക്കാർ നൽകാനുള്ള കുടിശ്ശിക ഏതാണ്ട് അഞ്ചുലക്ഷം കോടി രൂപ വരുമെന്നാണ് കണക്ക്. അത് നൽകുക എന്നതായിരുന്നു അടിയന്തരമായി ചെയ്യേണ്ടിയിരുന്നത്. അതിനുപകരം ബാങ്കുകൾ വായ്പ നൽകുമെന്ന പ്രഖ്യാപനത്തിൽ മാത്രം പിന്തുണ ഒതുക്കുകയാണ് ചെയ്തത്. വായ്പയുടെ പലിശ ബാദ്ധ്യത പോലും സർക്കാർ ഏറ്റെടുക്കുന്നില്ല. രാജ്യത്ത് 6.30 കോടി എം എസ് എം ഇ ഉള്ളതിൽ ധനമന്ത്രി തന്നെ പറയുന്നത് 45 ലക്ഷം സംരംഭങ്ങൾക്ക് പ്രയോജനം ലഭിക്കുമെന്നു മാത്രമാണ്. അതായത് ഇക്കൂട്ടത്തിലെ വലിയവരൊഴിച്ച് ബഹുഭൂരിപക്ഷത്തിനും പ്രയോജനമില്ലെന്നർത്ഥം. മാത്രമല്ല, കിട്ടാക്കടം മൂലവും വരാനിരിക്കുന്ന സാമ്പത്തിക അനിശ്ചിതാവസ്ഥയെക്കുറിച്ചുള്ള ആശങ്ക മൂലവും ബാങ്കുകൾ വായ്പ കൊടുക്കാൻ അങ്ങേയറ്റം മടികാണിക്കുമെന്നും ഉറപ്പാണ്. അതായത് സർക്കാരിന്റെ നേരിട്ടുള്ള പിന്തുണയുടെ അഭാവത്തിൽ ഈ സംരംഭങ്ങളുടെ പ്രതിസന്ധി വിവരണാതീതമായിത്തീരുകയും ഗണ്യമായ തൊഴിൽ നഷ്ടമുണ്ടാവുകയും ചെയ്യുമെന്നർത്ഥം. എം എസ് എം ഇകളുടെ പ്രതിസന്ധിയും കോവിഡിനു മുൻപേ ആരംഭിച്ചതാണ്. നോട്ട് നിരോധനത്തിന്റേയും ജി എസ് ടിയുടേയും കെടുതികളാണ് ആ മേഖലയെ ഗ്രസിച്ചിരിക്കുന്നത്. അതിനുമേൽ കോവിഡ് കൂടി ബാധിക്കുന്നു എന്നതാണ് യാഥാർത്ഥ്യം. ഇനി, ഈ വായ്പാ പാക്കേജുകൊണ്ട് പുനരുജ്ജീവിക്കപ്പെടുമെന്ന വാദത്തിനുവേണ്ടി സമ്മതിച്ചാൽ പോലും ഇവയുണ്ടാക്കുന്ന ഉൽപ്പന്നങ്ങൾ വിറ്റഴിക്കാനാവാതെ എങ്ങനെ കരകയറും? ഉൽപ്പന്നങ്ങൾ വിറ്റഴിക്കപ്പെടണമെങ്കിൽ തൊഴിലും വരുമാനവും സൃഷ്ടിക്കണം.

തൊഴിലും വരുമാനവും സൃഷ്ടിക്കാനുതകുന്ന അടിയന്തര ഇടക്കാല നടപടികളൊന്നും പാക്കേജിലില്ല. ഏക പ്രഖ്യാപനം തൊഴിലുറപ്പിന് അധികമായി 40,000 കോടി അനുവദിക്കുമെന്നതാണ്. ബജറ്റിൽ മുൻ വർഷത്തേക്കാൾ 10,000 കോടി കുറച്ചതു കണക്കിലെടുത്താൽ യഥാർത്ഥ വർദ്ധന 30,000 കോടിയായി ചുരുങ്ങും. ഈ വർദ്ധിപ്പിച്ച തുക പോലും 65 ദിവസം തൊഴിൽ നൽകാൻ മാത്രമേ പര്യാപ്തമാവൂ. നിയമപ്രകാരം 100 ദിവസം തൊഴിൽ അല്ലെങ്കിൽ നഷ്ടപരിഹാരം നൽകാൻ സർക്കാരിന് ബാദ്ധ്യതയുണ്ട്. 100 ദിവസം എന്ന പരിധി തന്നെ എടുത്തുകളഞ്ഞ് ആവശ്യാനുസരണം തൊഴിൽ ലഭ്യമാക്കുകയും കഴിയാതെ വന്നാൽ നഷ്ടപരിഹാരം ഉറപ്പാക്കുകയും ചെയ്യേണ്ട അടിയന്തര ഘട്ടമാണിത്. മാത്രമല്ല, കൂലിയുടെ ഒരു വിഹിതം ഇപ്പോൾ മുൻകൂറായി കൊടുക്കുന്നത് ദുരിതകാലത്ത് അടിയന്തരമായി പണം ജനങ്ങളിലെത്തിക്കാൻ സഹായിക്കുകയും ചെയ്യും. അതിനൊന്നും സർക്കാർ തയ്യാറല്ല. നഗരങ്ങളിലെ ദരിദ്രർക്ക് തൊഴിലും വരുമാനവും ഉറപ്പാക്കാൻ ഗ്രാമീണ തൊഴിലുറപ്പു പദ്ധതിയുടെ മാതൃകയിൽ നഗര തൊഴിലുറപ്പു പദ്ധതി നടപ്പാക്കണമെന്ന് സി പി ഐ (എം) എത്രയോ കാലമായി ആവശ്യപ്പെടുന്നതാണ്. വിചിത്രമെന്നു പറയട്ടെ ഈ പാക്കേജിൽ ആ ആശയം നടപ്പാക്കണമെന്ന നിർദ്ദേശം ഉയർത്തിയത് അസീം പ്രേംജി എന്ന കോർപ്പറേറ്റ് മേധാ

വിയാണ്. മോദിക്കും നിർമലയ്ക്കുമറിയാത്ത കെയ്ൻസിനെ അസീം പ്രേംജി ഓർക്കുന്നുണ്ടാവണം. മുപ്പതുകളിലെ മഹാമാന്ദ്യത്തിൽനിന്ന് ലോക മുതലാളിത്തത്തിനെ രക്ഷിച്ചെടുക്കാൻ സർക്കാർ പണം ചെല വഴിച്ച് ഡിമാന്റ് സൃഷ്ടിക്കുക എന്ന സിദ്ധാന്തം മുന്നോട്ടുവെച്ചത് ജോൺ മെയ്നാർഡ് കെയ്ൻസ് ആയിരുന്നല്ലോ. അന്ന് കെയ്ൻസ് പറഞ്ഞു "സർക്കാരുകൾ മറ്റൊന്നും ചെയ്തില്ലെങ്കിലും നാടുനീളെ കുഴികുഴിക്കാനുള്ള തൊഴിൽ ആളുകൾക്ക് കൊടുക്കുക, അതിന് കൂലിയും കൊടുക്കുക. അതു കഴിഞ്ഞാൽ അത് മുഴുവൻ മണ്ണിട്ട് മൂടാൻ വീണ്ടും തൊഴിലും കൂലിയും കൊടുക്കുക." ജനങ്ങളിൽ പണമെത്തും ഡിമാന്റ് ഉയരും സമ്പദ് വ്യവസ്ഥ പുനരുജ്ജീവിക്കപ്പെടും എന്നതാണ് പാഠം. ഈ ബാലപാഠമാണ് മോദിയും സംഘവും മറക്കുന്നത്.

അനാരോഗ്യ പാക്കേജ്

ഈ പാക്കേജ് അമ്പരപ്പിക്കുംവിധം അവഗണിക്കുന്നത് ആരോഗ്യ മേഖലയെയാണ്. കോവിഡ് അനാവരണം ചെയ്തത് ഇന്ത്യയിലെ പൊതുജനാരോഗ്യസംവിധാനത്തിന്റെ പ്രത്യേകിച്ച് അടിസ്ഥാന സൗകര്യങ്ങളുടെ ശോചനീയമായ സ്ഥിതിയാണ്. ആരോഗ്യമേഖലയിലെ പൊതു ചെലവ് ഇന്ത്യയിൽ ജി ഡി പിയുടെ 1.1 ശതമാനം മാത്രമാണ്. ആഗോള ശരാശരിയുടെ വെറും അഞ്ചിലൊന്ന്. അതിന്റെ പകുതിയെങ്കിലും എത്തിക്കണമെന്ന ദീർഘകാല ആവശ്യം ഈ മഹാമാരിയുടെ ഘട്ടത്തിൽപ്പോലും കേന്ദ്ര സർക്കാർ പരിഗണിക്കുന്നില്ല എന്നാണ് പാക്കേജ് തെളിയിച്ചത്. ജില്ലകളിൽ പകർച്ചവ്യാധി വാർഡ്, ബ്ലോക്ക് തലങ്ങളിൽ പൊതുജനാരോഗ്യ ലാബുകൾ തുടങ്ങിയ പ്രഖ്യാപനങ്ങളുണ്ടെങ്കിലും പൊതുജനാരോഗ്യരംഗത്തെ പൊതുചെലവ് വർദ്ധിപ്പിക്കാൻ ഒരു നീക്കവുമില്ല! ആരോഗ്യം, വിദ്യാഭ്യാസം എന്നീ സാമൂഹിക മേഖലകളിലെ അടിസ്ഥാന സൗകര്യവികസനത്തിന് പാക്കേജിൽ ഊന്നൽ നൽകിയിരുന്നുവെങ്കിൽ ഭാവിയിൽ ഇത്തരം വെല്ലുവിളികളെ നേരിടാൻ മാത്രമല്ല, തൊഴിലവസരങ്ങൾ സൃഷ്ടിക്കാനും ഉതകുമായിരുന്നു. കോവിഡ് പ്രതിരോധത്തിൽ നിർണായക പങ്കുവഹിക്കുന്ന അംഗൻവാടി ജീവനക്കാർ, ആശാ വർക്കർമാർ എന്നിവരെ സ്ഥിരം ജീവനക്കാരാക്കി മാറ്റുന്നതും ഇപ്പോഴത്തെ അപര്യാപ്തമായ ഓണറേറിയത്തിനു പകരം മാന്യമായ വേതനവും ആനുകൂല്യങ്ങളും ഉറപ്പാക്കുകയും ചെയ്യുന്നതടക്കമുള്ള സുപ്രധാന നടപടികൾ പാക്കേജിൽ സ്വീകരിക്കേണ്ടിയിരുന്നു. ഡോക്ടർമാർ, നഴ്സുമാർ, മറ്റ് പാരാമെഡിക്കൽ സ്റ്റാഫ് എന്നിവരുടെയെല്ലാം ഗണ്യമായ കുറവ് ഇന്ത്യയിലെ പൊതുജനാരോഗ്യരംഗത്തിന്റെ ശോചനീയാവസ്ഥയുടെ കാരണങ്ങളിൽ പ്രധാനമാണ്. അതു പരിഹരിക്കാൻ നടപടികൾ സ്വീകരിക്കാനുള്ള അവസരവും കേന്ദ്രസർക്കാർ വിനിയോഗിച്ചില്ല.

കർഷകരുടെ കടാശ്വാസം, കാർഷികോൽപ്പന്നങ്ങൾക്ക് താങ്ങുവില വർദ്ധിപ്പിക്കൽ, കർഷകർക്ക് വരുമാനം ഉറപ്പുവരുത്താനുള്ള ഫലപ്രദമായ നടപടികൾ, കാർഷിക മേഖലയിലെ പൊതുനിക്ഷേപം വർദ്ധിപ്പിക്കൽ

എന്നിവയും പാക്കേജിൽ ഇടം കണ്ടില്ല. കർഷകരെ പിന്തുണയ്ക്കുന്ന നടപടികൾ ഗ്രാമീണമേഖലയിലെ വാങ്ങൽ കഴിവ് ഉയർത്താനും അതു വഴി സമ്പദ്ഘടനയെ ഉണർവ്വിലേക്ക് നയിക്കാനും അനിവാര്യമായിരുന്നു.

ഡിസാസ്റ്റർ ക്യാപ്പിറ്റലിസം

ജനങ്ങളെ സഹായിച്ചുകൊണ്ട് സമ്പദ്ഘടനയെ പുനരുജ്ജീവിപ്പിക്കാനുള്ള അവസരം പാഴാക്കിയ മോദിഭരണം പക്ഷേ, വൻകിട മൂലധനത്തിന് ഇതുവരെ തുറന്നുകിട്ടാതിരുന്ന സുപ്രധാന മേഖലകളെല്ലാം ചൂഷണം ചെയ്യാനായി തുറന്നിട്ടുകൊടുത്തിട്ടുണ്ട്. ഭൂമിക്കടിയിലുള്ള കൽക്കരി മുതൽ ആണവോർജ്ജ മേഖലയും ബഹിരാകാശവും വരെ സ്വകാര്യ മൂലധനത്തിനായി വിട്ടുകൊടുത്തിരിക്കുന്നു. പ്രതിരോധമടക്കമുള്ള മേഖലകളിൽ വിദേശനിക്ഷേപപരിധി കുത്തനെ ഉയർത്തിയും പൊതുമേഖലയെ പൊളിച്ചടുക്കാനുള്ള നടപടികൾ പ്രഖ്യാപിച്ചുമാണ് സ്വയം പര്യാപ്തതയെ(ആത്മനിർഭരത)ക്കുറിച്ച് വാചകമടിക്കുന്നത് എന്നോർക്കണം. തന്ത്രപ്രധാന മേഖലകളിൽ മാത്രം മതി പൊതുമേഖലയെന്നും അതുതന്നെ പരമാവധി നാലു മതിയെന്നുമാണ് പാക്കേജിന്റെ മറവിലുള്ള പ്രഖ്യാപനം. രാജ്യത്തിന്റെ സാമ്പത്തിക പരമാധികാരത്തിന്റേയും സ്വാശ്രയത്വത്തിന്റേയും അടിത്തറ പൊതുമേഖലയാണെന്ന് വിസ്മരിച്ചുള്ള വിറ്റഴിക്കൽ വിനാശകരമാവും. കോവിഡ് ലോകത്തെയാകെ പഠിപ്പിച്ച പാഠങ്ങളിലൊന്ന് പൊതുമേഖലയുടെ നിർണായക പ്രാധാന്യമാണ്. പൊതു ആരോഗ്യ സംവിധാനങ്ങളുടെ പിൻബലത്തിലാണ് കേരളമുൾപ്പെടെ കോവിഡിനെ വിജയകരമായി നേരിട്ട എല്ലാവരും അത് സാദ്ധ്യമാക്കിയത്. സ്പെയിനും ഫ്രാൻസുമെല്ലാം ദുരന്തകാലത്ത് ദേശസാൽക്കരണ നടപടികളിലേക്ക് തിരിയാൻ നിർബന്ധിതമായപ്പോഴാണ് ആ പാഠമൊന്നും തിരിച്ചറിയാതെ പൊതുസ്വത്തിന്റെ വിൽപ്പനമേളയാക്കി കോവിഡ് പാക്കേജിനെ മാറ്റുന്നത്.

ആയുധക്കൂമ്പാരമുണ്ടായിട്ടും ആവശ്യത്തിന് വെന്റിലേറ്റർ സമയത്തിനുണ്ടാക്കാനാവാതെപോയ അമേരിക്കൻ അനുഭവത്തിനു കാരണം ലാഭം മാത്രം ലാക്കാക്കുന്ന സ്വകാര്യമേഖലയുടെ മേധാവിത്വമാണെന്ന ലളിതസത്യവും ഇന്ത്യൻ ഭരണകൂടം ഗൗനിക്കുന്നില്ല.

തങ്ങളുടെ സ്വകാര്യവൽക്കരണത്തിന്റെയും വിറ്റുതുലയ്ക്കലിന്റെയും നയം ബദൽനയം നടപ്പാക്കുന്ന സംസ്ഥാന സർക്കാരുകളുടെ മേൽ അടിച്ചേൽപ്പിക്കാനും ഈ ദുരന്തപാക്കേജിനെ ഉപയോഗിക്കുകയാണ് കേന്ദ്രം. സംസ്ഥാനങ്ങളുടെ വായ്പാപരിധി സംസ്ഥാന ജി ഡി പിയുടെ മൂന്നിൽ നിന്ന് അഞ്ച് ശതമാനമാക്കി ഉയർത്തണമെന്ന കേരളത്തിന്റെ ആവശ്യം അംഗീകരിച്ചത് അൽപ്പം ആശ്വാസം തന്നെ. എന്നാൽ, ഈ പരിധി ഉയർത്തൽ, മൂന്നര ശതമാനത്തിനപ്പുറം ഉപാധികൾക്ക് വിധേയമാണെന്നോർക്കണം. അതിലൊന്ന് വൈദ്യുതി വിതരണം സ്വകാര്യവൽക്കരിക്കലാണ്. ഇന്ത്യയിൽ കേരളം മാത്രമാണ് അതിന് വഴങ്ങാത്തതെന്നും ഓർക്കണം. അത് നടപ്പാക്കിയ ഇടങ്ങളിലെല്ലാം താരിഫ് വർദ്ധനയും മോശം സേവനവുമടക്കമുള്ള തിക്തഫലങ്ങളാണ്

ഉണ്ടായിട്ടുള്ളത്. കേരളം വൈദ്യുതി ബോർഡിനെ വിഭജിച്ച് സ്വകാര്യവൽക്കരിക്കുന്നതിന് കൂട്ടാക്കാത്ത സാഹചര്യത്തിൽ വായ്പയ്ക്ക് ഉപാധിയായി അത് അടിച്ചേൽപ്പിക്കാനാണ് ശ്രമം. സംസ്ഥാനം പലിശയും മുതലും തിരിച്ചടയ്ക്കുന്ന, വിപണിയിൽ നിന്നെടുക്കുന്ന വായ്പയിൽ കേന്ദ്രത്തിന് ഒരു പങ്കുമില്ലെന്നിരിക്കേ ഉപാധി നിശ്ചയിക്കാൻ എന്ത് അധികാരം? ഇത് ഫെഡറൽ തത്ത്വങ്ങളുടെ ലംഘനം മാത്രമല്ല, അങ്ങേയറ്റം സ്വേച്ഛാധിപത്യപരവുമാണ്. വ്യത്യസ്തനയം ജനങ്ങളുടെ മുൻപിൽ അവതരിപ്പിച്ച്, അതിന് വോട്ട് നേടി അധികാരത്തിൽ വന്ന സംസ്ഥാന സർക്കാരുകളെക്കൊണ്ട് കേന്ദ്രത്തിന്റെ നയം നടപ്പിലാക്കിക്കാൻ ശ്രമിക്കുന്നത് വളരെ അപകടകരമായ ഒരു പ്രവണതയുടെ സൂചനയാണ്. പാർട്ടിയും പ്രത്യയശാസ്ത്രവും നയവും എന്തായാലും കേന്ദ്രസർക്കാരിന്റെ നയം നടപ്പാക്കിയേ തീരൂ എന്ന മനോഭാവം അംഗീകരിക്കാനാവില്ല.

ചുരുക്കത്തിൽ രാജ്യത്തിന്റെ പൊതുസ്വത്തുമുഴുവനും വൻകിട മൂലധനത്തിന് വിൽക്കാനും സ്വകാര്യവൽക്കരണം രാജ്യം മുഴുവൻ അടിച്ചേൽപ്പിക്കാനുമുള്ള അവസരമായി, അമിതാധികാര പ്രവണതകൾ പ്രകടിപ്പിക്കുന്ന മോദിഭരണം ഈ മഹാദുരന്തത്തേയും മാനുഷിക പ്രതിസന്ധിയേയും ഉപയോഗിക്കുകയാണ്. (അത് സമ്പദ്ഘടനയ്ക്ക് അടിയന്തരമായി ഗുണം ചെയ്യില്ലെന്ന് കോർപ്പറേറ്റ് അനുകൂല നയത്തിന്റെ വക്താക്കളിൽ ചിലർ തിരിച്ചറിയുന്നുണ്ട്.) ദുരന്തങ്ങളെ മൂലധനത്തിന്റേയും വിപണിയുടേയും സുവർണ്ണാവസരമാക്കുക എന്ന മിൽട്ടൺ ഫ്രീഡ്മാന്റെ കുടിലയുക്തിയെ പുൽകുകയാണ് മോദി ചെയ്യുന്നത്. ഫ്രീഡ്മാന്റെ അമേരിക്ക പോലും അതിന് ധൈര്യപ്പെടാതിരിക്കുമ്പോൾ. യുദ്ധം, പട്ടാള അട്ടിമറി, പ്രകൃതി ദുരന്തം തുടങ്ങിയ ഏത് ആഘാതങ്ങളും മൂലധന താൽപ്പര്യങ്ങളെ അക്രമാസക്തമായി അടിച്ചേൽപ്പിക്കാൻ പറ്റിയ സന്ദർഭമായിട്ടാണ് ഫ്രീഡ്മാൻ കാണുന്നത്.

ന്യൂ ഓർലിയൻസിൽ ചുഴലിക്കാറ്റ് ആഞ്ഞടിച്ചപ്പോൾ തകർന്നുപോയ പൊതുവിദ്യാലയങ്ങളെ പുനർനിർമ്മിക്കുന്നതിനു പകരം സ്വകാര്യ സ്കൂളുകൾക്ക് സർക്കാർ പണംകൊടുത്തു പ്രോത്സാഹിപ്പിക്കാൻ ഫ്രീഡ്മാൻ നിർദ്ദേശിച്ചു. അവിടത്തെ പൊതുവിദ്യാഭ്യാസം അവസാനിപ്പിക്കുകയും 4700 ഓളം അദ്ധ്യാപകരെ പിരിച്ചുവിടുകയും ചെയ്തു. ഫ്രീഡ്മാന്റെ കുറിപ്പടിയെ നവോമിക്ലീൻ വിശേഷിപ്പിക്കുന്നത് ഡിസാസ്റ്റർ ക്യാപിറ്റലിസം എന്നാണ്. ഗാന്ധിജിയെ അവസാനിപ്പിച്ച പ്രത്യയശാസ്ത്രം ഫ്രീഡ്മാന്റെ ഡിസാസ്റ്റർ ക്യാപ്പിറ്റലിസത്തെ പുൽകുന്ന സന്ദർഭത്തെയാണ് നരേന്ദ്ര മോദിയുടെ ആത്മനിർഭർ ഭാരത് അഭിയാൻ അടയാളപ്പെടുത്തുന്നത്.

ഇന്ധനക്കൊള്ളയുടെ കാണാപ്പുറങ്ങൾ

യുക്തി തലതിരിച്ചിടുക എന്നത് ഒരു ഫാസിസ്റ്റ് കൗശലമാണ്. അന്താരാഷ്ട്ര വിപണിയിൽ ക്രൂഡ് ഓയിൽ വില അൻപതു ശതമാനത്തി ലേറെ ഇടിഞ്ഞിട്ടും കേന്ദ്ര സർക്കാർ അത്രയും നികുതി കൂട്ടിയിട്ടില്ലല്ലോ; വെറും മൂന്നുരൂപ മാത്രമല്ലേ കൂട്ടിയുള്ളൂവെന്ന കേന്ദ്ര മന്ത്രിയുടെ നിഷ്കളങ്ക നാട്യത്തോടെയുള്ള ചോദ്യത്തിലുള്ളത് ഈ കുയുക്തിയാണ്. വിലയിടിവിന്റെ തോതനുസരിച്ച് ചുരുങ്ങിയത് 10-15 രൂപ വരെ ഇന്ധന വില ലിറ്ററിന് കുറയ്ക്കാം എന്നതാണ് യാഥാർത്ഥ്യം. ജനങ്ങൾക്ക് അർഹ മായ ഈ ആനുകൂല്യം നിഷേധിക്കുന്നു എന്ന വസ്തുത മറച്ചുവെക്കു കയും വിലയിടിവിന് ആനുപാതികമായി കൂട്ടാത്തത് ഒരു ഔദാര്യമായി അവതരിപ്പിക്കുകയുമാണ് മന്ത്രിയും പരിവാർ മിത്രങ്ങളും. മോദി സർക്കാർ അധികാരത്തിൽ വന്നശേഷം പന്ത്രണ്ടാമത്തെ തവണയാണിപ്പോൾ ഇന്ധന തീരുവകൾ കൂട്ടിയത്. ഒടുവിലത്തെ കൂട്ടലാകട്ടെ കഴിഞ്ഞ എട്ടു വർഷത്തിനിടയിലെ ഏറ്റവും വലുതുമാണ്. ഇതിലൂടെ കേന്ദ്ര ഗവൺമെന്റ് 39,000 കോടി രൂപ അധിക വരുമാനമുണ്ടാക്കും. ഇന്ധന വിലയുടെ പേരിലുള്ള തുടരുന്ന ഈ കൊള്ളയുടെ ഉള്ളറകൾ ഈ കണക്കുകൾക്കുമപ്പുറം നിഗൂഢവും വഞ്ചന നിറഞ്ഞതുമാണ്. ആ കൊള്ളയുടെ ഉള്ളറകളിലേക്ക് വെളിച്ചം വീശാനുതകുന്ന അഞ്ച് കാര്യ ങ്ങൾ പരിശോധിക്കാം.

ഒന്നാമതായി, ഇന്ധനവിലയുടെ മറവിലുള്ള ഇത്രത്തോളം കണ്ണിൽ ചോരയില്ലാത്ത കൊള്ളയ്ക്ക് അരങ്ങൊരുങ്ങിയത് പെട്രോൾ, ഡീസൽ വില നിയന്ത്രണാധികാരം സർക്കാർ ഉപേക്ഷിക്കുകയും വിപണി വിലക്കാക്കുകയും ചെയ്തതോടെയാണ്. 2010 ജൂണിൽ പെട്രോൾ വില നിയന്ത്രണം മൻമോഹൻ സിങ്ങും അതിന്റെ തുടർച്ചയായി 2014

ഒക്ടോബറിൽ ഡീസൽ വില നിയന്ത്രണം മോദിയും എടുത്തുകളഞ്ഞു. വിപണി സ്വതന്ത്രമായി വില നിർണയിക്കുന്ന പ്രക്രിയയിൽ സബ്സിഡി കൊടുത്തും മറ്റും സർക്കാർ ഇടപെടരുത് എന്ന ആഗോളവൽക്കരണ കോർപ്പറേറ്റ് യുക്തി അംഗീകരിച്ചാണ് ഇരുവരും പ്രവർത്തിച്ചത്. നിയന്ത്രിത വില സംവിധാനം പൂർണ്ണമായും ഉപേക്ഷിക്കുന്നതിൽ എതിർപ്പുണ്ടായപ്പോൾ പറഞ്ഞത് അന്താരാഷ്ട്ര വിപണിയിൽ വില കുറയുമ്പോൾ അതിന്റെ ഗുണം ജനങ്ങൾക്ക് കിട്ടും എന്നായിരുന്നല്ലോ. എന്നാൽ അന്താരാഷ്ട്ര വിപണിയിൽ വിലയിടിഞ്ഞപ്പോഴൊന്നും അതിന് ആനുപാതികമായ നേട്ടം ജനങ്ങൾക്ക് നൽകിയില്ല എന്നതാണ് അനുഭവം. വില നിയന്ത്രണം ഉപേക്ഷിക്കുന്നതിനുമുമ്പും ശേഷവുമുള്ള ഉദാഹരണങ്ങൾ നോക്കാം. 2008 ജൂണിലാണ് ക്രൂഡ് ഓയിൽ ചരിത്രത്തിലെ ഏറ്റവും ഉയർന്ന വിലയായ ബാരലിന് 148.93 ഡോളറിൽ എത്തിയത്. അന്നത്തെ രൂപയുടെ വിനിമയമൂല്യം അനുസരിച്ച് ഒരു ലിറ്റർ ക്രൂഡ് ഓയിലിന് 42.80 രൂപ. അന്നത്തെ ഏറ്റവും ഉയർന്ന പെട്രോൾ വില 55.07 രൂപ. 2016 ഫെബ്രുവരിയിൽ ക്രൂഡ് ഓയിൽ വില 27.67 ഡോളർ എന്ന ഏറ്റവും താഴ്ന്ന നിലയിലെത്തി. രൂപയുടെ വിനിമയ നിരക്ക് നോക്കിയാൽ ക്രൂഡ് ഓയിൽ ലിറ്ററിന് വെറും 11.08 രൂപ. പക്ഷേ, പെടോളിനും ഡീസലിനും വില യഥാക്രമം 59.63 ഉം ഡീസലിന് 44.96 രൂപയും. ഇപ്പോഴത്തെ അന്താരാഷ്ട്ര വില 31 ഡോളറിലേക്ക് ഇടിഞ്ഞപ്പോൾ ഒരു ലിറ്റർ ക്രൂഡിന് വില 15 രൂപയോളം മാത്രം. പക്ഷേ, പെട്രോൾ, ഡീസൽ വിലകളോ? സർക്കാർ വില നിയന്ത്രണം ഉപേക്ഷിച്ചതിന്റെ ദുരന്തഫലമാണിത്. വാഗ്ദാനം ചെയ്ത പോലെ വിലക്കുറവിന്റെ ഗുണം ജനങ്ങൾക്ക് കിട്ടിയില്ലെന്ന് മാത്രമല്ല, കിട്ടില്ലെന്നുറപ്പാക്കാൻ സർക്കാർ തന്നെ നികുതികൾ കൂട്ടിക്കൊണ്ടിരുന്നു. മോദി സർക്കാർ പന്ത്രണ്ടു തവണ നികുതി ഗണ്യമായി കൂട്ടിയപ്പോൾ വെറും രണ്ടു തവണ നാമമാത്രമായ കുറവാണ് വരുത്തിയത് എന്നോർക്കണം. സർക്കാരിന് വരുമാനം കണ്ടെത്തുക മാത്രമല്ല ഇതിന്റെ ലക്ഷ്യം. സ്വകാര്യ മേഖലയുടെ താൽപ്പര്യം കൂടിയാണ്.

രണ്ടാമതായി, വില നിയന്ത്രണത്തിൽനിന്ന് സർക്കാർ പിൻമാറിയതിന്റെ അടുത്ത ഘട്ടം ഇന്ധന വിപണിയിൽ നിന്നു കൂടി പിൻമാറി സ്വകാര്യ മേഖലയ്ക്ക് വഴിയൊരുക്കലാണ്. ആദ്യം വിലനിർണ്ണയിക്കാനുള്ള അധികാരം എണ്ണ കമ്പനികൾക്ക് കൊടുക്കുക, പിന്നെ അവയെ സ്വകാര്യവൽക്കരിച്ച് ഉടമസ്ഥതയും കുത്തകകൾക്ക് കൈമാറുക എന്നതാണ് പദ്ധതി. ഇന്ത്യൻ പെട്രോളിയം വിപണിയുടെ നാലിലൊന്ന് നിയന്ത്രിക്കുന്ന മഹാരത്ന കമ്പനിയായ ബി പി സി എല്ലിലെ സർക്കാരിന് ആകെയുള്ള 52.29 ശതമാനം ഓഹരികളും വിറ്റഴിക്കുന്നതിന്റെ ലക്ഷ്യമിതാണ്. ഒപ്പം എച്ച് പി സി എല്ലും സ്വകാര്യവൽക്കരിക്കുന്നുണ്ട്. അധികം വൈകാതെ എണ്ണ വിപണനമേഖല മുഴുവൻ സ്വകാര്യ കുത്തകകളുടെ കൊള്ള ലാഭത്തിനായി തീറെഴുതി കൊടുക്കും. അവശേഷിക്കുന്ന

പാചകവാതകത്തിന്റെ നാമമാത്ര സബ്സിഡിക്കൂടി ഇല്ലാതാക്കി ഇന്ധന വില നിർണയാധികാരം പൂർണ്ണമായും അവർക്കാവും.

മൂന്നാമതായി, ഇന്ധന നികുതികൾ നിരന്തരം വർദ്ധിപ്പിക്കുന്നതിലൂടെ സമാഹരിക്കുന്ന പണം വികസന, ക്ഷേമ ചെലവുകൾക്കാണ് ഉപയോഗിക്കുന്നത് എന്ന വാദം നോക്കാം. യഥാർത്ഥത്തിൽ നവ ഉദാര നയങ്ങൾ വികസന, ക്ഷേമ ചെലവുകൾ കൂട്ടുന്നതിനല്ല കുറയ്ക്കുന്നതിനാണ് ഊന്നുന്നത്. ധനകമ്മി കുറയ്ക്കുന്നതിന്റെ ഭാഗമായി ക്ഷേമ ചെലവുകൾ നിരന്തരം വെട്ടിച്ചുരുക്കുകയാണ് മോദി സർക്കാർ ചെയ്യുന്നത്. ഒരു കണക്കനുസരിച്ച് മോദി ഗവൺമെന്റ് ആദ്യ നാല് വർഷം കൊണ്ട് ഇന്ധന നികുതിയായി പിരിച്ചെടുത്തത് 11.9 ലക്ഷം കോടി രൂപയാണ്. ഇത് കഴിഞ്ഞ 15 വർഷത്തെ ഇന്ധന സബ്സിഡിയേക്കാൾ കൂടുതലാണ്. ഈ വർഷത്തെ ബജറ്റിൽ ഭക്ഷ്യ സബ്സിഡി 70,000 കോടി രൂപയിലധികമാണ് വെട്ടിക്കുറച്ചത്. തൊഴിലുറപ്പു പദ്ധതിയുടെ വിഹിതം കുറച്ചത് 10,000 കോടി രൂപയും. പി എം കിസാൻ, പി എം ജെ ഏ വൈ, പി എം എ വൈ, പി എം ജി എസ് വൈ, പി എം എഫ് ബി വൈ, സ്വച്ഛ ഭാരത് എന്നീ പദ്ധതികൾക്കെല്ലാം ബജറ്റ് വിഹിതം വെട്ടിക്കുറച്ചിരിക്കുകയാണ്. വിദ്യാഭ്യാസ, ആരോഗ്യ മേഖലകൾക്കു മാത്രമല്ല പ്രതിരോധ മേഖലയ്ക്കുവരെ അതിർത്തിയിലെ പട്ടാളക്കാരെക്കുറിച്ച് പറഞ്ഞ് വോട്ടു വാങ്ങുന്നവർ തുക വെട്ടിക്കുറച്ചു. ഇന്ധനനികുതി വികസനത്തിനും ക്ഷേമത്തിനുമാണ് ഉപയോഗിക്കുന്നത് എന്ന അവകാശവാദത്തിന്റെ യാഥാർത്ഥ്യമിതാണ്.

നാലാമതായി, സർക്കാരിന് പണം കണ്ടെത്താൻ ഇന്ധന നികുതി കൂട്ടുകയല്ലാതെ വേറെ എന്താണ് മാർഗ്ഗം എന്നും ചില "നിഷ്കളങ്കർ" ചോദിക്കുന്നു. ഈ സർക്കാരാണ് കോർപ്പറേറ്റ് നികുതിയിളവുകളും കയറ്റുമതി തീരുവ ഇളവുകളുമായി 2.15 ലക്ഷം കോടി കുത്തകകൾക്ക് നൽകിയത്. കോർപ്പറേറ്റ് നികുതി നിരക്ക് ലോകത്തിലേറ്റവും കുറഞ്ഞ രാജ്യമാക്കി ഇന്ത്യയെ മാറ്റിയ മോദി സർക്കാർ തന്നെയാണ് ഇന്ധന നികുതി നിരക്ക് ലോകത്തിലെ ഏറ്റവും കൂടിയ രാജ്യങ്ങളിലൊന്നായും ഇന്ത്യയെ മാറ്റിയത്. കഴിഞ്ഞ ബജറ്റിൽ കോർപ്പറേറ്റ് കമ്പനികൾക്കുള്ള ഡിവിഡന്റ് ഡിസ്ട്രിബ്യൂഷൻ ടാക്സ് പൂർണ്ണമായും എടുത്തുകളഞ്ഞ് 65,000 കോടിയുടെ ഇളവു കൊടുത്തവരാണ് വിലയിടിവിന്റെ അത്രയും ഇന്ധന നികുതി കൂട്ടിയില്ലല്ലോ എന്ന് ചോദിച്ച് ജനങ്ങളെ വിഡ്ഢികളാക്കുന്നത്. ഇതേ സർക്കാരാണ് ടെലികോം മേഖലയിലെ കുത്തകകൾ സ്പെക്ട്രം ചാർജ്, ലൈസൻസ് ഫീസിനങ്ങളിൽ സർക്കാരിന് നൽകേണ്ട 1.47 ലക്ഷം കോടി രൂപ പിരിച്ചെടുക്കാത്തത്. സുപ്രീം കോടതിക്കുപോലും "ബഹുമുഖ പ്രതിഭ"യായ മോദി നയിക്കുന്ന സർക്കാരിനെ ഈ അലംഭാവത്തിന് രൂക്ഷമായി വിമർശിക്കേണ്ടി വന്നു. ക്രെഡിറ്റ് സൂയ്സിന്റെ റിപ്പോർട്ടനുസരിച്ച് 2014–19 കാലയളവിൽ മോദി സർക്കാർ എഴുതിത്തള്ളിയ കിട്ടാക്കടം 7,77,800 കോടി രൂപയാണ്. ഈ കാലയളവിൽ ജനങ്ങ

ളിൽനിന്ന് പിഴിഞ്ഞ ഇന്ധന നികുതിയും 11 ലക്ഷം കോടി രൂപയും! ഇനിയും അവശേഷിക്കുന്ന കിട്ടാക്കടം 9 ലക്ഷം കോടി വേറെയും. സമ്പന്നരിൽ നിന്ന് പിരിച്ചെടുക്കാനുള്ള ആദായ നികുതി കുടിശ്ശിക 9.32 ലക്ഷം കോടി രൂപ ഇതിനു പുറമേയുണ്ട്.

വികസനത്തിനെന്ന പേരിൽ ഇന്ധന നികുതിയിലൂടെ ജനങ്ങളെ പിഴിഞ്ഞവർ കുത്തകകൾക്ക് കൊടുത്ത ഇളവുകളുടേയും ആനുകൂല്യങ്ങളുടേയും അന്ധാളിപ്പിക്കുന്ന കണക്കുകളാണിത്. എന്നിട്ടാണ് വികസനത്തിന് പണം കണ്ടെത്തണമെങ്കിൽ ഇന്ധന നികുതി കൂട്ടേണ്ടി വരുമെന്ന് കൂസലില്ലാതെ ന്യായീകരിക്കുന്നത്. അതായത്, രാജ്യത്തിന്റെ വികസനത്തിനും ജനക്ഷേമത്തിനുമൊന്നും പണമുണ്ടാക്കാൻ കേന്ദ്ര സർക്കാർ കുത്തകകളെ തൊടില്ല. ജനങ്ങൾക്ക് വല്ലതുമൊക്കെ കിട്ടണമെങ്കിൽ അവർ തന്നെ അതിന്റെ വില നികുതിയായി കൊടുക്കേണ്ടി വരും.

അഞ്ചാമതായി, ഇന്ധന നികുതി കൂടിയാൽ സംസ്ഥാനങ്ങൾക്കും ഗുണം കിട്ടുമെന്ന പ്രചരണവും തെറ്റിദ്ധാരണാജനകമാണ്. ഇപ്പോൾ കൂട്ടിയത് റോഡ്സെസ്സും, സ്പെഷ്യൽ അഡീഷണൽ എക്സൈസ് ഡ്യൂട്ടിയുമാണ്. അത് കേന്ദ്രത്തിന് മാത്രമുള്ളതാണ്. അവയുടെ വിഹിതം സംസ്ഥാനങ്ങൾക്കില്ല. അടിസ്ഥാന എക്സൈസ് തീരുവയുടെ വിഹിതം മാത്രമേ സംസ്ഥാനങ്ങൾക്കുള്ളൂ. ഇപ്പോഴത്തെ നികുതി വർദ്ധന അന്താരാഷ്ട്ര വിലയിടിവിന്റെ നേട്ടം ജനങ്ങൾക്ക് നിഷേധിക്കുമ്പോഴും വിലകളിൽ വ്യത്യാസം വരാത്തതിനാൽ സംസ്ഥാന നികുതി കൂടുന്നുമില്ല. നേരത്തേ 2016-17 കാലയളവിൽ മോദി സർക്കാർ തീരുവ കൂട്ടി വില വർദ്ധിപ്പിച്ചിരുന്നല്ലോ. അന്ന് സംസ്ഥാനങ്ങൾക്ക് ലഭിച്ച അധിക വരുമാനം സംബന്ധിച്ച് സ്റ്റേറ്റ് ബാങ്ക് ഓഫ് ഇന്ത്യയുടെ ഗവേഷണ വിഭാഗം ഒരു പഠനം നടത്തിയിരുന്നു. 19 പ്രധാന സംസ്ഥാനങ്ങളെക്കുറിച്ചുള്ള പഠനം അനുസരിച്ച് കേരളത്തിന് ലഭിച്ച അധികവരുമാനം ദേശീയ ശരാശരിയേക്കാൾ കുറവായിരുന്നു. ഇത്തവണ സംസ്ഥാനങ്ങളുടെ വരുമാനം കൂടുന്നുമില്ല.

കൊറോണയും സാമ്പത്തിക മാന്ദ്യവും സൃഷ്ടിച്ച പ്രതിസന്ധിയിൽ രാജ്യം പകച്ച് നിൽക്കുമ്പോഴാണ് മോദി സർക്കാർ ജനങ്ങൾക്കു അർഹമായ ഇളവ് നിഷേധിച്ചത്. 15 രൂപ വരെ കുറയ്ക്കാമെന്നിരിക്കെ അത് ചെയ്തിരുന്നെങ്കിൽ ജനങ്ങളുടെ വാങ്ങൽ ശേഷിയിലും ഉപഭോഗത്തിലും അത് ഒരു സാമ്പത്തിക ഉത്തേജക പാക്കേജിന്റെ ഫലം ചെയ്യുമായിരുന്നു.. സമ്പദ്ഘടനയിൽ ഉണർവ്വും അതുവഴി കേന്ദ്ര സർക്കാരിന്റെ വരുമാനവും കൂടുമായിരുന്നു. എന്നാൽ അതിനു പകരം വിലയിടിവിന്റെ ആനുകൂല്യം ജനങ്ങൾക്ക് കൈമാറാതെ നേരിട്ട് തട്ടിയെടുക്കുകയാണ് മോദി സർക്കാർ ചെയ്തത്. കൊറോണക്കാലത്ത് മാസ്കിന് അന്യായ വില ഈടാക്കി കൊള്ളലാഭം കൊയ്യുന്ന കരിഞ്ചന്തക്കാരുടെ മനോഭാവമാണ് മോദി സർക്കാരിന്.

ദുരയും ദുരന്തവും

ഈ വരികൾ കുറിക്കാനിരിക്കുമ്പോൾ മൂന്ന് പ്രധാന വാർത്തകൾ മുമ്പിലുണ്ട്. അതിലേറ്റവും പ്രധാനപ്പെട്ടത് ഫ്രാൻസിസ് മാർപ്പാപ്പയുടെ ചാക്രിക ലേഖനത്തെക്കുറിച്ചുള്ളതാണ്. "കമ്പോള മുതലാളിത്തത്തിന്റെ ഇന്ദ്രജാല സിദ്ധാന്തങ്ങൾ പരാജയപ്പെട്ടിരിക്കുന്നു" എന്ന് ആ ചാക്രിക ലേഖനത്തിൽ മാർപ്പാപ്പ ലോകത്തോട് ഉറക്കെ പറയുന്നു. കോവിഡ് മഹാമാരിയിൽ പാവപ്പെട്ട മനുഷ്യരെ മരണത്തിനും വറുതിക്കും എറിഞ്ഞു കൊടുത്ത മുതലാളിത്ത വ്യവസ്ഥയുടെ ഹൃദയശൂന്യതയാണ് ഈ കടുത്ത വിമർശനത്തിന് കത്തോലിക്കാ സഭയുടെ പരമാദ്ധ്യക്ഷനെ പ്രേരിപ്പിക്കുന്നത്. ഇതാദ്യമായല്ല മുതലാളിത്തത്തിന്റെ മുഖമുദ്രയായ മനുഷ്യത്വരാഹിത്യത്തെ വിമർശിക്കുന്നത്. മുതലാളിത്തത്തിന്റെ നിലയ്ക്കാത്ത ലാഭാർത്തിയും അസമത്വവും അനീതിയും ചൂണ്ടിക്കാണിച്ചു കൊണ്ട് മനുഷ്യരാശിയുടെ അടിസ്ഥാന പ്രശ്നങ്ങൾക്ക് നീതിയുക്തമായ പരിഹാരം കാണുന്നതിൽ ഈ വ്യവസ്ഥയുടെ പരാജയത്തെക്കുറിച്ച് 2014 ൽ അദ്ദേഹം നടത്തിയ തുറന്നുപറച്ചിൽ ലോകത്തിന്റെ ശ്രദ്ധയാകർഷിച്ചിരുന്നു. ഇപ്പോൾ ആ വിമർശം അദ്ദേഹം ആവർത്തിച്ചിരിക്കുന്നു.

ഒന്നരക്കോടിയുടെ നിമിഷങ്ങൾ

രണ്ടാമത്തെ വാർത്ത ഇന്ത്യയിൽ നിന്നാണ്. മുകേഷ് അംബാനി തുടർച്ചയായി ഒൻപതാം വർഷവും ഇന്ത്യയിലെ സമ്പന്നരിൽ ഒന്നാമനായിരിക്കുന്നു. 6.58 ലക്ഷം കോടി രൂപയാണ് അദ്ദേഹത്തിന്റെ മൊത്തം ആസ്തി. 2020 ൽ ആസ്തി വർദ്ധന 73 ശതമാനം. തീർന്നില്ല, ലോക്ക് ഡൗൺ തുടങ്ങിയ മാർച്ച് മുതൽ ഓരോ മണിക്കൂറിലും 90 കോടി രൂപ അദ്ദേഹം സ്വന്തം ആസ്തിയിലേക്ക് കൂട്ടിച്ചേർത്തു എന്നാണ് കണക്ക്.

അതായത് മിനിട്ടിൽ ഒന്നരക്കോടി രൂപ വീതം! രാജ്യത്തിന്റെ ജി ഡി പി, നാലിലൊന്നായി ഇടിയുകയും കോടിക്കണക്കിന് മനുഷ്യർ തൊഴിൽ രഹിതരാവുകയും വരുമാനവും ഉപജീവനമാർഗ്ഗവുമില്ലാതെ ദുരിതത്തിലാണ്ടുപോവുകയും പട്ടിണിക്കും മഹാമാരി വിതയ്ക്കുന്ന മരണത്തിനും മദ്ധ്യേ ദശലക്ഷങ്ങൾ മഹാ പലായനം നടത്തുകയും ചെയ്ത, സ്വതന്ത്ര ഇന്ത്യയുടെ ചരിത്രത്തിലെ ഏറ്റവും വലിയ മനുഷ്യ ദുരന്തത്തിന്റെ കാലയളവിലാണ് ഒരു അതിസമ്പന്നൻ നിമിഷം പ്രതി ഒന്നരക്കോടി രൂപ എന്ന കണക്കിൽ തടസ്സമേതുമില്ലാതെ സ്വത്ത് കുന്നുകൂട്ടിക്കൊണ്ടേയിരുന്നത് എന്നോർക്കണം.

മൂന്നാമത്തെ വാർത്ത ലോകബാങ്കിന്റെ ഏറ്റവും പുതിയ പ്രവചനമാണ്. സൗത്ത് ഏഷ്യൻ ഇക്കോണമിക് ഫോക്കസ് റിപ്പോർട്ടിൽ ഇന്ത്യൻ സമ്പദ്‌വ്യവസ്ഥ നടപ്പുവർഷം 9.6 ശതമാനം ചുരുങ്ങുമെന്നാണ് പ്രവചനം. നേരത്തേ ലോകബാങ്ക് പ്രവചിച്ചത് 3.2 ശതമാനം ഇടിവായിരുന്നു. ആദ്യ പാദത്തിൽ 23.9 ശതമാനം ഇടിവുണ്ടായതോടെ വാർഷിക ഇടിവ് നേരത്തേ കണക്കാക്കിയതിനേക്കാൾ മോശമാകുമെന്ന് ലോകബാങ്ക് വിലയിരുത്തുന്നു. ഇതിൽ ഇന്ത്യയേക്കാൾ വലിയ ഇടിവുണ്ടാകുന്ന ഒരു സമ്പദ്ഘടന മാലിദ്വീപ് മാത്രമാണെന്ന് ഓർക്കണം 19.5 ശതമാനം. ശ്രീലങ്കയിൽ 6.7 ശതമാനം ഇടിവ് കണക്കാക്കുമ്പോൾ പാകിസ്ഥാൻ 0.5 ഉം ബംഗ്ലാദേശ് 1.6 ഉം ഭൂട്ടാൻ 1.8 ഉം ശതമാനം വീതം നാമമാത്രമെങ്കിലും വളർച്ച നേടുമെന്നാണ് ലോകബാങ്ക് കണക്ക്, മറ്റ് അന്താരാഷ്ട്ര ഏജൻസികളെല്ലാം ഏറ്റക്കുറച്ചിലുകളോടെയാണെങ്കിലും ഇന്ത്യൻ സമ്പദ്ഘടനയിൽ ഗണ്യമായ ഇടിവുണ്ടാകുമെന്ന് നേരത്തേ തന്നെ പ്രവചിച്ചത് കഴിഞ്ഞ ചില ലക്കങ്ങളിൽ ചൂണ്ടിക്കാണിച്ചിട്ടുള്ളതാണല്ലോ.

പൊളിഞ്ഞ ജാലവിദ്യ

അതായത്, മാർപ്പാപ്പ ആഗോള അനുഭവത്തിന്റെ അടിസ്ഥാനത്തിൽ ചൂണ്ടിക്കാട്ടിയ 'കമ്പോള മുതലാളിത്തത്തിന്റെ ഇന്ദ്രജാല സിദ്ധാന്തങ്ങളുടെ പരാജയം' ഇന്ത്യയിലും മറച്ചുവെക്കാൻ ഇനിയും കഴിയാത്ത ഒരു യാഥാർത്ഥ്യമായിത്തീർന്നിരിക്കുന്നു. എങ്ങനെയാണ് ഈ യാഥാർത്ഥ്യത്തെ അഭിസംബോധന ചെയ്യേണ്ടത്? കമ്പോള മുതലാളിത്തത്തിന്റെ പരാജയപ്പെട്ട മൗലികവാദ സിദ്ധാന്തങ്ങളിൽനിന്ന് വ്യതിചലിച്ചുകൊണ്ടു മാത്രമേ സാദ്ധ്യമാകൂ. കമ്പോള മുതലാളിത്തത്തിന്റെ ഇന്ദ്രജാല സിദ്ധാന്തം അഥവാ നവ ഉദാരവാദവും അതിലധിഷ്ഠിതമായ നയങ്ങളും അവലംബിച്ചുകൊണ്ട് രാജ്യം നേരിടുന്ന അതീവ ഗുരുതരമായ ഈ പ്രതിസന്ധിയെ നേരിടാനാവില്ലയെന്ന് ആവർത്തിച്ച് ഇടതുപക്ഷം ചൂണ്ടിക്കാട്ടുന്ന വസ്തുതയാണ്. പൊതു നിക്ഷേപം വർദ്ധിപ്പിച്ച് തൊഴിലവസരങ്ങൾ സൃഷ്ടിച്ചും സർക്കാർ ക്ഷേമച്ചെലവുകൾ ഗണ്യമായി വർദ്ധിപ്പിച്ചും ജനങ്ങളുടെ വരുമാനവും വാങ്ങൽ ശേഷിയും വർദ്ധിപ്പിക്കാനുതകുന്ന ബദൽ നയങ്ങളിലൂടെ മാത്രമേ ജനങ്ങൾക്ക് ആശ്വാസം

നൽകാനും സമ്പദ്‌വ്യവസ്ഥയെ ഉത്തേജിപ്പിക്കാനും കഴിയൂ എന്ന ഇടതുപക്ഷ നിലപാടിന് ഇന്ന് കൂടുതൽ സ്വീകാര്യതയും പ്രസക്തിയും കൈവന്നിരിക്കുന്നു. ഇടതുപക്ഷക്കാരല്ലാത്ത സാമ്പത്തിക ശാസ്ത്രജ്ഞരും ഇപ്പോൾ നവ ഉദാരനയങ്ങളിലൂടെ ഇന്ത്യൻ സമ്പദ്ഘടനയെ കരകയറ്റാനാവില്ല എന്ന മുന്നറിയിപ്പ് നൽകുന്നുണ്ട്. ഫിക്കിയുടെ (FICCI) വെബിനാറിൽ പങ്കെടുത്തുകൊണ്ട് നോബേൽ സമ്മാന ജേതാവായ വിഖ്യാത സാമ്പത്തിക ശാസ്ത്രജ്ഞൻ ജോസഫ് സ്റ്റിഗ്ലിറ്റ്സ് ഇന്ത്യൻ സമ്പദ്ഘടനയ്ക്കുണ്ടായ തകർച്ച പരിഹരിക്കാൻ സർക്കാർ കൂടുതൽ ചെലവഴിക്കേണ്ടതിന്റെ പ്രാധാന്യം ഊന്നിപ്പറയുകയുണ്ടായി. അനേകം ശതകോടീശ്വരൻമാരും അതിതീവ്രമായ സാമ്പത്തിക അസമത്വവുമുള്ള ഇന്ത്യയിൽ ധനികരിൽനിന്ന് കൂടുതൽ നികുതി ഈടാക്കേണ്ടതിന്റെ ആവശ്യകതയും സ്റ്റിഗ്ലിറ്റ്സ് ചൂണ്ടിക്കാട്ടുന്നു. അതായത്, വൻതോതിൽ സമ്പത്ത് കുന്നുകൂട്ടുന്ന അതിസമ്പന്നരിൽനിന്ന് കൂടുതൽ നികുതി പിരിച്ചും കമ്മിപ്പണം അടിച്ചും മറ്റും അധിക വിഭവ സമാഹാരണത്തിലൂടെ സർക്കാർ നിക്ഷേപവും ചെലവും കൂട്ടി സമ്പദ്ഘടനയിൽ സജീവമായി ഇടപെടണം.

എന്നാൽ മോദി ഗവൺമെന്റ് ചെയ്യുന്നത് ഇതിന് നേർ വിപരീതമാണ്. സമ്പദ്ഘടനയിൽനിന്ന് സർക്കാർ പിൻമാറ്റം ത്വരിതപ്പെടുത്തുകയും കൂടുതൽ മേഖലകൾ കോർപ്പറേറ്റുകളുടെ ലാഭ വേട്ടയ്ക്കായി തുറന്നുകൊടുക്കുകയുമാണ് ചെയ്യുന്നത്. വൻകിട കോർപ്പറേറ്റുകൾക്ക് കൊള്ളലാഭത്തിനുള്ള പുതിയ മേച്ചിൽ പുറങ്ങളും ഇളവുകളും അനുകൂലാന്തരീക്ഷവും സൃഷ്ടിച്ചുകൊടുക്കുന്നതിലൂടെ സമ്പദ്ഘടനയ്ക്ക് ഉണർവ്വേകാനാവും എന്ന "കമ്പോളത്തിന്റെ പരാജയപ്പെട്ട ഇന്ദ്രജാല സിദ്ധാന്തങ്ങൾ" ശാഠ്യത്തോടെ പിന്തുടരുകയാണ് മോദി സർക്കാർ. ഇതിനുദാഹരണമാണ് പാർലമെന്റിന്റെ ഇക്കഴിഞ്ഞ സമ്മേളനത്തിൽ ജനാധിപത്യത്തിന്റെ എല്ലാ മര്യാദകളും സഭാ നടപടികളും ലംഘിച്ച തോന്ന്യവാസത്തിലൂടെ പാസ്സാക്കിയ കാർഷിക നിയമഭേദഗതികളും തിടുക്കത്തിൽ പാസ്സാക്കിയെടുത്ത തൊഴിൽ നിയമ ഭേദഗതികളും. ഈ രണ്ടു നടപടികളും കോർപ്പറേറ്റുകളടക്കമുള്ള വൻകിട മൂലധനശക്തികളുടെ ആവശ്യം നിറവേറ്റലായിരുന്നു.

കോർപ്പറേറ്റ് കൃഷി

എന്താണിവയുടെ ഉദ്ദേശ്യം? കാർഷിക നിയമഭേദഗതികളിലൂടെ കാർഷിക ഉൽപ്പാദനം, സംഭരണം, വിപണനം എന്നീ മേഖലകളിൽ കോർപ്പറേറ്റുകൾക്കായി സർക്കാർ വഴി ഒഴിഞ്ഞുകൊടുക്കുകയാണ്. വൻകിട അഗ്രി ബിസിനസ് കമ്പനികൾക്ക് ചെറുകിട ഇടത്തരം കർഷകരെ ഉപയോഗിച്ച് വൻതോതിൽ കരാർ കൃഷി വ്യാപിപ്പിക്കാൻ അവസരം നൽകുന്നതാണ് കരാർ കൃഷി നിയമം. ഏത് വിള കൃഷി ചെയ്യണം, വില എന്തായിരിക്കും എന്നിവയെല്ലാം ദീർഘകാലാടിസ്ഥാനത്തിൽ വൻകിട

കോർപ്പറേറ്റുകൾ നിശ്ചയിക്കുന്ന സ്ഥിതി വരും. കോർപ്പറേറ്റുകളുടെ ലക്ഷ്യം പരമാവധി ലാഭം കൈവരിക്കലാണ്. കൃഷിക്കാർക്ക് കോർപ്പറേറ്റുകൾ ആവശ്യപ്പെടുന്ന വിള കൃഷി ചെയ്യേണ്ടി വരും. വിത്ത്, വളം, അഡ്വാൻസ് എന്നിവയ്ക്ക് ഇതേ കോർപ്പറേറ്റ് അഗ്രിബിസിനസ് കമ്പനികളെ ആശ്രയിക്കേണ്ടി വരും. ഈ ഭീമൻ കമ്പനികളും കർഷകരും തമ്മിലുള്ള കരാർ തുല്യശക്തികൾ തമ്മിലുള്ളതല്ല എന്നതിനാൽ കർഷകരുടെ വിലപേശൽ ശേഷി കുറവായിരിക്കും എന്ന് പ്രത്യേകം പറയേണ്ടല്ലോ. ലാഭം മാത്രം ലക്ഷ്യമാക്കുന്ന വൻകിട അഗ്രി ബിസിനസ് കമ്പനികൾ ഭക്ഷ്യധാന്യ ഉൽപ്പാദനത്തിൽനിന്ന് കൂടുതൽ ലാഭകരമായ നാണ്യവിളകളുടെ ഉൽപ്പാദനത്തിലേക്ക് തിരിയാൻ കർഷകരെ നിർബന്ധിതരാക്കും. ദീർഘകാലാടിസ്ഥാനത്തിൽ കൃഷിഭൂമി വൻതോതിൽ ഭക്ഷ്യ ഉൽപ്പാദനത്തിൽനിന്ന് മറ്റുള്ള വിളകളിലേക്ക് വഴിതിരിച്ചുവിടാൻ ഇടയാക്കും. ഇത് രാജ്യത്തിന്റെ ഭക്ഷ്യ സുരക്ഷയ്ക്കുതന്നെ ഭീഷണിയാകും. ഭക്ഷ്യ ഇറക്കുമതിയെ ആശ്രയിക്കേണ്ടി വരുന്ന ഒരു സാഹചര്യം സംജാതമായാൽ വൻ തോതിലുള്ള ഭക്ഷ്യ വിലക്കയറ്റത്തിനും ക്ഷാമങ്ങൾക്കും മാത്രമല്ല രാജ്യത്തിന്റെ സ്വാശ്രയത്വത്തിനും പരമാധികാരത്തിനും തന്നെ വെല്ലുവിളിയാകും.

സർക്കാർ മുക്ത വിപണി

കാർഷിക സംഭരണത്തിൽനിന്നുള്ള സർക്കാർ പിൻമാറ്റത്തിന് വഴിയൊരുക്കുകയും വിപണനത്തിന് നിലവിലുള്ള മണ്ഡികൾ ഉൾപ്പെടെയുള്ള സംവിധാനങ്ങളെയാകെ ദുർബ്ബലപ്പെടുത്തുകയും ഭാവിയിൽ അവിടെയും കോർപ്പറേറ്റുകൾക്ക് നിർണായക സ്വാധീനം കൈവരിക്കാൻ സൗകര്യമൊരുക്കുകയും ചെയ്യുന്നതാണ് നിയമ ഭേദഗതികൾ. കൃഷിക്കാർക്ക് "എവിടേയും വിൽക്കാനുള്ള സ്വാതന്ത്ര്യം നൽകുന്നു" എന്ന സർക്കാർ അവകാശവാദത്തിനർത്ഥം കാർഷിക വിപണി ഇപ്പോഴുള്ള പരിമിതമായ സർക്കാർ ഇടപെടലിൽ നിന്നുകൂടി മുക്തമാക്കുന്നു എന്നാണർത്ഥം. അല്ലാതെ കർഷകർക്ക് ഇപ്പോഴും എവിടേയും വിൽക്കാൻ തടസ്സുമൊന്നുമില്ലല്ലോ. സർക്കാർ പിൻമാറ്റത്തിന് കൊടുക്കുന്ന വ്യാഖ്യാനമാണത്. സർക്കാർ പിൻമാറുന്നതോടെ മിനിമം താങ്ങുവില ഇല്ലാതാകും. വിലയുടെ കാര്യത്തിൽ കർഷകർക്ക് നാമമാത്രമായെങ്കിലുമുള്ള സംരക്ഷണം കൂടി നഷ്ടമാകുമെന്നർത്ഥം. താങ്ങുവില ഉറപ്പാക്കാനുള്ള വ്യവസ്ഥ നിയമത്തിൽ ഉൾപ്പെടുത്താൻ കേന്ദ്ര സർക്കാർ വിസമ്മതിക്കുന്നതിനർത്ഥമതാണ്. ഇപ്പോഴത്തെ താങ്ങുവില അങ്ങേയറ്റം അപര്യാപ്തവും പ്രഹസനവുമാണെങ്കിലും അതുകൂടി ഇല്ലാതാവുമ്പോൾ കർഷകർ വിപണിയുടെ ദയാദാക്ഷിണ്യത്തിന് പരിപൂർണ്ണമായി വിധേയരാക്കപ്പെടുകയായിരിക്കും ഫലം.

വിപണിയിലെ ഇടപെടലും സംഭരണവും സർക്കാർ അവസാനിപ്പിക്കുന്നതിനൊപ്പം അവശ്യവസ്തുനിയമം ഭേദഗതി ചെയ്ത് വൻകിട

കോർപ്പറേറ്റുകൾക്ക് സംഭരിച്ചുവെക്കുന്നതിനുള്ള പരിധിയും നിയന്ത്രണങ്ങളും നീക്കിയിട്ടുമുണ്ട്. അവശ്യവസ്തുനിയമം ഉണ്ടാക്കിയത് കരിഞ്ചന്തയും പൂഴ്ത്തിവെപ്പും സൃഷ്ടിച്ച് കൃത്രിമക്ഷാമവും വിലക്കയറ്റവുമുണ്ടാക്കി കൊള്ളലാഭം നേടുന്നത് തടയാനായിരുന്നു. ഇനി സ്വകാര്യ മുതലാളിമാർക്ക് പരിധിയില്ലാതെ അവശ്യവസ്തുക്കൾ ശേഖരിച്ച് സൂക്ഷിക്കാൻ നിയമ തടസ്സമില്ലാതാകുന്നതോടെ ഉപഭോക്താക്കളും കടുത്ത ചൂഷണത്തിന് വിധേയരാകും. സർക്കാർ സംഭരണത്തിൽ നിന്നു മാത്രമല്ല പൊതുവിതരണത്തിൽനിന്നും പിന്മാറും. എഫ് സി ഐ സ്വകാര്യവൽക്കരണം രണ്ടിൽനിന്നും സർക്കാർ പിൻമാറുന്നതിന്റെ ഭാഗമാണ്. പൊതുവിതരണത്തിൽനിന്നും റേഷൻ സംവിധാനത്തിൽനിന്നും പിൻമാറുമ്പോൾ രാജ്യത്തെ പാവപ്പെട്ടവർക്കും കേരളംപോലുള്ള ഉപഭോക്തൃ സംസ്ഥാനത്തിന് പ്രത്യേകിച്ചും ഉണ്ടാവുന്ന ആഘാതം വലുതാണ്. നവ ഉദാരനയങ്ങളുടെ പ്രധാന ലക്ഷ്യങ്ങളിലൊന്നായിരുന്നു പൊതുവിതരണ സംവിധാനം അവസാനിപ്പിക്കൽ. തൊണ്ണൂറുകളിൽ എ പി എൽ/ ബി പി എൽ വിഭജനം അതിന്റെ തുടക്കമായിരുന്നു. ഡബ്ല്യു ടി ഒ ദോഹ റൗണ്ട് ചർച്ചകളിൽ ഇന്ത്യ ഭക്ഷ്യധാന്യങ്ങളുടെ പൊതു സംഭരണം നടത്തുന്നത് അവസാനിപ്പിക്കണമെന്ന് അമേരിക്കയും മറ്റും ശക്തമായ സമ്മർദ്ദം ഉയർത്തിയിരുന്നത് ഓർക്കുക. വൻകിട അഗ്രിബിസിനസ് കമ്പനികളുടെ താൽപ്പര്യമായിരുന്നു ആ സമ്മർദ്ദത്തിനു പിന്നിൽ. ആ സമ്മർദ്ദമാണിപ്പോൾ ഫലം കണ്ടിരിക്കുന്നത്. ഇന്ത്യയുടെ കാർഷിക ഉൽപ്പാദന, വിപണന മേഖലകൾ പൂർണ്ണമായും വൻകിട കുത്തകകൾക്കായി സർക്കാർ ഒഴിഞ്ഞു കൊടുത്തിരിക്കുന്നു. രാജ്യത്തെ 56 ശതമാനം ജനങ്ങളുടെ ഉപജീവന മാർഗ്ഗമായ കൃഷി കുത്തകകളുടെ ലാഭ താൽപ്പര്യങ്ങൾ നിയന്ത്രിക്കും എന്നതാണ് ദീർഘകാലാടിസ്ഥാനത്തിൽ സംഭവിക്കുക. ഉടൻ സംഭവിക്കാൻ പോകുന്നതാകട്ടെ സർക്കാർ കൈയൊഴിയുന്നതിന്റെ ഫലമായി കൃഷിക്കാരുടെ വിലകളിലും വരുമാനത്തിലുമുണ്ടാകുന്ന അരക്ഷിതാവസ്ഥയും. ഈ അരക്ഷിതാവസ്ഥയോടുള്ള പ്രതികരണമാണ് ഉത്തരേന്ത്യയിൽ അലയടിക്കുന്ന കർഷക പ്രക്ഷോഭങ്ങൾ.

കൂലി അടിമകൾ

തൊഴിൽ നിയമഭേദഗതികളും മൂലധനശക്തികൾക്ക് ലാഭം പരമാവധി വർദ്ധിപ്പിക്കാൻ ലക്ഷ്യമിട്ടുള്ള സഹായമാണ്. തൊഴിലാളികളുടെ കൂലി, തൊഴിൽ, ക്ഷേമം, സുരക്ഷ എന്നിവയ്ക്കെല്ലാം സംരക്ഷണം നൽകിയിരുന്ന 44 നിയമങ്ങൾക്ക് പകരമായാണ് നാല് കോഡുകൾ പാസ്സാക്കിയിരിക്കുന്നത്. തൊഴിൽ നിയമങ്ങളും അവ തൊഴിലാളികൾക്ക് ഉറപ്പു നൽകിയിരുന്ന അവകാശങ്ങളും ലാഭം വർദ്ധിപ്പിക്കുന്നതിന് തടസ്സമാണ് എന്നത് മൂലധനശക്തികൾ നിരന്തരമായി ഉന്നയിച്ചുകൊണ്ടിരുന്ന ആക്ഷേപമാണ്. തൊഴിൽ കമ്പോളം അയവേറിയതാക്കാൻ തൊഴിലാളികൾക്കുള്ള നിയമ പരിരക്ഷകൾ വെട്ടിക്കുറയ്

ക്കണമെന്നതാണ് ആവശ്യം. അയവേറിയ തൊഴിൽ കമ്പോളം എന്നാൽ തൊഴിലാളികളെ അരക്ഷിതരാക്കി നിലനിർത്തുക എന്നർത്ഥം. ആവശ്യത്തിന് തൊഴിലെടുപ്പിക്കാനും ആവശ്യം കഴിഞ്ഞാൽ പിരിച്ചുവിടാനുമുള്ള (hire and fire) നിയമപരമായ അധികാരം മുതലാളിമാർ നിരന്തരം ആവശ്യപ്പെട്ടിരുന്നതാണ്. ഇങ്ങനെ അരക്ഷിതരാക്കി, അവകാശങ്ങളുടെ നിയമ പരിരക്ഷയില്ലാത്തവരാക്കി തൊഴിലാളി വർഗ്ഗത്തെ മാറ്റാനായാൽ മാത്രമേ കുറഞ്ഞ കൂലിക്ക് പണിയെടുക്കാൻ ആളെ കിട്ടൂ. അപ്പോഴാണ് ലാഭം പരമാവധി വർദ്ധിപ്പിക്കാനാവുക. വൻകിട മൂലധനത്തിന്റെ ഈ ആവശ്യമാണ് ഇപ്പോൾ മോദി സർക്കാർ സാധിച്ചുകൊടുത്തിരിക്കുന്നത്. ബി ജെ പി ഭരിക്കുന്ന സംസ്ഥാന സർക്കാരുകൾ തുടങ്ങിവെച്ച പ്രകിയ കേന്ദ്ര സർക്കാർ രാജ്യം മുഴുവൻ നടപ്പാക്കിയിരിക്കുന്നു.

തൊഴിൽ ഭേദഗതികളിലൂടെ 70 ശതമാനം വ്യവസായ സ്ഥാപനങ്ങളേയും 74 ശതമാനം തൊഴിലാളികളേയും ആവശ്യത്തിന് മാത്രം എടുക്കാനും അതുകഴിഞ്ഞാൽ തള്ളാനും കഴിയുന്ന വിഭാഗത്തിലാക്കിയിരിക്കുന്നു. തൊഴിലിന്റെ അനൗപചാരികവൽക്കരണം, കരാർവൽക്കരണം, താൽക്കാലികവൽക്കരണം എന്നിവ ലക്ഷ്യമിട്ടാണ് പുതിയ നിയമങ്ങൾ. തൊഴിൽ സുരക്ഷ, സ്ഥിരത, നേരത്തേ ലഭിച്ചുവന്ന ആനുകൂല്യങ്ങൾ എന്നിവയെല്ലാം പഴങ്കഥയാകും. തൊഴിലാളികളുടെ കൂട്ടായ വിലപേശൽ ശേഷി ദുർബ്ബലപ്പെടുത്തുകയും ട്രേഡ് യൂണിയൻ അവകാശങ്ങൾ അട്ടിമറിക്കുകയും ചെയ്യുന്ന വ്യവസ്ഥകളും നിയമത്തിൽ ഉൾപ്പെടുന്നു.

മനുഷ്യനും പ്രകൃതിയും കൊള്ളയ്ക്ക്

ചുരുക്കിപ്പറഞ്ഞാൽ, ഇന്ത്യയിലെ കർഷകർക്കും തൊഴിലാളികൾക്കും എതിരായ വർഗ്ഗപരമായ കടന്നാക്രമണമാണിത്. വൻകിട മൂലധനശക്തികൾക്കുവേണ്ടി അവർ നയിക്കുന്ന ഭരണകൂട നേതൃത്വത്തിൽ അഴിച്ചുവിട്ട കടന്നാക്രമണം. നേരത്തേ നോട്ട് നിരോധനവും ജി എസ് ടിയും ചെറുകിട ഉൽപ്പാദനത്തിനു നേരെ വൻകിട മൂലധനത്തിനുവേണ്ടി ഏൽപ്പിച്ച മാരകപ്രഹരങ്ങളായിരുന്നു. ചെറുകിട ഉൽപ്പാദനത്തെ വൻകിടക്കാരുടെ ലാഭം കൂട്ടാനുള്ള മേച്ചിൽപ്പുറമാക്കി മാറ്റാൻ ചെറുകിടക്കാരെ തകർക്കലായിരുന്നു ലക്ഷ്യം. അതിന്റെ കെടുതി പ്രധാനമായും നേരിട്ടതും തൊഴിലാളികളും പാവപ്പെട്ടവരുമായിരുന്നു. അവരുടെ പണിയും ഉപജീവന മാർഗ്ഗങ്ങളുമായിരുന്നു കവർന്നെടുക്കപ്പെട്ടത്. അംബാനി അദാനിമാർക്കും ശതകോടീശ്വരന്മാർക്കും നഷ്ടമുണ്ടായില്ല. ഭരണകൂട ചങ്ങാത്തത്തിന്റെ ബലത്തിൽ പൊതു സ്വത്ത് സ്വന്തമാക്കിയും നികുതിയിളവുകളും മറ്റും നേടിയും അവരുടെ സ്വത്ത് കുമിഞ്ഞുകൂടി. അപ്പോഴും സമ്പദ്ഘടനയുടെ പ്രതിസന്ധിയുടെ ആഴം വർദ്ധിച്ചുകൊണ്ടിരുന്നു. കോവിഡിനു മുമ്പേ അത് മാന്ദ്യത്തിന്റെ രോഗശയ്യയിലായി. ഇപ്പോഴത്തെ ആക്രമണത്തിന്റെ ലക്ഷ്യവും നവ ഉദാര നയങ്ങളുടെ ഈ

പരാജയം കർഷകർക്കും തൊഴിലാളികൾക്കും നേരെയുള്ള ചൂഷണം തീവ്രമാക്കിയും അതിലൂടെ ലാഭം പരമാവധിയാക്കിയും മറികടക്കുക എന്നതാണ്. ഇതോടൊപ്പം പ്രകൃതിക്കും പ്രകൃതി വിഭവങ്ങൾക്കും മേലുള്ള സർവ്വതന്ത്ര സ്വതന്ത്രമായ ചൂഷണത്തിന് വഴിയൊരുക്കുന്ന പാരിസ്ഥിതികാഘാത വിലയിരുത്തൽ വിജ്ഞാപനം കൂടിയായതോടെ കോർപ്പറേറ്റ് കൊള്ളയ്ക്കുള്ള ത്രിമുഖ ചൂഷണത്തിനാണ് ഈ മഹാവ്യാധിക്കാലത്ത് അരങ്ങൊരുക്കിയിരിക്കുന്നത്. ധാതു ഖനനമുൾപ്പെടെയുള്ള പ്രകൃതി വിഭവക്കൊള്ളയ്ക്ക് നിലവിലുള്ള പരിമിത നിയന്ത്രണങ്ങൾ പോലും വലിച്ചെറിഞ്ഞിരിക്കുകയാണ്. പ്രകൃതിയും മനുഷ്യരും കുത്തക മൂലധനത്തിന്റെ നിർദ്ദയ ചൂഷണത്തിന് വിധേയരാകുന്ന കാലമാണ് കാവി വാഴ്ചയിൽ ഉണ്ടാവുന്നത്.

കോർപ്പറേറ്റുകൾക്കായി ജനങ്ങളെ കൂടുതൽ പിഴിയുക എന്നതല്ലാതെ തൊഴിലും വരുമാനവും വർദ്ധിപ്പിച്ച് അവരെ ശാക്തീകരിക്കുന്ന ബദൽ മാതൃക മോദി സർക്കാരിന് സ്വീകാര്യമല്ല. ഈ വർഗ്ഗപരമായ ആക്രമണത്തിനെതിരായി വർഗ്ഗഐക്യവും സമരവും ശക്തിപ്പെടുത്തുക മാത്രമാണ് പോംവഴി. വൈദ്യുതി സ്വകാര്യവൽക്കരണത്തിനെതിരായി സമരം ചെയ്ത്, അടിച്ചമർത്തലുകൾക്ക് കുപ്രസിദ്ധമായ ആദിത്യനാഥ് സർക്കാരിനെക്കൊണ്ട് തീരുമാനം തിരുത്തിച്ച യു പിയിലെ വൈദ്യുത ജീവനക്കാരുടെ ഉജ്ജ്വല മാതൃക രാജ്യത്തിനു മുന്നിലുണ്ട്. നവംബർ 26 ന് നടക്കുന്ന രാജ്യവ്യാപക പണിമുടക്ക് പോരാട്ടങ്ങൾക്ക് കരുത്തുപകരും. കർഷക നിയമങ്ങളെയും തൊഴിൽ നിയമങ്ങളെയും എതിർക്കാൻ ആർ എസ് എസ് നിയന്ത്രണത്തിലുള്ള ബി കെ എസ്, ബി എം എസ് പോലുള്ള സംഘടനകൾവരെ നിർബന്ധിതമാകുന്നതിന് അർത്ഥം കർഷകർക്കും തൊഴിലാളികൾക്കുമിടയിൽ അത്രമേൽ ശക്തമായ വികാരം ഈ നടപടികൾക്കെതിരായി ഉണ്ട് എന്നതാണ്.

ഇന്ത്യയുടെ ചരിത്രത്തിലെ ഏറ്റവും പ്രതിലോമ സ്വഭാവമുള്ള സർക്കാരാണിത്. വൻകിട മൂലധനശക്തികൾക്കുവേണ്ടി പണിയെടുക്കുന്ന എല്ലാ വിഭാഗങ്ങൾക്കും നേരെ കൊടിയ കടന്നാക്രമണങ്ങൾ അഴിച്ചുവിടുന്നതിനൊപ്പം അതിനിരയാവുന്നവരുടെ ഐക്യം തകർക്കാൻ വർഗ്ഗീയ ഭിന്നിപ്പും ഉണ്ടാക്കുന്ന ഭരണകൂടമാണിത്. വർഗ്ഗീയ ഭിന്നിപ്പ് ആളിക്കത്തിച്ച് അതിന്റെ മറവിലാണ് അവർ കോർപ്പറേറ്റ് പാദസേവ ചെയ്യുന്നത്. കമ്പോള ഇന്ദ്രജാലത്തിന്റെ പരാജയം മറയ്ക്കാനുള്ള വർഗ്ഗീയ കൺകെട്ടാണ് ബി ജെ പി ഭരണം നടത്തുന്നത്. എല്ലാ കൺകെട്ട് വിദ്യക്കാരേയും വർഗ്ഗസമരത്തിന്റെ തീച്ചൂടിൽ തുരത്താൻ ചൂഷിത ജനതയ്ക്ക് കഴിയും.

വൈറസ് കാലത്തെ വർഗ്ഗ സംഘർഷം

മഹാമാരികൾക്ക് വർഗ്ഗ സ്വഭാവമുണ്ട്. അവയുടെ നേരിട്ടും അല്ലാതെയുമുള്ള ദുരന്തം ഏറ്റവുമധികം അനുഭവിക്കേണ്ടിവരുന്നത് ചൂഷിത ജനതയാണ്. ലോകത്തും ഇന്ത്യയിലും മരിച്ചവരിൽ മഹാഭൂരിപക്ഷവും ദരിദ്രരും തൊഴിലാളികളുമാണ്. ധാരാവിയിലേയും അഹമ്മദാബാദിലേയും ഡൽഹിയിലേയും ചേരികളിലേതുപോലെ രോഗവും മരണവും ഉപരിവർഗ്ഗ ജീവിതങ്ങൾക്കു മേൽ ദുരന്തം വിതയ്ക്കില്ല. സമ്പന്നർക്ക് അവരുടെ സുരക്ഷിതവും വിശാലവുമായ വീട്ടകങ്ങളിൽ ക്വാറന്റൈനും ഐസലേഷനും ആസ്വാദ്യകരമായ വിശ്രമ കാലമാക്കി മാറ്റാനുള്ള സൗകര്യങ്ങൾ ധാരാളമുണ്ട്. പുറത്തിറങ്ങാനാവാത്തതിന്റെയും പതിവ് ജീവിതാഘോഷം സാദ്ധ്യമാകാത്തതിന്റേയും വിരസതയും വിഷാദവും മാത്രമായിരിക്കും അവരെ അലട്ടുന്നത്. എന്നാൽ തൊഴിലാളികളടക്കമുള്ള ബഹുഭൂരിപക്ഷം ദരിദ്രർക്കും മനുഷ്യോചിതമല്ലാത്ത ജീവിത സാഹചര്യങ്ങളിൽ എന്ത് സാമൂഹിക അകലം? ഏതു തരത്തിലുള്ള ക്വാറന്റൈൻ? അവർ പകർച്ചവ്യാധിക്കും പട്ടിണിക്കും മദ്ധ്യേയുള്ള നരകപാതകളിലേക്ക് വലിച്ചെറിയപ്പെട്ടവരാണ്. അവരാണ് പൊള്ളുന്ന വെയിലിൽ കൂട്ടപ്പലായനം ചെയ്തവർ. ആ യാതനായാത്രകൾക്കിടയിൽ വിശന്നും വണ്ടിക്കടിയിൽപ്പെട്ട് ചതഞ്ഞും വെള്ളം കിട്ടാതെ നിർജലീകരണം സംഭവിച്ചും കൊറോണയിൽ കുരുങ്ങിയും മരിച്ചവർ അനേകമാണ്.

തൊഴിലാളി ജീവിതം

ഒന്നാമതായി, കോവിഡ് മഹാമാരിയും ലോകത്തിലെ ഏറ്റവും കാഠിന്യമേറിയ ലോക്ക്ഡൗണും ഇന്ത്യൻ തൊഴിലാളിവർഗ്ഗത്തിന്റെ

പരിതാപകരമായ ജീവിതാവസ്ഥയും അവർ അഭിമുഖീകരിച്ചുകൊണ്ടിരിക്കുന്ന ചൂഷണത്തിന്റെ ഭയാനകമായ തീവ്രതയും ലോകത്തെ ബോദ്ധ്യപ്പെടുത്തി. ഇന്ത്യൻ സമൂഹത്തിലെ ആഴമേറിയ വർഗ്ഗ വൈരുദ്ധ്യങ്ങളെ തുറന്നുകാണിച്ചു എന്നർത്ഥം. രണ്ടാമതായി, ഭരണവർഗ്ഗത്തിന് വൈറസ് പോലും വർഗ്ഗ ചൂഷണം ശക്തിപ്പെടുത്താനുള്ള ഉപകരണമാകുമെന്നും തെളിയിച്ചു. കുടിയേറ്റ തൊഴിലാളികളുടെ വിവരണാതീതമായ ദുരന്തമാണ് ആദ്യം പറഞ്ഞ കാര്യത്തിലേക്ക് ലോകത്തിന്റെയാകെ ശ്രദ്ധ ആകർഷിച്ചത്. ഇന്ത്യൻ ഭരണകൂടം തൊഴിലാളി വർഗ്ഗത്തിലെ ഏറ്റവും ദുർബ്ബലരായ ഈ വിഭാഗത്തിന്റെ ദൈന്യം നിറഞ്ഞ അവസ്ഥയോട് പുലർത്തിയ ക്രൂരമായ ഉദാസീനതയും ഇതോടൊപ്പം തുറന്നുകാട്ടപ്പെടുകയുണ്ടായി. രാജ്യത്ത് ഇപ്പോഴുള്ള തൊഴിലാളികളുടെ കൃത്യമായ എണ്ണം പോലും തങ്ങളുടെ കൈവശമില്ല എന്ന കേന്ദ്ര ധനമന്ത്രിയുടെ പ്രസ്താവനയുടെ അർത്ഥം സർക്കാരിന്റെ പരിഗണനകളിലൊന്നും ഒരിക്കലും അവർക്കിടമുണ്ടായിട്ടില്ല എന്നാണ്. എന്നാൽ, അങ്ങേയറ്റം ചൂഷിതരായ ഇവർ ജനസംഖ്യയിലെ ഗണ്യമായ ഒരു വിഭാഗമാണെന്നതാണ് വസ്തുത. 2011 ലെ സെൻസസിനെ അടിസ്ഥാനപ്പെടുത്തിയുള്ള ലോകബാങ്കിന്റെ കണക്കനുസരിച്ച് 45 കോടി (450 ദശലക്ഷം) യാണ് ആഭ്യന്തര കുടിയേറ്റക്കാർ. 2001 നേക്കാൾ ഇവരുടെ എണ്ണത്തിൽ 37 ശതമാനം വർദ്ധന ഉണ്ടായിട്ടുണ്ട്. നവ ഉദാര നയങ്ങളുടെ ഫലമായി കാർഷിക പ്രതിസന്ധിയും ഗ്രാമീണ ജീവിത തകർച്ചയുംമൂലം ഗത്യന്തരമില്ലാതെ തൊഴിലും ഉപജീവന മാർഗ്ഗങ്ങളും തേടി ഗ്രാമങ്ങളിൽനിന്ന് നഗരങ്ങളിലേക്ക് കഴിഞ്ഞ ദശകങ്ങളിൽ കുടിയേറ്റം വൻതോതിൽ ഉണ്ടായിട്ടുണ്ട്. ഇവരിൽ 10 കോടിയോളം നഗരങ്ങളിലെ തൊഴിലാളികളുണ്ടെന്നാണ് ഏകദേശ കണക്ക്. മഹാഭൂരിപക്ഷവും ദളിതരും ആദിവാസികളുമാണ്. അവരിപ്പോൾ കോവിഡിനെത്തുടർന്ന് തിരിച്ച് ഗ്രാമങ്ങളിലെത്തുകയാണ്.

ഭരണ വർഗ്ഗ വഞ്ചന

മുന്നറിയിപ്പില്ലാതെ ലോക്ക്ഡൗൺ പ്രഖ്യാപിക്കുകയും ഉപജീവനത്തിന് വിശ്വാസ്യതയുള്ള ഒരു ഉറപ്പും സർക്കാരിൽനിന്ന് ലഭിക്കാതിരിക്കുകയും ചെയ്തപ്പോഴാണ് കൂട്ടപ്പലായനം ഉണ്ടായത്. യഥാർത്ഥത്തിൽ തൊഴിലാളികൾ തിരിച്ചുപോകാതിരിക്കാനായിരുന്നു മുന്നറിയിപ്പ് നൽകാതെയും തൊഴിലാളികളെ അവരവരുടെ നാട്ടിലെത്തിക്കാനും സംവിധാനങ്ങളൊരുക്കാതെയും ലോക്ക്ഡൗൺ പ്രഖ്യാപിച്ചത് എന്ന് സംശയിക്കേണ്ടിയിരിക്കുന്നു. അതുകൊണ്ടാണ് പലായനം ആരംഭിച്ചപ്പോഴും തൊഴിലാളികളെ തിരിച്ചെത്തിക്കാനുള്ള അടിയന്തര നടപടികളെടുക്കുന്നതിന് പകരം പൊലീസിനെ ഉപയോഗിച്ച് തടയാനും ക്രൂരമായി അടിച്ചമർത്താനും മുതിർന്നത്. അനേകം ആഴ്ചകൾ കഴിഞ്ഞ്, രാജ്യവ്യാപകമായ മുറവിളികൾക്കുശേഷം പ്രത്യേക ശ്രമിക് തീവണ്ടികൾ

ഏർപ്പെടുത്തിയപ്പോഴാകട്ടെ അത് കൂടുതൽ വലിയ ദുരന്തമായി മാറുകയും ചെയ്തു. തീവണ്ടിക്കൂലിപോലും കൂലിയും വരുമാനവുമില്ലാത്ത ഈ ദരിദ്ര തൊഴിലാളികൾക്ക് ഒഴിവാക്കി കൊടുക്കാൻ കേന്ദ്രം തയ്യാറായില്ല. റെയിൽവേയുടെ തന്നെ കണക്കനുസരിച്ച് 80 പേർ ഇതുവരെ ശ്രമിക് തീവണ്ടികളിൽ മരിച്ചു. കർണാടക സർക്കാർ വൻകിട നിർമ്മാതാക്കളുടെ ആവശ്യത്തെ തുടർന്ന് ശ്രമിക് തീവണ്ടി റദ്ദാക്കുകയുമുണ്ടായി. ലോക്ക്ഡൗൺ തീർന്നാലുടൻ തൊഴിലാളികളെ ജോലിക്ക് ലഭ്യമാകണമെന്ന മുതലാളിമാരുടെ താൽപ്പര്യം നടപ്പാക്കാൻ അവർക്ക് തിരിച്ചു പോകാൻ കഴിയാത്ത സാഹചര്യം സൃഷ്ടിക്കുകയായിരുന്നു കേന്ദ്രത്തിന്റെ ഉദ്ദേശ്യം എന്നു കരുതുന്നവരെ കുറ്റപ്പെടുത്താനാവില്ല. ഒരു അടിസ്ഥാന സൗകര്യവും മതിയായ ഭക്ഷണം പോലുമില്ലാതെയാണെങ്കിലും ലോക്ക്ഡൗൺ കാലത്ത് തൊഴിലാളികൾ തിരിച്ചു പോകാതെ നോക്കുക എന്ന, മൂലധനത്തിന്റെ ലാഭേച്ഛ മാത്രം പരിഗണിച്ചുള്ള ഹൃദയശൂന്യമായ നടപടിയെന്ന് മാത്രമേ അതിനെ വിശേഷിപ്പിക്കാനാവൂ. തൊഴിലാളികൾ നടന്നുപോകുന്ന കാര്യത്തിൽ തങ്ങൾക്ക് ഒന്നും ചെയ്യാനാവില്ല എന്ന് സുപ്രീം കോടതിയിൽ കേന്ദ്രം എടുത്ത നിലപാടും ഇതോട് ചേർത്ത് വായിക്കണം. നിർഭാഗ്യകരമെന്നു പറയട്ടെ സുപ്രീം കോടതിയും സമാനമായ കൈയൊഴിയലാണ് നടത്തിയത്. ലോക്ക്ഡൗൺ കാലത്ത് അവർക്ക് ഭക്ഷണം കിട്ടുന്നുണ്ടല്ലോ പിന്നെ കൂലി എന്തിനാണ്? എന്ന ഞെട്ടിക്കുന്ന ചോദ്യമുയർന്നത് ചീഫ് ജസ്റ്റിസിൽ നിന്നായിരുന്നു. ലോക്ക്ഡൗൺ കാലത്ത് ശമ്പളം കൊടുക്കാത്ത തൊഴിലുടമകളെ നിയമനടപടിയിൽനിന്ന് ഒഴിവാക്കുന്ന ഉത്തരവും സുപ്രീം കോടതിയിൽനിന്ന് ഇതിനിടയിലുണ്ടായി. കേന്ദ്ര ആഭ്യന്തര മന്ത്രാലയമാവട്ടെ ലോക്ക്ഡൗൺ കാലത്ത് ശമ്പളം കൊടുക്കണമെന്ന തങ്ങളുടെ ആദ്യ ഉത്തരവ് പിന്നീട് തിരുത്തുകയും ചെയ്തു. കുടിയേറ്റ തൊഴിലാളികളുടെ പ്രശ്നങ്ങളിൽ ഗൗരവത്തോടെയും മനുഷ്യപ്പറ്റോടെയും ഇടപെട്ട ഹൈക്കോടതികളെ 'സമാന്തര സർക്കാർ ചമയുന്നു' എന്ന് സോളിസിറ്റർ ജനറൽ അധിക്ഷേപിച്ചതും കേന്ദ്രത്തിന്റെ മനോഭാവം വ്യക്തമാക്കുന്നു. സുപ്രീം കോടതിയാവട്ടെ, വ്യാപക വിമർശനങ്ങളെത്തുടർന്ന് നിൽക്കക്കള്ളിയില്ലാതെ ഒടുവിൽ ഇടപെട്ടുവെങ്കിലും ഏറ്റവും നിസ്സഹായരായ ഒരു വിഭാഗത്തിന്റെ ഭരണഘടനാ അവകാശ സംരക്ഷണത്തിൽ നീതിനിഷേധത്തിന് തുല്യമായ കാലതാമസമുണ്ടായിക്കഴിഞ്ഞിരുന്നു. നിർണായക ഘട്ടത്തിൽ തൊഴിലാളി വർഗ്ഗത്തിന് നീതിയും ആശ്വാസവും ഭരണകൂടം നിഷേധിച്ചതിന്റെ തെളിവുകളായി ഇവ ചരിത്രത്തിൽ അവശേഷിക്കും.

യുദ്ധപ്രഖ്യാപനം

രണ്ടാമതായി, തൊഴിലാളികളോട് നീതി പുലർത്തിയില്ലെന്നു മാത്രമല്ല അവർ ഏറ്റവും ദുർബ്ബലരായിത്തീർന്ന പ്രതിസന്ധി ഘട്ടം അവരുടെ അവകാശങ്ങൾ കവരാനുള്ള കടന്നാക്രമണം ശക്തിപ്പെടുത്താനായി

ഉപയോഗിക്കുകയും ചെയ്യുന്നു. ശത്രു ദുർബ്ബലനായിരിക്കുമ്പോൾ കടന്നാക്രമിക്കുക എന്നത് ഒരു യുദ്ധതന്ത്രമാണ്. ആ തന്ത്രമാണ് ശത്രുവിനോട് എന്നതുപോലെ ഭരണകൂടം തൊഴിലാളികൾക്കുനേരെ പ്രയോഗിക്കുന്നത്. കോവിഡ് ദശലക്ഷങ്ങളെ തൊഴിൽരഹിതരാക്കിയിരിക്കുന്നു. കൂലിയും വരുമാനവും ഉപജീവന മാർഗ്ഗവും തകർന്നിരിക്കുകയാണ്. കോവിഡ് സാഹചര്യം ഒത്തുചേരലും പ്രതിഷേധവും അസാദ്ധ്യമാക്കുന്നു. ഈ അവസരം മുതലെടുത്ത് ദീർഘകാല പോരാട്ടങ്ങളിലൂടെ തൊഴിലാളി വർഗ്ഗം നേടിയെടുത്ത അവകാശങ്ങളെല്ലാം ഒറ്റ പ്രഹരത്തിലൂടെ തച്ചുടയ്ക്കാനുള്ള യുദ്ധ സന്നാഹമാണൊരുക്കിയിരിക്കുന്നത്.

തുടക്കം യു പിയിൽനിന്നാണ്. അവിടെ 38 ൽ 34 തൊഴിൽ നിയമങ്ങളും മൂന്നുവർഷത്തേക്ക് റദ്ദാക്കി ഓർഡിനൻസ് ഇറക്കി. കോടതിയിൽ നിലനിൽക്കില്ലെന്ന് വന്നപ്പോൾ തൽക്കാലം ഒരു ചുവട് പിന്നിലേക്ക് മാറിയെങ്കിലും തൊഴിൽ നിയമങ്ങൾ പൊളിച്ചുകളയാൻ ഇതാണ് ഉചിതമായ സന്ദർഭം എന്ന നിലപാടിൽ മാറ്റമൊന്നുമില്ല. ബി ജെ പി ഭരിക്കുന്ന മദ്ധ്യപ്രദേശും ഗുജറാത്തും കർണാടകയുമൊക്കെ വൈകാതെ യു പി മാതൃക പിന്തുടർന്നു. കോൺഗ്രസിന്റെ രാജസ്ഥാനും പഞ്ചാബും ബിജു ജനതാദളിന്റെ ഒഡീഷയും ആ ദിശയിൽത്തന്നെ. ഇവിടങ്ങളിലെല്ലാം 8 മണിക്കുർ ജോലി സമയം 12 മണിക്കൂറാക്കുന്നതിൽ ഒരേ നിലപാടാണ്. ഇടതുപക്ഷത്തുള്ള കേരളം മാത്രമാണ് തൊഴിൽ നിയമങ്ങളിൽ ഒരു ഭേദഗതിയും വരുത്തില്ല എന്ന ഉറച്ച നിലപാട് എടുത്തത്. കേരള സർക്കാരിനെ നയിക്കുന്ന വർഗ്ഗ താൽപ്പര്യം വ്യത്യസ്തമാകുന്നതുകൊണ്ടാണിത്.

മോദിയുടെ മുൻഗണന

ഈ നടപടികൾ പെട്ടെന്നുദിച്ച ആശയങ്ങളല്ല. ഉദാരവൽക്കരണാനന്തര കാലത്ത് കഴിഞ്ഞ മൂന്നു പതിറ്റാണ്ടുകളായി ചർച്ചകളായി അന്തരീക്ഷത്തിൽ തങ്ങി നിൽക്കുന്നതും മോദി സർക്കാർ ആദ്യം വന്നതുമുതൽ തൊഴിലാളി വർഗ്ഗത്തിനു നേരെ കെട്ടഴിച്ചുവിട്ട ആക്രമണങ്ങളുടെ ഭാഗവുമാണ്. 2014 ൽ കേന്ദ്രത്തിന് തൊഴിൽ നിയമ ഭേദഗതികൾ പാർലമെന്റിൽ പാസ്സാക്കാനാകുമായിരുന്നില്ല. കാരണം രാജ്യസഭയിൽ ഭൂരിപക്ഷമുണ്ടായിരുന്നില്ല. അന്ന് മൃഗീയ ഭൂരിപക്ഷമുണ്ടായിരുന്ന ബി ജെ പിയുടെ സംസ്ഥാന സർക്കാരുകളെ ഭൂരിപക്ഷമുറപ്പാക്കി. 2019 ലെ പൊതു തിരഞ്ഞെടുപ്പിനു ശേഷമുള്ള ആദ്യ പാർലമെന്റ് സമ്മേളനത്തിൽത്തന്നെ വേജ് കോഡ് പാസ്സാക്കി. ഇടതുപക്ഷമൊഴികെ മറ്റാരും എതിർത്തില്ല. കാശ്മീരുൾപ്പെടെയുള്ള ധ്രുവീകരണ അജണ്ടയ്ക്കു മറവിൽ ഒളിച്ചു കടത്തി എന്ന് പറയുന്നതാവും കൂടുതൽ ശരി. രാജ്യത്തെ 44 തൊഴിൽനിയമങ്ങൾക്ക് പകരം 4 കോഡുകൾമാത്രം കൊണ്ടുവരുന്നതിന്റെ ആദ്യ ചുവട്. തൊഴിൽ സാഹചര്യവും സുരക്ഷയും, വ്യവസായ ബന്ധങ്ങൾ, സാമൂഹ്യ സുരക്ഷ എന്നിവ സംബന്ധിച്ച കോഡുകൾ സജ്ജമാ

യിക്കഴിഞ്ഞു. അതിനിടയിലാണ് കോവിഡ് വരുന്നതും ഈ പ്രക്രിയ സംസ്ഥാന സർക്കാരുകളെ ഉപയോഗിച്ച് മുന്നോട്ടുകൊണ്ടുപോകാൻ മഹാമാരിയുടെ അന്തരീക്ഷത്തെ മറയാക്കുന്നതും. തൊഴിൽ നിയമങ്ങളുടെ തടസ്സം നീക്കണമെന്ന മുതലാളിമാരുടെ ആവശ്യത്തിൽ ഇടതുപക്ഷമൊഴികെ മറ്റെല്ലാ പാർട്ടികൾക്കുമിടയിൽ വിശാലമായ വർഗ്ഗപരമായ സമവായം ഉള്ളതുകൊണ്ട് പ്രയാസവുമില്ല.

കേന്ദ്ര പാതയിൽ സംസ്ഥാനങ്ങൾ

യു പി തുടങ്ങിയ സംസ്ഥാനങ്ങൾ ഇപ്പോൾ നിർദ്ദേശിച്ച പരിഷ്കാരങ്ങളുടെ ഉള്ളടക്കം കേന്ദ്രം നടപ്പാക്കുന്ന കോഡുകളുടേതുതന്നെയാണ്. ഉദാഹരണത്തിന് തൊഴിൽ സമയം 8 മണിക്കൂർ, മിനിമം വേതനം എന്നിവയും നിയമങ്ങൾ നടപ്പിലാക്കാനുള്ള പരിശോധനാ സംവിധാനവും അട്ടിമറിക്കുന്ന നടപടികൾ വേജ് കോഡിൽ ഉള്ളതാണ്. യു പിയിൽ തൊഴിലാളികളുടെ പ്രസവാനുകൂല്യങ്ങളും ഗ്രാറ്റിവിറ്റിയും സംബന്ധിച്ച നിയമങ്ങൾവരെ ഇല്ലാതാക്കുന്നവയിൽ ഉൾപ്പെടും. ലോക്ക്ഡൗണിന്റെ മറവിൽ ഇതുവരെ ചെയ്യാനാവാതെപോയ ഈ ഭേദഗതികളെല്ലാം ഒറ്റയടിക്ക് നടപ്പാക്കുക എന്ന ബുദ്ധി സർക്കാരിന് ഉപദേശിച്ചത് കോർപ്പറേറ്റുകളാണ്. വ്യവസായികളുടെ 12 സംഘടനകൾ വീഡിയോ കോൺഫറൻസിലൂടെ കേന്ദ്ര തൊഴിൽമന്ത്രി സന്തോഷ് ഗാങ് വറിനോട് ഇക്കാര്യങ്ങൾ ആവശ്യപ്പെട്ടിരുന്നു. അതോടെ ആ ദിശയിലുള്ള നീക്കങ്ങൾ ചടുലമായി. 'ഇപ്പോൾ അല്ലെങ്കിൽ പിന്നെ ഒരിക്കലും പറ്റില്ല' എന്ന് നീതി ആയോഗ് സി ഇ ഒ കാര്യങ്ങൾക്ക് ആക്കംകൂട്ടി.

ചൈനയെ ചാരി

നിക്ഷേപവും തൊഴിലവസരങ്ങളും വർദ്ധിപ്പിക്കാനാണിവയെല്ലാം ചെയ്യുന്നത് എന്നാണ് ന്യായം. തൊഴിൽ നിയമങ്ങളുടെ സംരക്ഷണമില്ലാതായാൽ തൊഴിലാളികളുടെ വിലപേശൽ ശേഷി കുറയും. തൊഴിലുടമയ്ക്ക് ഇഷ്ടാനുസരണം ജോലിക്ക് ആളെ എടുക്കാനും പിരിച്ചുവിടാനും സ്വാതന്ത്ര്യമുണ്ടാവും. അതിനാൽ കൂലി നിരക്ക് കുറയുകയും തദ്ഫലമായി നിക്ഷേപങ്ങൾ ആകർഷിക്കപ്പെടുകയും ചെയ്യും എന്നാണ് സിദ്ധാന്തം. എന്നാൽ നിക്ഷേപങ്ങൾക്ക് പ്രധാന തടസ്സം തൊഴിൽ നിയമങ്ങളാണോ? 2014 ലെ ഒരു ലോകബാങ്ക് പഠനത്തിൽ നിക്ഷേപത്തിന് തടസ്സമായ ആദ്യ പത്ത് ഘടകങ്ങളിൽ തൊഴിൽ നിയമങ്ങൾ ഉൾപ്പെടുന്നില്ല. കുറഞ്ഞകൂലിനിരക്ക് മാത്രമാണോ നിക്ഷേപം ആകർഷിക്കുന്ന ഏക ഘടകം? അല്ല എന്നതാണ് യാഥാർത്ഥ്യം. 2000-01 മുതൽ 2015-16 കാലയളവിൽ ഫാക്ടറി മേഖലയിൽ യഥാർത്ഥ വേതനനിരക്ക് വർദ്ധിക്കാതിരുന്നിട്ടും തൽക്കാലം കൂടും. പക്ഷേ, അതുകൊണ്ടു മാത്രം നിക്ഷേപം കൂടണമെന്നില്ല. നിക്ഷേപത്തെ

നിർണയിക്കുന്ന ഘടകങ്ങൾ മികച്ച അടിസ്ഥാന സൗകര്യങ്ങൾ, ഗുണമേന്മയും വൈദഗ്ദ്ധ്യവുമുള്ള തൊഴിൽശക്തി, ഡിമാന്റിന്റെ നില, വിപണി സാഹചര്യങ്ങൾ എന്നിവയെല്ലാമാണ്. ചൈന വിട്ടുപോരുന്ന കമ്പനികളെ ആകർഷിക്കാനാവും എന്നാണ് വേറൊരു അവകാശവാദം. നേരത്തേ തന്നെ ചൈനയിലേതിനേക്കാൾ കുറവാണല്ലോ ഇന്ത്യയിലെ കൂലി. എന്നിട്ടും ആ കമ്പനികളെല്ലാം എന്തുകൊണ്ട് ഇന്ത്യക്കു പകരം ചൈനയിൽ നിക്ഷേപിച്ചു? മുകളിൽ പറഞ്ഞതാണ് കാരണങ്ങൾ. 2014 ൽ തന്നെ തൊഴിൽ നിയമ ഭേദഗതികൾ നടപ്പാക്കിയ രാജസ്ഥാനിലും മദ്ധ്യപ്രദേശിലും നിക്ഷേപവും തൊഴിലവസരങ്ങളും വ്യവസായ വളർച്ചയും വർദ്ധിച്ചില്ല എന്ന അനുഭവം പ്രധാനമാണ്.

വർഗ്ഗസമര വാക്സിൻ

ഇന്നത്തെ അതിഗുരുതരമായ പ്രതിസന്ധിയുടെ പശ്ചാത്തലത്തിൽ, അങ്ങേയറ്റം ചൂഷിതരായ തൊഴിലാളി വർഗ്ഗത്തിന്റെ അവകാശങ്ങൾക്കുള്ള നിയമസംരക്ഷണം കൂടുതൽ ശക്തിപ്പെടുത്തുകയാണ് വേണ്ടത്. അതിന് പകരം ഇപ്പോഴുള്ള സംരക്ഷണം പൊളിച്ചുമാറ്റിയാൽ ഒന്നര നൂറ്റാണ്ടു മുമ്പ് ബ്രിട്ടീഷ് ഇന്ത്യയിൽ നിലനിന്ന അടിമ സമാന സാഹചര്യമാണു ണ്ടാവുക. 1920 കളിൽ കമ്യൂണിസ്റ്റുപാർട്ടി രൂപീകരണത്തിനുശേഷം സജീവമായി ഉയർന്നുവന്ന ട്രേഡ് യൂണിയനുകളുടെ വമ്പിച്ച പോരാട്ടങ്ങൾ മുതലിങ്ങോട്ട് ദീർഘകാല സമരങ്ങളിലൂടെ നേടിയെടുത്ത അവകാശ ങ്ങളിലാണ് മൂലധനശക്തികൾക്കായി മോദി ഭരണം കത്തിവെക്കുന്നത്. ആ അവകാശങ്ങൾ ഭരണഘടന ഉറപ്പുനൽകുന്നവയാണ്. അനുച്ഛേദം 23 നിർബന്ധിത തൊഴിലിനെതിരായ അവകാശം ഉറപ്പുനൽകുന്നു. നിർബന്ധിത തൊഴിലെന്നാൽ ഗത്യന്തരമില്ലാതെ മിനിമം കൂലി പോലും കിട്ടാതെ തൊഴിലെടുക്കേണ്ട സാഹചര്യം ഉൾപ്പെടുമെന്ന് സുപ്രീം കോടതി ഒന്നിലേറെ തവണ വ്യക്തമാക്കിയിട്ടുണ്ട്. അതായത് തൊഴിലാളികളുടെ അവകാശങ്ങൾക്ക് ഭരണഘടനാപരമായ പിൻബലമുണ്ടെന്നർത്ഥം. ഭരണഘടനയുടെ നിർദ്ദേശക തത്വങ്ങളിലും ഇത് പ്രതിഫലിക്കുന്നുണ്ട്. തൊഴിൽ നിയമങ്ങൾ പൗരാവകാശങ്ങൾക്ക് തുല്യമാണെന്ന ഡോ. അംബേദ്കറുടെ അഭിപ്രായവും ഓർക്കേണ്ടതാണ്. തൊഴിലവകാശ ങ്ങൾക്കെതിരായ ആക്രമണങ്ങൾ ഭരണഘടനയ്ക്കും പൗരവകാശങ്ങൾ ക്കും വ്യക്തിസ്വാതന്ത്ര്യത്തിനും ജനാധിപത്യ അവകാശങ്ങൾക്കാകെയും മതനിരപേക്ഷതയ്ക്കും നേരെ മോദി വാഴ്ചയിൽ ശക്തിപ്പെടുന്ന കൈയേറ്റങ്ങളിൽനിന്ന് വേറിട്ടതാണെന്നു കരുതുന്നത് അബദ്ധമായി രിക്കും. ദളിതർ, ന്യൂനപക്ഷങ്ങൾ എന്നീ വിഭാഗങ്ങൾക്കെതിരായ ആക്രമണങ്ങളുടെ തുടർച്ച കൂടിയായി ഇതിനെ മനസ്സിലാക്കണം... ഹിന്ദു രാഷ്ട്ര നിർമ്മിതിയിലേക്കുള്ള പാതയിലെ ആദ്യ കടമ്പ തൊഴിലാളി വർഗ്ഗത്തിന്റെ സംഘടിത ശക്തിയെ തകർക്കലാണ്. വർഗ്ഗശക്തിയെ

നശിപ്പിക്കുന്നതിലൂടെ വർഗ്ഗീയ ധ്രുവീകരണം അനായാസമാക്കാനാവും. ഇങ്ങനെ കോർപ്പറേറ്റ് ഹിന്ദുത്വ രാഷ്ട്രീയത്തിന്റെ ആകത്തുകയിൽ ഇതിനെ തിരിച്ചറിഞ്ഞാൽ മാത്രമേ ചെറുത്തുനില്പിന്റെ വിശാല ഐക്യനിര സാദ്ധ്യമാവുകയുള്ളു.

ഈ അവകാശങ്ങളെല്ലാം കവർന്നെടുത്ത്, തുച്ഛമായ കൂലിക്ക് പണിയെടുക്കാൻ നിർബന്ധിതരായ അടിമകളാക്കി തൊഴിലാളികളെ മാറ്റാനുള്ള ശ്രമമാണ് ഇന്ത്യൻ ഭരണവർഗ്ഗം ഈ മഹാമാരിയുടെ മറവിൽ നടത്തുന്നത്. മേൽ വിവരിച്ചപോലെ അത് മാരകമായ പ്രത്യാഘാതങ്ങളാണ് തൊഴിലാളികൾക്കും സമ്പദ്ഘടനയ്ക്കും രാജ്യത്തിനാകെയും സൃഷ്ടിക്കുക. തൊഴിലാളികളുടെയാകെ ജീവിത സാഹചര്യങ്ങൾ ദുസ്സഹമായിത്തീരും. അതവരുടെ കാര്യക്ഷമതയേയും വൈദഗ്ദ്ധ്യത്തേയും ബാധിക്കും. കൂലി കുറയുമ്പോൾ വാങ്ങൽ ശേഷി കുറയും. ഉൽപ്പാദനം ഇടിയാനിത് കാരണമാകും. പ്രതിസന്ധി തൊഴിലാളികളെ പിഴിഞ്ഞ് പരിഹരിക്കാനുള്ള ഇപ്പോഴത്തെ ശ്രമം സമ്പദ്ഘടനയെയാകെ അതീവ ഗുരുതരാവസ്ഥയിലേക്ക് തള്ളിവിടും. മുതലാളിത്തത്തിന്റെ മാന്ദ്യ വൈറസും വർഗ്ഗീയ വൈറസും കലർന്ന ചേരുവ സമ്പദ് വ്യവസ്ഥയേയും രാജ്യത്തേയും മഹാരോഗത്തിലേക്കായിരിക്കും നയിക്കുക, കൊറോണ വൈറസിനെ കീഴ്പ്പെടുത്തിയാലും വിമുക്തിവരാത്ത ആ മഹാവ്യാധിക്കുള്ള വാക്സിൻ വർഗ്ഗസമരമാണ്, അതിന്റെ തീവ്രത വർദ്ധിപ്പിക്കൽ മാത്രമാണ്.

വികലനയത്തിനും വൈറസിനുമിടയിൽ

കോവിഡ് ബാധിക്കുന്നതിനും വളരെ നേരത്തേ തന്നെ ഇന്ത്യൻ സമ്പദ് വ്യവസ്ഥ രോഗഗ്രസ്തമായിരുന്നു. ഇതേ പംക്തിയിൽ കോവിഡ് പൂർവ്വകാലത്ത് ആവർത്തിച്ച് വിശദീകരിച്ചുകൊണ്ടിരുന്നത് നാൾക്കുനാൾ രോഗാതുരത ഏറിക്കൊണ്ടിരിക്കുന്ന സമ്പദ് വ്യവസ്ഥയെക്കുറിച്ചാണെന്ന് വായനക്കാർ ഓർക്കുന്നുണ്ടാവും. മഹാമാരിയെ തുടർന്നുള്ള ഇടവേളയ്ക്കുശേഷം പംക്തി പുനരാരംഭിക്കുമ്പോൾ 2019-20 ലെ ജി ഡി പി വളർച്ചാനിരക്ക് നമ്മുടെ മുന്നിലുണ്ട്. വെറും 4.2 ശതമാനം മാത്രം. പതിനൊന്ന് വർഷത്തിനിടയിലെ ഏറ്റവും കുറഞ്ഞ വളർച്ചാ നിരക്കാണിത്. തൊട്ടു മുൻ വർഷത്തെ ബജറ്റിൽ കേന്ദ്ര ധനമന്ത്രി നിർമലാ സീതാരാമൻ 8.5 ശതമാനം വളർച്ചയുണ്ടാകുമെന്ന് പ്രവചിച്ച സ്ഥാനത്താണ് അതിന്റെ പകുതിയിൽ താഴെ മാത്രമായി കിതച്ചുനിൽക്കുന്നത്. കോവിഡിന് മുമ്പുള്ള സാമ്പത്തിക വർഷത്തെ സ്ഥിതിയാണിതെന്ന് പ്രത്യേകം ഓർക്കണം. ലോക്ക്ഡൗണിന്റെ ഏഴുദിവസം മാത്രമേ ഇതിൽ ഉൾപ്പെടുന്നുള്ളു. മാത്രമല്ല, 2018 ആദ്യ പാദത്തിൽ 7.1 ൽനിന്ന് 2020 മാർച്ചിൽ അവസാനിച്ച നാലാം പാദത്തിലെ 3.1 ശതമാനത്തിലേക്ക് വളർച്ച ക്രമാനുഗതമായി ഇടിയുകയായിരുന്നു. അതായത് കോവിഡിന് രണ്ടുവർഷം മുമ്പ് വളർച്ചാ ഇടിവ് ആരംഭിച്ചിരുന്നു. രണ്ടുവർഷത്തിനിടയിലെ എട്ടു പാദങ്ങളിൽ തുടർച്ചയായി ജി ഡി പി വളർച്ച ഇടിഞ്ഞുകൊണ്ടിരുന്നു. 2019 ആഗസ്തിൽ പ്രഖ്യാപിച്ച ഉത്തേജക പാക്കേജും കോർപ്പറേറ്റുകൾക്കുള്ള ഇളവുകളുമൊന്നും രക്ഷയായില്ല.

ഈ കാലയളവിലാണ് സർക്കാർ കണക്കുകളനുസരിച്ചുതന്നെ തൊഴിലില്ലായ്മ നാൽപ്പത്തിയഞ്ച് വർഷത്തിലെ ഏറ്റവും ഉയർന്ന നിലയിലെത്തിയതും ഉപഭോഗചെലവുകൾ നാൽപ്പതു വർഷത്തി

ലാദ്യമായി ഇടിഞ്ഞതും. ഈ യാഥാർത്ഥ്യങ്ങൾക്കെല്ലാം നേരെ സർക്കാർ കണ്ണടച്ച് ഇരുട്ടാക്കാനാണ് നിരന്തരം ശ്രമിച്ചത്. പ്രതിസന്ധി ചൂണ്ടിക്കാണിച്ചവരെയെല്ലാം സർക്കാരും അനുചരൻമാരും കടന്നാക്രമിച്ചു. ചോദ്യങ്ങൾക്കൊന്നും ഉത്തരമുണ്ടായില്ല. പരാജയപ്പെട്ടുകൊണ്ടിരിക്കുന്ന നയങ്ങളിൽ ഒരു പുനരാലോചനയ്ക്കും തിരുത്തലിനും തയ്യാറായില്ല. സമ്പദ് വ്യവസ്ഥയെക്കുറിച്ചുള്ള ഞെട്ടിക്കുന്ന അജ്ഞത വെളിപ്പെടുത്തുന്ന വീരവാദങ്ങൾ തുടർന്നുകൊണ്ടിരുന്നു. 'സമ്പദ് വ്യവസ്ഥ രണ്ട് ബില്യൺ ടണ്ണിൽനിന്ന് അഞ്ച് ബില്യൺ ടണ്ണിലേക്ക് കുതിക്കാൻ സജ്ജമായിരിക്കുകയാണ്' എന്ന മന്ത്രിസഭയിലെ പ്രബലനായ രണ്ടാമന്റെ പ്രസ്താവന ഓർക്കുക. ഇതുപോലുള്ള രാഷ്ട്രീയ നേതൃത്വവും പരാജയപ്പെട്ട നയങ്ങളുമാണ് കോവിഡിനും മുമ്പേ ഇന്ത്യൻ സമ്പദ് വ്യവസ്ഥയെ അവശനിലയിലാക്കിയത്. അതിനിടയിൽ കൊറോണ വൈറസും ലോക്ക്ഡൗണുംകൂടി ബാധിച്ചതോടെ ഹൈ റിസ്ക് വിഭാഗത്തിലുള്ള രോഗിയുടെ സ്ഥിതിയിലായിരുന്ന സമ്പദ്വ്യവസ്ഥ ഐസിയുവിലായി എന്നതാണ് യാഥാർത്ഥ്യം.

മോദിയുടെ വളച്ചൊടിക്കൽ

എന്നാൽ പതിവുപോലെ ഈ യാഥാർത്ഥ്യത്തെ മറച്ചുവെക്കാനും ദുർവ്യാഖ്യാനം ചെയ്യാനുമാണ് അല്ലാതെ ഫലപ്രദമായി നേരിടാനല്ല പ്രധാനമന്ത്രിയും കേന്ദ്ര സർക്കാരും ശ്രമിക്കുന്നത്. കോൺഫെഡറേഷൻ ഓഫ് ഇന്ത്യൻ ഇൻഡസ്ട്രിയുടെ (സി ഐ ഐ) 125-ാം വാർഷികത്തിൽ പ്രധാനമന്ത്രി നടത്തിയ ഓൺലൈൻ പ്രസംഗം പ്രധാനമന്ത്രിയുടേയും കേന്ദ്രത്തിന്റേയും കാപട്യത്തിന്റെ തെളിവാണ്. 'കോവിഡ് കാരണം വേഗം കുറഞ്ഞ സാമ്പത്തിക വളർച്ച ഇന്ത്യ തിരിച്ചുപിടിക്കുക തന്നെ ചെയ്യുമെന്ന്' പ്രധാനമന്ത്രി അവിടെ പ്രസംഗിച്ചതായി മാധ്യമങ്ങൾ റിപ്പോർട്ട് ചെയ്തു. കോവിഡിനു മുമ്പുള്ള 2019-20 വർഷത്തെ വളർച്ചാ ഇടിവിന്റെ കണക്കുകൾ പുറത്തുവന്നതിന്റെ നാലാം ദിവസമാണ് അദ്ദേഹം ഇതു പറയുന്നത് എന്നോർക്കണം. സ്വന്തം നയങ്ങൾമൂലം സമ്പദ് വ്യവസ്ഥയെ രോഗശയ്യയിലാക്കിയശേഷം എല്ലാ പഴിയും വൈറസിന്റെ കണക്കിലെഴുതാനുള്ള കൗശലം ജനങ്ങൾ തിരിച്ചറിയും. സ്വന്തം പരാജയം മറച്ചുവെക്കാൻ മാത്രമല്ല, പരാജയപ്പെട്ട അതേ നയങ്ങൾ തീവ്രമായി നടപ്പാക്കാക്കുക വഴി വൻകിട മൂലധനത്തിന് അവശേഷിക്കുന്ന പൊതുസ്വത്ത് കൂടി കൈമാറാനുള്ള മറയായും ഈ മഹാമാരിയെ കേന്ദ്രസർക്കാർ ഉപയോഗിക്കുകയാണ്. ഖനനം, ഊർജം, ഗവേഷണം മുതൽ ബഹിരാകാശ ആണവോർജ മേഖലകൾവരെ സ്വകാര്യ മേഖലയ്ക്ക് തുറന്നിട്ടതാണ് വളർച്ച തിരിച്ചുപിടിക്കാനുള്ള ഒറ്റമൂലിയായി പ്രധാനമന്ത്രി 'സി ഐ ഐ യോഗത്തിൽ അവതരിപ്പിച്ചത്. ആത്മനിർഭര വാചക കസർത്തിനുള്ളിൽ ഒളിച്ചുവെച്ച കോവിഡ് പാക്കേജിന്റെ ഉള്ളടക്കമിതാണല്ലോ.

അതായത്, അനുഭവങ്ങളിൽനിന്ന് ഒരു പാഠവും സർക്കാർ പഠിക്കുന്നില്ല. 2019–20 ലെ ജി ഡി പി കണക്കുകൾ അനാവരണം ചെയ്യുന്ന വസ്തുതകൾ എന്തെല്ലാമാണ്? ഉപഭോഗവും നിക്ഷേപവും കയറ്റുമതിയും ഒരുപോലെ ഇടിഞ്ഞിരിക്കുന്നു. ഉപഭോഗത്തിലെ ഇടിവിന് കാരണം ജനങ്ങളുടെ വാങ്ങൽ ശേഷി ഇടിഞ്ഞത്. വാങ്ങൽശേഷി ഇടിയാൻ ഇടയാക്കിയതോ തൊഴിലും വരുമാനവും തകർന്നത്. വാങ്ങൽശേഷി ഇടിഞ്ഞതിനാൽ ഉൽപ്പാദിപ്പിക്കുന്ന ചരക്കുകൾ വിറ്റുപോകാതാവുകയും ലാഭം കുറയുകയും ചെയ്തപ്പോൾ മുതലാളിമാർ മുതൽമുടക്കാൻ മടിച്ചു. സ്വാഭാവികമായും നിക്ഷേപത്തിൽ കുറവുണ്ടായി. ഉൽപ്പാദന വളർച്ച താഴോട്ടു പോയി. ഇതാണ് സംഭവിച്ചത്.

കഠിന കാലം

കോവിഡും ലോക്ക്ഡൗണും ഉണ്ടായപ്പോഴോ? നേരത്തേ തന്നെ മോശമായ തൊഴിലില്ലായ്മ കുതിച്ചുയർന്നു. സെന്റർ ഫോർ മോണിറ്ററിങ് ഇന്ത്യൻ ഇക്കോണമി (സി എം ഐ ഇ)യുടെ കണക്കനുസരിച്ച് ഒരു കോടി ഇരുപതു ലക്ഷംപേർക്ക് ലോക്ക്ഡൗണിന്റെ ഫലമായി തൊഴിൽ നഷ്ടപ്പെട്ടു. തൊഴിലില്ലായ്മ 27 ശതമാനമായി കുത്തനെകൂടി. ഹാർവാർഡ് ഗവേഷകരുടെ നേതൃത്വത്തിൽ, പബ്ലിക്ക് ഹെൽത്ത് ഫൗണ്ടേഷന്റെ സഹകരണത്തോടെ നടന്ന പഠനമനുസരിച്ച് ഏപ്രിലിൽ കഴിഞ്ഞ വർഷം ഇതേ സമയത്തെ അപേക്ഷിച്ച് ശരാശരി 76 ശതമാനമാണ് കൂലിയിൽ ഉണ്ടായ കുറവ്. അഞ്ചിൽ നാല് തൊഴിലാളികളുടേയും കൂലി കുറഞ്ഞു. രാജ്യത്തെ 12 പ്രധാന സംസ്ഥാനങ്ങളിലെ 200 ജില്ലകളിൽ നടന്ന പ്രസ്തുത പഠനമനുസരിച്ച് കർഷകരിൽ 60 ശതമാനത്തിനും ലോക്ക്ഡൗണിന്റെ ഫലമായി നഷ്ടമുണ്ടായി. ഈ മെയ് മാസത്തിൽ കഴിഞ്ഞ വർഷം ഇതേ കാലത്തേക്കാൾ തൊഴിലുറപ്പിൽ ജോലിചെയ്തവരുടെ എണ്ണം 1.71 കോടിയാണ് വർദ്ധിച്ചത്. ഇവരിൽ വലിയൊരു ഭാഗം നഗരങ്ങളിൽനിന്ന് തൊഴിൽ നഷ്ടപ്പെട്ട് ഗ്രാമങ്ങളിലേക്ക് മടങ്ങിയ കുടിയേറ്റ തൊഴിലാളികളാണ്. ആവശ്യപ്പെടുന്നവർക്കെല്ലാം വർഷം മുഴുവൻ തൊഴിൽ നൽകാൻ കഴിയുംവിധം തൊഴിലുറപ്പു പദ്ധതി പുനഃക്രമീകരിക്കേണ്ടതിന്റെ പ്രാധാന്യമിതാണ്. പക്ഷേ, കേന്ദ്ര പാക്കേജ് അതിനുള്ള തുക ലഭ്യമാക്കുന്നില്ല. ഓൾ ഇന്ത്യാ മാനുഫാക്ചറിങ് ഓർഗനൈസേഷന്റെ (AIMO) സർവ്വേയനുസരിച്ച് ചെറുകിട ഇടത്തരം സൂക്ഷ്മ വ്യവസായങ്ങളിൽ (MSME) 35 ശതമാനവും സ്വയം തൊഴിലിൽ ഏർപ്പെട്ടവരിൽ 37 ശതമാനവും അടച്ചുപൂട്ടേണ്ടിവരുമെന്ന് കണക്കാക്കിയിരിക്കുന്നു. എം എസ് എം ഇകളിൽ 72 ശതമാനവും കോർപ്പറേറ്റ് മേഖലയിൽ 42 ശതമാനം സ്ഥാപനങ്ങളും തൊഴിലാളികളുടെ എണ്ണം കുറയ്ക്കുമെന്നും സർവ്വേ ചൂണ്ടിക്കാണിക്കുന്നു. കേന്ദ്ര പാക്കേജ് അപര്യാപ്തമാണെന്ന വാദത്തെ സാധൂകരിക്കുന്നതാണ് ഈ കണക്കുകൾ. എം എസ് എം ഇകളിൽ 15 കോടി പേരും സ്വയം തൊഴിൽ സംരംഭങ്ങളിൽ 13 കോടി

പേരും തൊഴിലെടുക്കുന്നുണ്ട്. വൻതോതിൽ തൊഴിലും ഉപജീവന മാർഗ്ഗങ്ങളും വരുമാനവും ഇനിയും നഷ്ടമാകുമെന്ന അപകടസൂചന യാണിത് നൽകുന്നത്. വാങ്ങൽ ശേഷിയും ഡിമാന്റും ഇനിയും തകരും.

അടിയന്തര രക്ഷാനടപടിയായി വേണ്ടിയിരുന്നത് എന്തായിരുന്നു? ജനങ്ങളുടെ കയ്യിൽ പണമെത്തിക്കുക. ക്യാഷ് ട്രാൻസ്ഫർ, ഗ്രാമീണ നഗര തൊഴിലുറപ്പുപദ്ധതികളിലൂടെ തൊഴിലും വരുമാനവും ഉറപ്പാക്കുക, കാർഷിക ഉൽപ്പന്നങ്ങൾക്ക് ഉൽപ്പാദന ചെലവും അതിന്റെ പകുതിയും ചേർത്ത് താങ്ങുവില നിശ്ചയിച്ച് സർക്കാർ സംഭരിക്കുക, ഭക്ഷ്യശേഖരം ഉപയോഗിച്ച് സൗജന്യമായി ഭക്ഷ്യധാന്യം ലഭ്യമാക്കുക, പൊതു ചെലവുകളും മുതൽമുടക്കും വർദ്ധിപ്പിക്കുക എന്നിവയാണ് ജനങ്ങളിൽ വാങ്ങൽ കഴിവും തൊഴിലും വരുമാനവും സൃഷ്ടിക്കാനുള്ള അടിയന്തര ഇടക്കാല നടപടികൾ. ചുരുക്കിപ്പറഞ്ഞാൽ, സമ്പദ് വ്യവസ്ഥയെ ചലിപ്പിക്കാൻ സർക്കാർ നേരിട്ട് പണം ചെലവഴിക്കണം. അമേരിക്ക ഉൾപ്പെടെ പല വികസിത മുതലാളിത്ത രാജ്യങ്ങളും ഈ ഘട്ടത്തിൽ അതാണ് ചെയ്യുന്നത്. അമേരിക്കയിൽ പ്രായപൂർത്തിയായ ഒരാൾക്ക് 1200 ഡോളറും ഒരു കുട്ടിക്ക് 500 ഡോളറും (യഥാക്രമം 90,000വും 37500 രൂപ വീതം) എന്ന കണക്കിൽ ലോക്ക്ഡൗൺ കാലത്ത് സർക്കാർ നൽകി. പല വികസിത മുതലാളിത്ത രാജ്യങ്ങളുടെയും പാക്കേജിൽ സ്വകാര്യ മേഖലയിലെ ശമ്പള ബില്ലിന്റെ 80 ശതമാനം വരെ നൽകാനുള്ള പണം സർക്കാർ ലഭ്യമാക്കി. ഇന്ത്യയിൽ ജൻധൻ അക്കാണ്ടുള്ള സ്ത്രീകൾക്ക് 500 രൂപയും കുടിയേറ്റ തൊഴിലാളികൾക്ക് കഷ്ടിച്ച് രണ്ടു ദിവസത്തെ വേതനവും നൽകുന്നതിലൊതുങ്ങി നേരിട്ടുള്ള ധനസഹായം. മോദിയുടെ കൊട്ടിഘോഷിച്ച 20 ലക്ഷം കോടി പാക്കേ ജിൽ നേരിട്ട് സർക്കാർ ചെലവഴിക്കുന്ന തുക ജി ഡി പിയുടെ ഒരു ശതമാ നത്തിനപ്പുറം (അതായത് പരമാവധി 2 ലക്ഷം കോടി) പോവില്ലെന്ന സത്യം എല്ലാവരും അംഗീകരിച്ചു കഴിഞ്ഞിട്ടുള്ളതാണ്. പാക്കേജിന്റെ ഊന്നൽ സർക്കാർ പൊതു ചെലവുകൾ വർദ്ധിപ്പിക്കുന്നതിലോ ജനങ്ങളിൽ പണമെത്തിച്ച് ഡിമാന്റ് വർദ്ധിപ്പിക്കുന്നതിലോ അല്ല.

ഇപ്പോൾത്തന്നെ രൂക്ഷമായ പ്രതിസന്ധി വരുംദിനങ്ങളിൽ വൻ തകർച്ചയായി മാറാതിരിക്കാൻ സർക്കാർ നേരിട്ട് പണം ചെലവഴിക്കുന്നതു മാത്രമാണ് പോംവഴിയെന്ന് ലോകമെങ്ങുമുള്ള നവ ഉദാരനയങ്ങളുടെ വക്താക്കളായ സാമ്പത്തിക ശാസ്ത്രജ്ഞർ പോലും ചൂണ്ടിക്കാട്ടുന്നുണ്ട്. ഒന്നാം മോദി സർക്കാരിന്റെ മുഖ്യ സാമ്പത്തിക ഉപദേഷ്ടാവായിരുന്ന അരവിന്ദ് സുബ്രഹ്മണ്യൻ പറയുന്നത് “ഇപ്പോൾ ആവശ്യമായത്ര പണം സർക്കാർ ചെലവഴിക്കണം” എന്നാണ്. സമ്പദ് വ്യവസ്ഥയെ പുനരു ജ്ജീവിപ്പിക്കാൻ സർക്കാർ പണം ചെലവഴിക്കുന്നതിന് വിഘാതമായ ധന ഉത്തരവാദിത്വ നിയമം മാറ്റിയെഴുതണമെന്നും സംസ്ഥാനങ്ങളുടെ വായ്പാ പരിധി ഉയർത്തുമ്പോൾ കേന്ദ്രം ഉപാധികൾ അടിച്ചേല്പി ക്കുന്നത് ഐ എം എഫ് ചെയ്യുന്നതിന് സമാനമായ നടപടിയാ

ണെന്നുമാണ്. നേരത്തേ തന്നെ സമ്പദ് വ്യവസ്ഥ തളർച്ചയിലായിരുന്നുവെന്ന വസ്തുതയും ബജറ്റ് അയഥാർത്ഥമായ കണക്കുകളുടെ അടിസ്ഥാനത്തിലാണെന്നതും ഇപ്പോൾ സ്ഥിതിഗതികൾ കൂടുതൽ ഗുരുതരമായി എന്നതും കണക്കിലെടുത്ത് കേന്ദ്ര ബജറ്റുതന്നെ പുതുക്കണമെന്ന് ഡോ. സുബ്രഹ്മണ്യൻ പറയുന്നു. പുരോഗമന വീക്ഷണമുള്ള സാമ്പത്തിക ശാസ്ത്രജ്ഞരുടെ ഒരു കൂട്ടായ്മ നിർദ്ദേശിക്കുന്നത് സമ്പദ് വ്യവസ്ഥയെ പുനരുജ്ജീവിപ്പിക്കാൻ 10 ലക്ഷം കോടി രൂപയുടെ ഒരു പുതിയ പാക്കേജുകൂടി നടപ്പാക്കണമെന്നാണ്. അതിൽ 75 ദിവസത്തെ ലോക്ക്ഡൗൺ കാലത്തെ വരുമാന നഷ്ടം നികത്താൻ രാജ്യത്തെ 80 % കുടുംബങ്ങൾക്കും 15000 രൂപ വീതം പണമായി നൽകണമെന്നും ആവശ്യപ്പെടുന്നു. അതായത്, ക്രേന്ദ്ര സർക്കാർ പാക്കേജ് അപര്യാപ്തമാണെന്നും സർക്കാർ കൂടുതൽ പണം നേരിട്ട് ചെലവഴിക്കണമെന്നുമാണ് പൊതുവിൽ ഉയരുന്ന ആവശ്യം.

വിലക്കയറ്റത്തെ ഭയക്കേണ്ട

ഇങ്ങനെ സർക്കാർ ചെലവ് കൂട്ടുകയും നേരിട്ട് ജനങ്ങളിലേക്ക് പണം എത്തിക്കുകയും ചെയ്യുമ്പോൾ സാധാരണ ഉണ്ടാകാനിടയുള്ള പ്രശ്നം പണപ്പെരുപ്പമുണ്ടാകും എന്നതാണ്. അതായത് ജനങ്ങളിൽ പണലഭ്യത കൂടിയാൽ ഡിമാന്റ് കൂടും, ഒപ്പം വിലയും കൂടും എന്ന വാദം ഇപ്പോഴത്തെ സ്ഥിതിയിൽ നിലനിൽക്കില്ല. കാരണം ഡിമാന്റ് കൂടുന്നതിനനുസരിച്ച് ഉൽപ്പാദനവും ലഭ്യതയും (സപ്ലൈ) കൂട്ടാനായില്ലെങ്കിലാണ് വിലക്കയറ്റമുണ്ടാവുക. ഇപ്പോൾ ആ പ്രശ്നമില്ല. സർക്കാരിന്റെ കരുതൽ ശേഖരത്തിൽ ആവശ്യമായതിനേക്കാൾ വളരെ കൂടുതൽ ഭക്ഷ്യധാന്യശേഖരമുണ്ട്. അതുപയോഗിച്ച് ഭക്ഷ്യധാന്യ ലഭ്യത കൂട്ടാനാവുമെന്നതിനാൽ വിലക്കയറ്റം ഉണ്ടാവില്ല. ജനങ്ങളുടെ വാങ്ങൽ ശേഷി ഇടിഞ്ഞതിനാൽ കോവിഡിനുമുമ്പേ വ്യവസായങ്ങൾ ശേഷിയുടെ 75 ശതമാനം മാത്രമായിരുന്നു പ്രവർത്തനം. ലോക്ക്ഡൗണിനെത്തുടർന്ന് അത് വെറും 25 ശതമാനം മാത്രമായി ചുരുങ്ങിയിട്ടുണ്ട്. അതുകൊണ്ട് ഡിമാന്റ് കൂടുമ്പോൾ ഉൽപ്പാദനം കൂട്ടി ലഭ്യത ഉറപ്പുവരുത്താനും കഴിയും. അതു കൊണ്ട് വിലക്കയറ്റമുണ്ടാകില്ല.

മനസ്സുണ്ടോ? പണത്തിന് മുട്ടില്ല

പിന്നെന്താണ് പ്രശ്നം? ചെലവ് കൂട്ടാൻ സർക്കാർ എങ്ങനെ പണം കണ്ടെത്തുമെന്നതാണോ? അതിന് ധാരാളം മാർഗ്ഗങ്ങളുണ്ട്. ഒന്ന്, അതിസമ്പന്നർക്കുമേൽ കൂടുതൽ നികുതി ചുമത്തുക എന്നതാണ്. വെറും 63 വ്യക്തികൾ രാജ്യത്തിന്റെ ആകെ ബജറ്റിനേക്കാൾ കൂടുതൽ ആസ്തി കൈവശം വെക്കുകയും, അതിസമ്പന്നരായ ഒരു ശതമാനം രാജ്യത്തെ മൊത്തം സ്വത്തിന്റെ 75 ശതമാനം സ്വന്തമാക്കുകയും ചെയ്യുന്ന

ഇന്ത്യയിൽ ധനാഢ്യർക്ക് മേൽ ഈ മഹാപ്രതിസന്ധി കാലത്തുപോലും അധിക നികുതി ചുമത്താതിരിക്കുന്നതിന് എന്ത് ന്യായമാണുള്ളത്? ആഗോള മുതലാളിത്തത്തിന്റെ ജിഹ്വകളിൽ പ്രധാനപ്പെട്ട ഒന്നായ, ലണ്ടനിൽനിന്ന് പ്രസിദ്ധീകരിക്കുന്ന *ഫിനാൻഷ്യൽ ടൈംസ്* പോലും പറയുന്നത് സമ്പന്നരിൽനിന്ന് സ്വത്ത് നികുതിയും മറ്റും ഈടാക്കി സർക്കാരുകൾ വിഭവ സമാഹരണം നടത്തണമെന്നാണ്. ഒരു കണക്കനുസരിച്ച്, ഇന്ത്യയിലെ ഒരു ശതമാനം അതിസമ്പന്നർക്ക് 2 ശതമാനം സ്വത്ത് നികുതിയും അവർ ഓരോ വർഷവും ആർജിക്കുന്ന പൈതൃക സ്വത്തിന് 33 ശതമാനം പിന്തുടർച്ചാ നികുതിയും ഏർപ്പെടുത്തിയാൽ ജി ഡി പിയുടെ 10 ശതമാനം അഥവാ ഇരുപത് ലക്ഷം കോടി അധികമായി കണ്ടെത്താമെന്നാണ്. രണ്ടാമത്തെ മാർഗ്ഗം, കുറഞ്ഞ പലിശയ്ക്ക് വായ്പ സമാഹരിക്കാനുതകുന്ന പ്രത്യേക ബോണ്ടുകൾ ഇറക്കുക എന്നതാണ്. മൂന്നാമതായി, കറൻസി നോട്ടടിക്കുക എന്നതാണ്. നേരത്തേ വിശദീകരിച്ച കാരണങ്ങളാൽ നോട്ടടിച്ചിറക്കിയാലും വിലക്കയറ്റമുണ്ടാവില്ല.

ഇതിനൊന്നും കേന്ദ്ര സർക്കാർ തയ്യാറല്ല. കാരണം, കോർപ്പറേറ്റ് നികുതി 15 ശതമാനംവരെയാക്കി ലോകത്തിലെ ഏറ്റവും കുറഞ്ഞ നിരക്കിലെത്തിച്ച മോദി സർക്കാരിന്റെ വർഗ്ഗ പക്ഷപാതിത്വം തന്നെ. സർക്കാർ വായ്പയെടുത്തും നോട്ടടിച്ചും ചെലവ് കൂട്ടിയാൽ ക്രെഡിറ്റ് റേറ്റിങ് ഏജൻസികൾ റേറ്റിങ് താഴ്ത്തുമെന്ന ഭയമായിരുന്നു മറ്റൊരു കാരണം. അതുകൊണ്ട് പാക്കേജിന്റെ 85 ശതമാനവും വായ്പകളിലൂടെ പണലഭ്യത സൃഷ്ടിക്കൽ മാത്രമായി. ഈ വായ്പകൾ നൽകേണ്ട ബാങ്കുകൾ പെരുകുന്ന കിട്ടാക്കടം സൃഷ്ടിക്കുന്ന ആശങ്കമൂലവും രാജ്യത്തെ പൊതു സാമ്പത്തിക സ്ഥിതി മോശമാകയാലും ഉദാരമായ വായ്പ കൊടുക്കുക എന്ന റിസ്ക് എടുക്കാൻ മടിക്കും. മുദ്ര വായ്പ മുതൽ കോർപ്പറേറ്റ് വായ്പകൾ വരെ വൻതോതിൽ കിട്ടാക്കടമായി മാറി കൈ പൊള്ളിയിരിക്കുന്ന ബാങ്കുകൾ വിമുഖരാവുന്നത് സ്വാഭാവികം. സംഭവിക്കാൻ സാദ്ധ്യത കോവിഡ് പാക്കേജ് ഉപയോഗിച്ച് നിലവിലുള്ള കോർപ്പറേറ്റ് വായ്പകൾ തീർപ്പാക്കി അവർക്കുതന്നെ കൂടുതൽ വായ്പ ലഭ്യമാക്കലായിരിക്കും. സർക്കാർ പ്രഖ്യാപിച്ച മറ്റു നടപടികളുടേയും ഗുണഭോക്താക്കൾ വൻകിട കോർപ്പറേറ്റ് മൂലധനം തന്നെയാണ്. പ്രകൃതി വിഭവങ്ങൾ, പൊതുമേഖലാ സ്ഥാപനങ്ങൾ, പൊതുമേഖലാ ബാങ്കുകൾ എന്നിവയെല്ലാം വൻകിട കോർപ്പറേറ്റുകൾക്ക് സ്വന്തമാക്കാനുള്ള സൗകര്യമാണ് കോവിഡ് ദുരന്തത്തിന്റെ മറവിൽ കേന്ദ്രം ഒരുക്കിയിരിക്കുന്നത്. തൊഴിൽ നിയമ ഭേദഗതികൾക്ക് കേന്ദ്രം മൗനാനുവാദം നൽകുമ്പോൾ കോർപ്പറേറ്റ് ആവശ്യമാണ് നിറവേറ്റുന്നത്. തൊഴിലാളികൾ ദീർഘകാല പോരാട്ടങ്ങളിലൂടെ കൈവരിച്ച അവകാശങ്ങളുടെ നിയമ സംരക്ഷണം പൊളിച്ചുമാറ്റുന്നത് അവരുടെ വിലപേശൽ കഴിവ് കുറച്ച്, മുതലാളിമാർക്ക് തുച്ഛമായ കൂലിക്ക് പണിയെടുക്കുന്ന അടിമകളെ സൃഷ്ടിക്കാൻ വേണ്ടിയുള്ളതാണ്. അവശ്യ സേവന നിയമം എടുത്തുകളയാനും

ഭക്ഷ്യവസ്തുക്കളുടെ അന്തർ സംസ്ഥാന കടത്തിനുള്ള നിയന്ത്രണങ്ങൾ നീക്കാനും കാർഷികോൽപ്പന്ന സംഭരണത്തിനുമുള്ള നിയന്ത്രണങ്ങൾ നീക്കാനുമുള്ള ഓർഡിനൻസുകളിലൂടെ കുത്തകകൾക്ക് കർഷകരെ ചൂഷണം ചെയ്യാനും പൂഴ്ത്തിവെപ്പിനും കൊള്ളലാഭത്തിനുമുള്ള അവസരമാണ് ഒരുക്കിക്കൊടുക്കുന്നത്. കാർഷികോൽപ്പന്നങ്ങളുടെ താങ്ങുവില ഉൽപ്പാദനച്ചെലവും അതിന്റെ പകുതിയും ചേർത്ത് നടപ്പാക്കുമെന്ന വാഗ്ദാനം നൽകിയ ബി ജെ പി സർക്കാർ താങ്ങുവിലയിൽ പ്രതിസന്ധി കാലത്തുപോലും നാമമാത്രമായ വർദ്ധന മാത്രമേ വരുത്തിയുള്ളൂ എന്നത് ശ്രദ്ധേയമാണ്. ഉൽപ്പാദനച്ചെലവ് വളരെ താഴ്ത്തി കണക്കാക്കിയാണ് താങ്ങുവില കുറച്ച് നിശ്ചയിച്ചത്. പൊതു സംഭരണം അട്ടിമറിക്കാനും കുത്തകകളെ ആശ്രയിക്കാൻ കൃഷിക്കാരെ നിർബന്ധിതമാക്കാനുമാണിത്. ഈ നടപടികളുടെ ഫലമായി തൊഴിലാളികളുടെ കൂലിയും കർഷകരുടെ ഉൽപ്പന്നത്തിന് ന്യായമായ വിലയും കിട്ടാതാവുകയും അവരുടെ വരുമാനവും വാങ്ങൽശേഷിയും വീണ്ടും ഇടിയുകയും ചെയ്യും. ഇത് നിക്ഷേപവും തൊഴിലും ഉൽപ്പാദനവും തകരുന്നതിനാണിടയാക്കുക.

ദീർഘകാലമായി ശ്രമിക്കുന്നതും ഇതുവരെ പൂർണ്ണമായും നടപ്പിലാക്കാൻ കഴിയാതിരുന്നതുമായ നവ ഉദാര നടപടികൾ, വലിയ പ്രതിഷേധങ്ങൾ അസാദ്ധ്യമാക്കുംവിധം മഹാമാരിയിൽ രാജ്യമാകെ മരവിച്ചുനിൽക്കുമ്പോൾ ഒറ്റയടിക്ക് നടത്തിയെടുക്കാനുള്ള കുത്സിത നീക്കത്തിലാണ് മോദി സർക്കാർ. പല വികസിത മുതലാളിത്ത രാജ്യങ്ങളും തൽക്കാലത്തേക്കെങ്കിലും നവ ഉദാര നയങ്ങളിൽനിന്ന് വ്യതിചലിക്കുമ്പോഴാണ് പരാജയപ്പെട്ട നയങ്ങൾതന്നെ മോദി സർക്കാർ അടിച്ചേല്പിക്കുന്നത്. 2016 ൽ നോട്ട് നിരോധനത്തിലൂടെയും 2017 ൽ ജി എസ് ടി യിലൂടെയും ഇന്ത്യയിലെ അനൗപചാരിക സമ്പദ്വ്യവസ്ഥയേയും ചെറുകിട ഉൽപ്പാദനത്തേയും തകർത്ത് വൻകിട മൂലധനത്തിന് പുതിയ മേച്ചിൽപുറങ്ങൾ സൃഷ്ടിക്കാനുള്ള ശ്രമത്തിന്റെ മൂന്നാം ഘട്ടംകൂടി കോവിഡ് പാക്കേജിന്റെ മറവിൽ നടപ്പാക്കുകയാണ്.

അനിശ്ചിതമായ ഭാവി

ഇതിന്റെ പ്രത്യാഘാതം വിനാശകരമായിരിക്കുമെന്ന വ്യക്തമായ സൂചനകൾ ഇപ്പോൾ ലഭ്യമാണ്. രാജ്യാന്തര ദേശീയ ധനകാര്യ സ്ഥാപനങ്ങളും റേറ്റിങ് ഏജൻസികളുമൊക്കെ പ്രവചിക്കുന്നത് ഭയാനകമായ സാമ്പത്തിക തകർച്ചയാണ്. ഫിച്ച്, ഗോൾഡ്മാൻ സാക്സ്, ഇക, നൊമുറ എന്നിവ ശരാശരി 5 ശതമാനം ജി ഡി പി ഇടിവാണ് പ്രവചിക്കുന്നത്. സ്റ്റേറ്റ് ബാങ്ക് ഓഫ് ഇന്ത്യയുടെ ഗവേഷണ വിഭാഗം 2020–21 ൽ സമ്പദ്വ്യവസ്ഥ 6 ശതമാനത്തിലേറെ ഇടിയുമെന്ന് കണക്കാക്കുന്നു. റിസർവ്വ് ബാങ്കും വളർച്ച നെഗറ്റീവാകും എന്ന മുന്നറിയിപ്പ് നൽകിക്കഴിഞ്ഞു.

സർക്കാർ നേരിട്ട് പണം ചെലവഴിക്കുന്നതിൽ പരമാവധി പിശുക്കിയത് ഈ റേറ്റിങ് ഏജൻസികളുടെ മികച്ച റേറ്റിങ് കിട്ടാനായിരുന്നു എന്നോർക്കുക. എന്നാൽ സാമ്പത്തിക പ്രവർത്തനത്തെ പുനരുജ്ജീവിപ്പിക്കുന്നതിൽ സർക്കാർ നടപടികൾ പരാജയപ്പെടുമെന്ന് മനസ്സിലാക്കിയ റേറ്റിങ് ഏജൻസികളും കൈവിട്ടു. ഏറ്റവും ഒടുവിൽ മൂഡീസ് ഇൻവെസ്റ്റർ സർവ്വീസ് ഇന്ത്യയുടെ റേറ്റിങ് താഴ്ത്തിയ വാർത്തയാണ് വരുന്നത്. സമ്പദ് വ്യവസ്ഥയെ രക്ഷിക്കാനുള്ള യഥാർത്ഥ ഇടപെടലുകളാണ് റേറ്റിങ് ഏജൻസികളുടെ മുന്നിൽ നല്ല പിള്ള ചമയലല്ല വേണ്ടത് എന്ന പാഠം ഈ സർക്കാർ ഇനി എന്നു പഠിക്കാനാണ്? അധികാരത്തിൽ വന്നതു മുതൽ നടപ്പാക്കിവരുന്നതും കോവിഡിനുമുമ്പേതന്നെ ഇന്ത്യൻ സമ്പദ്വ്യവസ്ഥയെ പടവലങ്ങപോലെ താഴേക്ക് നയിച്ചതുമായ തീവ്ര ഉദാരവൽക്കരണ നയങ്ങൾ കോവിഡോടുകൂടി അതിനെ സമ്പൂർണ്ണ പതനത്തിലേക്ക് നയിക്കുന്ന അശുഭസൂചനകളുടെ മദ്ധ്യത്തിലാണിന്ന് രാജ്യം. മാന്ദ്യത്തിന്റേയും വറുതിയുടേയും കഠിനവും സംഘർഷാത്മകവുമായ ദിനങ്ങളാണ് വരാനിരിക്കുന്നത്.

സി എ ജി റിപ്പോർട്ടും കേന്ദ്രത്തിന്റെ കള്ളക്കണക്കുകളും

കേന്ദ്ര ധനമന്ത്രി നിർമലാ സീതാരാമൻ പാർലമെന്റിൽ പറഞ്ഞ ഒരു പ്രസ്താവനയുടെ പിന്നിലെ ചതി മഴക്കാല സമ്മേളനത്തിന്റെ അവസാന ദിവസം സഭയുടെ മേശപ്പുറത്തു വെച്ച കംപ്ട്രോളർ ആന്റ് ഓഡിറ്റർ ജനറൽ (സി എ ജി) റിപ്പോർട്ട് വായിക്കുമ്പോൾ മാത്രമാണ് തിരിച്ചറിയാനാവുക. പൊതു ഖജനാവിൽനിന്ന് സംസ്ഥാനങ്ങൾക്ക് ജി എസ് ടി വരുമാനത്തിന് നഷ്ടപരിഹാരം കൊടുക്കാൻ നിയമവ്യവസ്ഥയില്ല എന്നായിരുന്നു അറ്റോർണി ജനറലിന്റെ അഭിപ്രായം ഉദ്ധരിച്ചുകൊണ്ട് ധനമന്ത്രി സഭയിൽ പറഞ്ഞത്. സെപ്തംബർ 18 ന് ഉപധനാഭ്യർത്ഥനാ ചർച്ചകൾക്കുള്ള മറുപടിയിലാണ് ധനമന്ത്രി സംസ്ഥാനങ്ങൾക്ക് നഷ്ടപരിഹാരം കൊടുക്കാൻ ബാദ്ധ്യതയില്ലെന്ന ഞെട്ടിക്കുന്ന പ്രസ്താവന നടത്തിയത്. പ്രത്യേകം ശ്രദ്ധിക്കുക. പൊതു ഖജനാവിൽനിന്ന് സംസ്ഥാനങ്ങൾക്ക് ജി എസ് ടി നഷ്ടപരിഹാരം കൊടുക്കാൻ വ്യവസ്ഥയില്ല എന്നാണ് മന്ത്രി പറഞ്ഞത്.

ഇനി എന്താണ് സംസ്ഥാനങ്ങൾക്ക് നഷ്ടപരിഹാരത്തിനുള്ള നിയമവ്യവസ്ഥ എന്നു നോക്കാം. 2017 ൽ പാർലമെന്റ് പാസാക്കിയ "ജി എസ് ടി നഷ്ടപരിഹാര സെസ് നിയമ" പ്രകാരം ജി എസ് ടി നടപ്പാക്കുമ്പോൾ നികുതി വരുമാനത്തിൽ സംസ്ഥാനങ്ങൾക്ക് ഉണ്ടാകുന്ന നഷ്ടം നികത്താൻ അഞ്ച് വർഷത്തേക്ക് കേന്ദ്രം നഷ്ടപരിഹാരം നൽകണം. ഇതിനായി കേന്ദ്ര സർക്കാർ പ്രത്യേകം സെസ് പിരിക്കും. ഇങ്ങനെ പിരിക്കുന്ന സെസാകട്ടെ പൊതു ഖജനാവിൽ സൂക്ഷിക്കാൻ പാടില്ല. പ്രത്യേക നഷ്ടപരിഹാര സെസ് ഫണ്ടിൽ മാത്രം സൂക്ഷിക്കണമെന്നും നിയമം വ്യവസ്ഥ ചെയ്യുന്നു. ഇതാകട്ടെ ലാപ്സാകാത്ത (non lapsable) ഫണ്ടാണ്. എന്നാൽ കേന്ദ്ര ഗവൺമെന്റ് ചെയ്തതോ? സി എ ജിയുടെ

കണ്ടെത്തൽ പ്രകാരം 2017-18, 2018-19 വർഷങ്ങളിലെ നഷ്ടപരിഹാര സെസ് ഇനത്തിൽ പിരിച്ച തുകയിൽ ഒരു വിഹിതം നിയമം ലംഘിച്ച് വകമാറ്റി പൊതു ഖജനാവിൽനിന്ന് മറ്റാവശ്യങ്ങൾക്ക് വിനിയോഗിക്കുകയാണ്. ഇത് നിയമവിരുദ്ധമായ നടപടിയാണെന്ന് സി എ ജി കണ്ടെത്തി. 2017-18ലും 2018-19ലുമായി ഇങ്ങനെ വകമാറ്റി കേന്ദ്രം ദുർവിനിയോഗം ചെയ്തത് 47272 കോടി രൂപ! 2017-18 ൽ സംസ്ഥാനങ്ങൾക്കുള്ള നഷ്ടപരിഹാര സെസായി 62612 കോടി രൂപ പിരിച്ചതിൽ 6466 കോടി രൂപയും 2018-19 ൽ ആകെ പിരിച്ച 95081 കോടി രൂപയിൽ 40806 കോടിയും കേന്ദ്രം സ്വന്തം കണക്കിലാക്കി എന്നാണ് സി എ ജിയുടെ കണ്ടെത്തൽ.

അതായത്, സംസ്ഥാനങ്ങൾക്ക് നഷ്ടപരിഹാരം നൽകാൻ മാത്രം വിനിയോഗിക്കേണ്ട സെസ് തുക നിയമാനുസൃതം പ്രത്യേക ഫണ്ടിൽ സൂക്ഷിക്കാതെ പൊതുഖജനാവിലേക്ക് മാറ്റി നിയമപരമായ ബാദ്ധ്യതയിൽനിന്ന് നിയമവിരുദ്ധമായി പുറത്തുകടക്കുക. എന്നിട്ട് പൊതു ഖജനാവിൽനിന്ന് സംസ്ഥാനങ്ങൾക്ക് നഷ്ടപരിഹാരം നൽകാൻ നിയമം അനുശാസിക്കുന്നില്ലെന്ന് പറയുക.

കേന്ദ്രത്തിന്റെ മറ്റൊരു തട്ടിപ്പുകൂടി സി എ ജി ചൂണ്ടിക്കാട്ടുന്നുണ്ട്. അത് നഷ്ടപരിഹാര സെസിന്റെ അക്കൗണ്ടിങ് രീതിയിലാണ്. സെസ്സ് തുക ധനമന്ത്രാലയം കൈമാറേണ്ടത് മേജർ ഹെഡ് 2047 ലുള്ള പബ്ലിക്ക് അക്കൗണ്ടിലേക്കാണ്. എന്നാൽ മേജർ ഹെഡ് 3601 ലേക്കാണ് കൈമാറിയത്. ഈ ഹെഡ് സംസ്ഥാനങ്ങൾക്ക് സഹായഗ്രാന്റ് (Grants-in-aid)നൽകുന്നതിനുള്ളതാണ്. ഇതിന്റെ പ്രശ്നം നഷ്ടപരിഹാരം ലഭിക്കുക എന്നത് സംസ്ഥാനങ്ങളുടെ അവകാശമാണ്. എന്നാൽ ഗ്രാന്റ് അവകാശമല്ല. ചുരുക്കത്തിൽ സംസ്ഥാനങ്ങളുടെ നിയമപരമായ ഒരു അവകാശത്തെ കേന്ദ്രത്തിന്റെ വിവേചനാധികാരപ്രകാരമുള്ള ഒരു ഔദാര്യമാക്കി മാറ്റുന്നു. ഇവയെല്ലാം അങ്ങേയറ്റം കുടിലബുദ്ധികളായവർക്കു മാത്രം ചെയ്യാനാവുന്ന കബളിപ്പിക്കലാണ്. ഈ നടപടികൾ നിയമവിരുദ്ധമാണെന്നും തിരുത്തണമെന്നും സി എ ജി റിപ്പോർട്ടിൽ ആവശ്യപ്പെട്ടിട്ടുണ്ട്.

സംസ്ഥാനങ്ങൾക്കെല്ലാമായി കേന്ദ്ര സർക്കാർ ഏകദേശം 3 ലക്ഷം കോടി രൂപ ജി എസ് ടി നഷ്ടപരിഹാരത്തുകയായും മറ്റ് സെസുകളുടെ വിഹിതമായും കൊടുക്കാൻ കുടിശ്ശികയുണ്ടെന്ന് ഓർക്കണം. കോവിഡ് കാലത്ത് ലോക്ക്ഡൗണിന്റേയും വരുമാന നഷ്ടത്തിന്റേയും ഫലമായും പകർച്ചവ്യാധി നേരിടാൻ വേണ്ടിവരുന്ന അധിക ചെലവുകൾ താങ്ങാനാവാതെയും സംസ്ഥാനങ്ങൾ ദുരിതത്തിലായിരിക്കുമ്പോഴും നഷ്ടപരിഹാരകുടിശ്ശിക കേന്ദ്രം കൊടുക്കുന്നില്ല. കേന്ദ്രം കൊടുക്കേണ്ട തുക സംസ്ഥാനങ്ങളോട് പൊതുവിപണിയിൽനിന്ന് കടമെടുക്കാനാണ് ധനമന്ത്രി ആവശ്യപ്പെടുന്നത്. കേന്ദ്രം കടമെടുത്തു നൽകണമെന്ന കേരളത്തിന്റെ നേതൃത്വത്തിൽ അനേകം സംസ്ഥാനങ്ങൾ മുന്നോട്ടുവെച്ച

ആവശ്യംപോലും കേന്ദ്രം തള്ളുകയായിരുന്നു. സംസ്ഥാനങ്ങൾ സ്വന്തം നിലയിൽ വായ്പയെടുക്കുമ്പോൾ ഉയർന്ന പലിശനിരക്ക് കൊടുക്കേണ്ടി വരും. അതൊന്നും ക്രേന്ദ്ര സർക്കാർ പരിഗണിക്കുന്നതേയില്ല. സംസ്ഥാനങ്ങളുടെ ചെലവിൽ കേന്ദ്രം സ്വന്തം പ്രതിസന്ധിയിൽനിന്ന് രക്ഷപ്പെടാനാണ് ശ്രമിക്കുന്നത്.

സംസ്ഥാനങ്ങൾക്കുള്ള നഷ്ടപരിഹാരത്തുക വകമാറ്റി സ്വന്തമാക്കുന്നതിലൂടെ മറ്റ് രണ്ട് കബളിപ്പിക്കൽ കൂടി കേന്ദ്ര സർക്കാർ നടത്തുന്നുണ്ട് എന്ന് സി എ ജി റിപ്പോർട്ട് വ്യക്തമാക്കുന്നു. അതിലൊന്ന് കേന്ദ്രത്തിന്റെ വരുമാനം പെരുപ്പിച്ചു കാണിക്കാൻ ഇത് ഉപയോഗിക്കുന്നു എന്നതാണ്. രണ്ടാമത്, അങ്ങനെ പെരുപ്പിച്ച് കാണിക്കുന്നതിലുടെ ധനക്കമ്മി കൃത്രിമമായി കുറച്ചു കാണിക്കുകയും ചെയ്യുന്നു. കേന്ദ്രത്തിന്റെ സുപ്രധാനമായ കണക്കുകൾപോലും ഇങ്ങനെ മായം ചേർത്തതും കൃത്രിമവുമാണ് എന്നത് ഈ സർക്കാരിന്റെ സത്യസന്ധതയില്ലാത്തതും വഞ്ചനാപരവുമായ സ്വഭാവം അനാവരണം ചെയ്യുന്നു. ജി ഡി പി, തൊഴിൽ, ഉപഭോഗം എന്നീ കണക്കുകളിൽ പോലും ഇതുപോലുള്ള വളച്ചൊടിക്കലും മൂടിവെക്കലും നടത്തിയ സർക്കാരാണിത്. ഒന്നാം മോദി സർക്കാരിന്റെ മുഖ്യ സാമ്പത്തിക ഉപദേഷ്ടാവായിരുന്ന അരവിന്ദ് സുബ്രഹ്മണ്യം തന്നെ ജി ഡി പി കണക്കുകൾ ഏറ്റവും ചുരുങ്ങിയത് 2.5 ശതമാനം പെരുപ്പിച്ചതാണ് എന്ന് ഹാർവാർഡിലെ പ്രബന്ധത്തിൽ വിശദമാക്കിയത് കോവിഡ് വരുന്നതിനെല്ലാം മുമ്പായിരുന്നല്ലോ. 2019 ൽ തൊഴിലില്ലായ്മ നാൽപ്പത്തിയഞ്ച് വർഷത്തിലെ ഏറ്റവും ഉയർന്ന നിലയിലാണെന്ന് കണ്ടെത്തിയ കേന്ദ്ര സ്റ്റാറ്റിസ്റ്റിക്കൽ ഓർഗനൈസേഷന്റെ റിപ്പോർട്ട് ലോക്സഭാ തിരഞ്ഞെടുപ്പ് കഴിയുംവരെ പുറത്തുവിടാൻ അനുവദിക്കാതിരുന്ന സർക്കാരാണിത്. അതിൽ പ്രതിഷേധിച്ച് സ്റ്റാറ്റിസ്റ്റിക്കൽ കമ്മീഷന്റെ ചെയർമാനും അംഗങ്ങളും രാജിവെക്കുന്ന സ്ഥിതി വരെയുണ്ടായി. രാജ്യത്തെ ഉപഭോഗ ചെലവുകൾ നാൽപ്പതു വർഷത്തിലാദ്യമായി ഇടിഞ്ഞുവെന്ന് കണ്ടെത്തിയ ഉപഭോഗച്ചെലവ് സർവ്വേ (CES) റിപ്പോർട്ട് പിൻവലിക്കുകയാണ് സർക്കാർ ചെയ്തത്.

ഈ അട്ടിമറികളുടെ തുടർച്ചയാണ് സെസുകളിലൂടെ പിരിക്കുന്ന തുകകൾ നിയമവിരുദ്ധമായി വകമാറ്റുന്ന നടപടിയും. ജി എസ് ടി നഷ്ടപരിഹാര സെസ് മാത്രമല്ല മറ്റനേകം സെസുകളും ഇങ്ങനെ വകമാറ്റി ദുർവ്വിനിയോഗം ചെയ്തിട്ടുണ്ട്. (പ്രകൃതി വാതക, ക്രൂഡ് ഓയിൽ സെസ് ഇനത്തിൽ പത്തു വർഷത്തിനിടെ പിരിച്ച 1.24 ലക്ഷം കോടി രൂപ പ്രത്യേക ബോർഡിൽ സൂക്ഷിക്കേണ്ടതിനു പകരം കേന്ദ്രം കയ്യടക്കി. ആരോഗ്യ, വിദ്യാഭ്യാസ സർചാർജ് പിരിച്ചത് 41309 കോടി. അതിൽനിന്ന് ചില്ലിക്കാശ് ആരോഗ്യ മേഖലയ്ക്ക് നൽകിയില്ല. പശ്ചാത്തല സൗകര്യ വികസന റോഡ് സെസ് പിരിച്ചത് 10157 കോടി രൂപ. അതും പ്രത്യേക കരുതൽ നിധിയിൽ സൂക്ഷിക്കാതെ മുഴുവനും കേന്ദ്രം വിഴുങ്ങി. സാമൂഹികക്ഷേമ ലെവി 8871 കോടി രൂപ പിരിച്ചു. എന്നാൽ അത് സൂക്ഷിക്കാനുള്ള

കരുതൽ നിധിപോലും രൂപീകരിക്കാതെ കേന്ദ്ര സർക്കാർ സ്വന്തമാക്കി. യൂണിവേഴ്സൽ ആക്സസ് ലെവി (UAL) ഇനത്തിൽ വകമാറ്റിയത് 2123 കോടി. കേന്ദ്ര സർക്കാർ 2018-19 ൽ മാത്രം ആകെ 35 സെസുകളിലായി 274592 കോടി രൂപ സമാഹരിച്ചു. ഇതിൽ 164322 കോടി രൂപ മാത്രമാണ് അതതു കരുതൽ നിധികളിലേക്ക് കൈമാറിയത്. ഒരു ലക്ഷം കോടി രൂപയിലധികം കേന്ദ്ര സർക്കാർ നിയമ വിരുദ്ധമായി കൈവശപ്പെടുത്തി എന്ന് സി എ ജിയുടെ റിപ്പോർട്ട് ചൂണ്ടിക്കാട്ടുന്നു.

കണക്കുകളിലെ കൃത്രിമവും സത്യസന്ധതയും സുതാര്യതയും ഇല്ലായ്മയും വളഞ്ഞ വഴികളും നിഗൂഢതകളും മോദി സർക്കാരിന്റെ മുഖമുദ്രയാണ്. കോവിഡിന്റെ മറവിൽ ആയിരക്കണക്കിന് കോടി രൂപ ഇന്ത്യയിൽനിന്നും വിദേശത്തുനിന്നുമായി സമാഹരിച്ച, പ്രധാനമന്ത്രി നേതൃത്വം കൊടുക്കുന്ന പി എം കെയേഴ്സ് എന്ന സ്വകാര്യ ഫണ്ടിന്റെ കണക്കുകൾ വിവരാവകാശ നിയമപ്രകാരം നൽകാനോ സി എ ജി ഓഡിറ്റിന് വിധേയമാക്കാനോ തയ്യാറല്ലെന്ന നിലപാട് മോദി സർക്കാരിന്റെ സത്യസന്ധതയില്ലായ്മയുടെ ഏറ്റവും വലിയ ഉദാഹരണമാണ്. ജി എസ് ടി ഉൾപ്പെടെയുള്ള സെസുകൾ സംബന്ധിച്ച സി എ ജിയുടെ കണ്ടെത്തലുകൾ മോദി ഗവൺമെന്റിന്റെ വിശ്വാസ്യത പൂർണമായും തകർത്തിരിക്കുന്നു.

കേരളത്തിന്റെ വ്യവസായവൽക്കരണം പുതിയ പരിതസ്ഥിതികളിൽ

വികസിത കേരളം സൃഷ്ടിക്കുന്നതിലും തൊഴിലും വരുമാനവും ഉറപ്പുവരുത്തി ജനങ്ങളുടെ ജീവിതനിലവാരം മെച്ചപ്പെടുത്തുന്നതിലും വ്യവസായവൽക്കരണം അനിവാര്യമാണെന്ന ഉറച്ച ബോദ്ധ്യം കമ്യൂണിസ്റ്റ് പാർട്ടിക്ക് എക്കാലത്തുമുണ്ടായിരുന്നു. അതിന്റെ അടിസ്ഥാനത്തിൽ കേരളത്തിന്റെ വ്യവസായ വികസനത്തിനുള്ള സമഗ്രമായ പരിപാടിയും പാർട്ടി നേതൃത്വം കൊടുത്ത ആദ്യ സർക്കാർ മുതൽ നടപ്പിലാക്കാൻ ശ്രമിച്ചിട്ടുണ്ട്. 1956 ജൂൺ 22,23,24 തീയതികളിൽ തൃശ്ശൂരിൽ വെച്ചു ചേർന്ന അവിഭക്ത കമ്യൂണിസ്റ്റ് പാർട്ടിയുടെ സംസ്ഥാന സമ്മേളനം അംഗീകരിച്ച പ്രമേയത്തിൽ വ്യവസായവൽക്കരണത്തെക്കുറിച്ചുള്ള കാഴ്ചപ്പാട് വ്യക്തമാക്കിയിട്ടുണ്ട്. കേരളത്തിന്റെ സവിശേഷ പ്രശ്നങ്ങളായ ജന സാന്ദ്രത, തൊഴിലില്ലായ്മ, ഭക്ഷ്യക്കമ്മി എന്നിവയ്ക്ക് പരിഹാരം കാണാൻ ഉൽപ്പാദനശക്തികളെ കെട്ടഴിച്ചുവിടേണ്ടതിന്റെ പ്രാധാന്യം പ്രമേയത്തിൽ എടുത്തു പറയുന്നു. കാർഷിക പരിഷ്കരണവും വ്യവസായവൽക്കരണവും ഉൽപ്പാദനശക്തികളെ കെട്ടഴിച്ചുവിടാൻ അനിവാര്യമാണ്. കേരളത്തിന്റെ അമൂല്യമായ ധാതുസമ്പത്ത്, വനസമ്പത്ത്, ദീർഘമായ കടലോരം, അദ്ധ്വാനശീലരായ ജനങ്ങളുടെ ശക്തി എന്നിവ ഇന്ത്യയുടെ തന്നെ വ്യവസായവൽക്കരണത്തിൽ പ്രധാന പങ്കുവഹിക്കാൻ കഴിയുന്ന ഭൗതികസമ്പത്താണെന്ന് പ്രമേയം ചൂണ്ടിക്കാട്ടുന്നുണ്ട്. ധാരാളം തൊഴിൽ നൽകുന്ന ചെറുകിട വ്യവസായങ്ങളേയും കൈത്തൊഴിലുകളേയും സംരക്ഷിക്കുന്നതോടൊപ്പം ഘനവ്യവസായങ്ങൾ ഉൾപ്പെടെയുള്ള ആധുനിക വൻകിട വ്യവസായങ്ങളും കേരളത്തിൽ ആരംഭിക്കണമെന്ന് പ്രമേയം നിഷ്കർഷിക്കുകയുണ്ടായി. ആധുനിക വ്യവസായങ്ങൾ ഉണ്ടായില്ലെങ്കിൽ കേരളം എന്നെന്നും പിന്നണി പ്രദേശമായി മാറും

എന്ന മുന്നറിയിപ്പും പ്രമേയത്തിൽ നൽകുകയുണ്ടായി. കൊച്ചി കപ്പൽശാല, കോച്ച് ഫാക്ടറി, മെഷീൻ ടൂൾസ്, അലൂമിനിയം, കടലാസ്, ടയർ, സിമന്റ്, ടെക്സ്റ്റയിൽ എന്നിങ്ങനെ സ്ഥാപിക്കേണ്ട വൈവിദ്ധ്യമാർന്ന ആധുനിക വ്യവസായങ്ങൾ ഏതെല്ലാമാണെന്നും പ്രമേയത്തിൽ അക്കമിട്ട് നിരത്തിയിട്ടുണ്ട്. ഈ കാഴ്ചപ്പാട് തൊട്ടടുത്ത വർഷം, 1957 ൽ അധികാരത്തിൽ വന്ന ആദ്യ കമ്യൂണിസ്റ്റ് ഗവൺമെന്റിന്റെ നയപ്രഖ്യാപനത്തിലും കാണാം. വ്യാവസായിക ഉൽപ്പാദനം തടസ്സംകൂടാതെ നടക്കുകയെന്നത് തൊഴിലാളികളുടേയും മുതലാളിമാരുടേയും നാടിന്റെയാകെയും താൽപ്പര്യമാണെന്ന് സർക്കാർ നയപ്രഖ്യാപനത്തിൽ ഓർമ്മിപ്പിച്ചു. അതിന് സമാധാനപരമായ തൊഴിലാളി-മുതലാളി ബന്ധം ഉറപ്പുവരുത്തുന്നതിലൂടെ തൊഴിൽ തർക്കങ്ങൾ അപ്പപ്പോൾ തീർത്ത് പണിമുടക്കുകളും ലോക്കൗട്ടുകളും ഒഴിവാക്കാനാവണം. ഇതിന്, മുതലാളിമാർക്ക് തൊഴിലാളികളോടും അവരുടെ സംഘടനകളോടുമുള്ള മനോഭാവത്തിൽ മാറ്റം വരികയും അതിനനുകൂലമായ മനോഭാവം തൊഴിലാളികളിലുമുണ്ടാക്കണം. രണ്ടിനും വേണ്ടി കമ്യൂണിസ്റ്റ് പാർട്ടി നേതൃത്വം കൊടുക്കുന്ന സർക്കാർ പരിശ്രമിക്കും. വ്യവസായ വികസനത്തിൽ സമാധാനപരമായ വ്യവസായ ബന്ധങ്ങൾ പരമപ്രധാനമാണെന്ന തിരിച്ചറിവ് സർക്കാരിനുണ്ടായിരുന്നു എന്നർത്ഥം. ഈ കാഴ്ചപ്പാടുകൾ മൂർത്തമായി പ്രതിഫലിപ്പിക്കുന്നതായിരുന്നു പ്രഥമ ഗവൺമെന്റ് ആവിഷ്കരിച്ച വ്യവസായ നയം. അതിൽ കേരളത്തിന്റെ അസംസ്കൃത വിഭവങ്ങൾ, ധാരാളം ലഭ്യമായ വെള്ളം, വൈദ്യുതി, സാങ്കേതിക യോഗ്യതകളും വിദ്യാഭ്യാസവുമുള്ള തൊഴിൽശക്തി, നല്ല റോഡുകൾ എന്നിവ ഉപയോഗിച്ച് വ്യവസായ രംഗത്ത് വൻകുതിപ്പ് വിഭാവനം ചെയ്തു. 57 ലെ വ്യവസായ നയത്തിന്റെ ഏറ്റവും ശ്രദ്ധേയമായ വശം വ്യവസായ വികസനത്തിൽ സ്വകാര്യ മേഖലയുടെ പങ്ക് അംഗീകരിക്കുകയും സഹായവും പിന്തുണയും ഉറപ്പു നൽകുകയും ചെയ്തിരുന്നു എന്നതാണ്. ഈ സമീപനത്തിന്റെ അടിസ്ഥാനത്തിലാണ് ബിർളയുടെ ഗ്രാസിം കമ്പനിയെ ഫാക്ടറി സ്ഥാപിക്കാൻ ഇ എം എസ് ഗവൺമെന്റ് കോഴിക്കോട് മാവൂരിലേക്ക് ക്ഷണിച്ചതും അസംസ്കൃത വിഭവങ്ങൾ കുറഞ്ഞ വിലയ്ക്ക് നൽകിയതും. ഇത്രയും പറഞ്ഞത് കേരളത്തിന്റെ വ്യവസായ വൽക്കരണത്തിന്റെ കാര്യത്തിൽ കമ്യൂണിസ്റ്റ് പാർട്ടിയും ആദ്യ സർക്കാർ മുതൽ പിൽക്കാലത്തുവന്ന ഇടതു സർക്കാരുകളും സ്വീകരിച്ച അടിസ്ഥാനപരമായ സമീപനവും അതിന്റെ ഗുണഫലങ്ങളും ഓർമ്മിപ്പിക്കാനാണ്.

മാറിയ സാഹചര്യങ്ങൾ

എന്നാൽ ഇന്ന് സാഹചര്യങ്ങളിൽ മാറ്റം വന്നിട്ടുണ്ട്. അവ കണക്കിലെടുത്തുകൊണ്ട് കേരളത്തിന്റെ വ്യവസായവൽക്കരണം മുന്നോട്ടു നയിക്കാൻ ആവശ്യമായ പുതിയ കാഴ്ചപ്പാടുകളും സമീപനങ്ങളും ആവിഷ്ക്കരിച്ച് നടപ്പാക്കാനാണ് പാർട്ടിയും എൽ ഡി എഫ് സർക്കാരും

ശ്രമിച്ചുവരുന്നത്. പ്രധാനമായും രണ്ടു മാറ്റങ്ങൾ കണക്കിലെടുക്കേണ്ടതുണ്ട്. ഒന്നാമതായി, കഴിഞ്ഞ ആറരപ്പതിറ്റാണ്ടിനിടയിൽ കേരളത്തിലുണ്ടായ മാറ്റങ്ങളുടെ ഫലമായി പുതിയ പരിതഃസ്ഥിതിയും ആവശ്യങ്ങളും ഈ കാലയളവിലെ കേരളത്തിന്റെ സാമൂഹിക പുരോഗതി ലോകശ്രദ്ധ കൈവരിച്ചതാണ്. എന്നാൽ ഈ സാമൂഹിക നേട്ടങ്ങൾ തന്നെ നിലനിർത്താനും മുന്നോട്ടുനയിക്കാനും കഴിയണമെങ്കിൽ ഉൽപ്പാദനവും മികച്ച തൊഴിലും വരുമാനവും വർദ്ധിപ്പിച്ചാൽ മാത്രമേ കഴിയൂ. വിദ്യാഭ്യാസ പുരോഗതിയുടെ ഫലമായി ഉയർന്ന അഭ്യസ്തവിദ്യരുടെ ഒരു പുതിയ തലമുറ കേരളത്തിലിന്നുണ്ട്. അവർക്കിടയിലെ തൊഴിലില്ലായ്മ പരിഹരിക്കാൻ സർക്കാർ തൊഴിലുകൾകൊണ്ട് മാത്രമാവില്ല എന്നത് ഒരു പരമാർത്ഥമാണ്. ഈ തലമുറയുടെ വൈദഗ്ദ്ധ്യത്തിനും പ്രതീക്ഷകൾക്കുമനുസരിച്ചുള്ള വിജ്ഞാനാധിഷ്ഠിതവും വൈദഗ്ദ്ധ്യാധിഷ്ഠിതവുമായ പുതുതലമുറ വ്യവസായങ്ങളാണ് ഇന്ന് കേരളത്തിന് ആവശ്യം. വിവരവിനിമയ സാങ്കേതിക വിദ്യ, ബയോടെക്നോളജി, ടൂറിസം എന്നിവയെ അടിസ്ഥാനമാക്കിയുള്ള വ്യവസായങ്ങളുടെ വികസനത്തിന് നാം മുൻഗണന നൽകേണ്ടതുണ്ട്. ഈ ദിശയിൽ ചിന്തിച്ചതിനാലാണ് ഇന്ത്യയിലെ ആദ്യത്തെ ഐ ടി പാർക്ക് 96 ലെ എൽ ഡി എഫ് സർക്കാരിന്റെ കാലത്ത് തിരുവനന്തപുരത്ത് ആരംഭിച്ചത്. ഇപ്പോഴത്തെ എൽ ഡി എഫ് സർക്കാരിന്റെ കാര്യക്ഷമമായ പ്രവർത്തനത്തിന്റെ ഫലമായി ഐ ടി രംഗത്ത് കൈവരിക്കാനായ മികച്ച വളർച്ച ഇനിയും വിപുലീകരിക്കാൻ സാദ്ധ്യതകളുണ്ട്. കേരളത്തിന്റെ ഏറ്റവും വലിയ അനുകൂല ഘടകം വൈദഗ്ദ്ധ്യമുള്ള മനുഷ്യ വിഭവശേഷിയുടെ ധാരാളമായ ലഭ്യതയാണ്. വിജ്ഞാനാധിഷ്ഠിത വ്യവസായങ്ങൾ കേരളത്തിന് അനുയോജ്യമാകുന്നത് ഈ മനുഷ്യവിഭവ ശേഷിയെ ഉപയോഗിക്കാനാവുന്നതിനാലാണ്. ഈ രംഗത്ത് സ്റ്റാർട്ട് അപ്പുകൾക്ക് സർക്കാർ വൻതോതിൽ പിന്തുണയും പ്രോത്സാഹനവും നൽകണം. വിജ്ഞാന സമ്പദ് വ്യവസ്ഥ എന്ന നിലയിലേക്കുള്ള കേരളത്തിന്റെ പരിവർത്തനം സാക്ഷാൽക്കരിക്കലായിരിക്കണം ലക്ഷ്യം. ഉയർന്ന ജനസാന്ദ്രത, ഭൂമിയുടെ ദൗർലഭ്യം, പാരിസ്ഥിതിക വെല്ലുവിളികൾ എന്നിവ കാരണം വൻകിട വ്യവസായങ്ങൾ പ്രത്യേകിച്ച് മലിനീകരണ സാദ്ധ്യത കൂടിയവ കേരളത്തിന് ഇന്ന് അനുയോജ്യമല്ലതാനും. ഇതെല്ലാം കണക്കിലെടുത്ത് വിജ്ഞാനാധിഷ്ഠിത വ്യവസായങ്ങളേയും നമ്മുടെ വിഭവങ്ങളുടെ, പ്രത്യേകിച്ച് കാർഷിക ഉൽപ്പന്നങ്ങളുടെ മൂല്യവർദ്ധിത ഉൽപ്പാദനം സാദ്ധ്യമാക്കുന്ന വ്യവസായങ്ങളേയും പ്രോത്സാഹിപ്പിക്കുന്നതിനായിരിക്കണം ഊന്നൽ. ഇതിന് നിക്ഷേപം വൻതോതിൽ ആവശ്യമായി വരും. പ്രവാസി പണവരുമാനം ഒരു പ്രധാന സ്രോതസ്സാണ്. അത് പുതുതലമുറ വ്യവസായങ്ങളിലേക്കും ടൂറിസംപോലുള്ള മേഖലകളിലേക്കും നിക്ഷേപമായി മാറ്റാൻ കഴിയേണ്ടതാണ്.

സ്വകാര്യ നിക്ഷേപം അനിവാര്യം

രണ്ടാമതായി, പുതുതലമുറ വ്യവസായങ്ങൾ വികസിപ്പിക്കാൻ വൻതോതിൽ സ്വകാര്യ നിക്ഷേപവും ആകർഷിക്കണം. നവ ഉദാര വൽക്കരണ നയങ്ങൾ നിക്ഷേപം ആകർഷിക്കുന്നതിൽ സംസ്ഥാനങ്ങൾ തമ്മിൽ പരസ്പരം മത്സരിക്കേണ്ട ഒരു സാഹചര്യം സൃഷ്ടിച്ചിരിക്കുന്നു എന്നതാണ് തൊണ്ണൂറുകൾക്കുശേഷം ഇന്ത്യയിൽ ശക്തിപ്പെട്ട പുതിയ പ്രവണത. ആസൂത്രണ പ്രക്രിയ തീർത്തും ദുർബ്ബലമാവുകയും കേന്ദ്ര സർക്കാർ വ്യവസായ രംഗത്തെ പൊതുനിക്ഷേപം കുത്തനെ വെട്ടിക്കുറയ്ക്കുകയും ചെയ്തതിനാൽ സംസ്ഥാന സർക്കാരുകൾക്ക് വ്യവസായ വികസനത്തിന് സ്വകാര്യ വിദേശ മൂലധനത്തെ ആകർഷിക്കേണ്ടി വരും. ഇടതുപക്ഷ സർക്കാരുകൾക്കും അത് ബാധകമാണ്. അങ്ങനെ വൻതോതിൽ സ്വകാര്യ നിക്ഷേപം ആകർഷിക്കുമ്പോൾത്തന്നെ ചില പരിഗണനകൾ പ്രധാനമാണ് എന്ന് സി പി ഐ(എം) വ്യക്തമാക്കിയിട്ടുണ്ട്. വൻകിട മൂലധനത്തിന്റെ സമ്മർദ്ദങ്ങൾക്ക് വഴങ്ങി നിബന്ധനകൾ അംഗീകരിക്കുകയോ തദ്ദേശീയ സാങ്കേതികവിദ്യകൾക്കെതിരു നിൽക്കുകയോ അനിവാര്യമല്ലാത്ത മേഖലകളിൽ മൂലധനത്തെ നയിക്കുകയോ ചെയ്യരുതെന്ന് പാർട്ടി നിഷ്കർഷിക്കുന്നു (1994 ലെ കേന്ദ്ര കമ്മിറ്റി പ്രമേയം). വിദേശ നിക്ഷേപവും വ്യവസായ വളർച്ചയ്ക്ക് ഇന്നത്തെ സാഹചര്യത്തിൽ അനിവാര്യമാണ്. സംസ്ഥാനങ്ങൾക്കും പ്രത്യക്ഷ വിദേശ നിക്ഷേപം സ്വീകരിക്കേണ്ടി വരും. പ്രത്യക്ഷ വിദേശ നിക്ഷേപം ചില മാനദണ്ഡങ്ങളുടെ അടിസ്ഥാനത്തിൽ സ്വീകരിക്കാമെന്ന് സി പി ഐ (എം) 18 ാം കോൺഗ്രസ് അംഗീകരിച്ച "ചില പ്രത്യയശാസ്ത്ര പ്രശ്നങ്ങളെക്കുറിച്ച്" എന്ന രേഖ വ്യക്തമാക്കുന്നു. സമ്പദ് വ്യവസ്ഥയുടെ ഉൽപ്പാദനശേഷി വർദ്ധിപ്പിക്കാനുതകുന്നതും പുതിയ സാങ്കേതിക വിദ്യകൾ ലഭ്യമാക്കുന്നതും തൊഴിലവസരങ്ങൾ സൃഷ്ടിക്കുന്നതുമായ പ്രത്യക്ഷ വിദേശ നിക്ഷേപം സ്വീകരിക്കാവുന്നതാണ് എന്ന് പാർട്ടി അംഗീകരിച്ചിട്ടുണ്ട്.

എന്നാൽ വിദേശ സ്വകാര്യ മൂലധനം ആകർഷിക്കാൻ സംസ്ഥാനങ്ങൾ പരസ്പരം മത്സരിക്കുമ്പോൾ വലിയ ഇളവുകളും പ്രീണന നടപടികളും വാഗ്ദാനം ചെയ്യാറുണ്ട്. ബി ജെ പിയും കോൺഗ്രസും ഭരിക്കുന്ന സംസ്ഥാന സർക്കാരുകൾ തൊഴിൽ നിയമങ്ങൾവരെ ഭേദഗതി ചെയ്തും ഇല്ലാതാക്കിയുമൊക്കെയാണ് മൂലധനത്തെ പ്രീണിപ്പിക്കുന്നത്. പരിസ്ഥിതി നിയമങ്ങളും മൂലധനത്തിനായി ബാധകമല്ലാതാക്കുന്നു. എന്നാൽ കേരളത്തിലെ ഇടതുപക്ഷ സർക്കാരിന് മുലധനം ആകർഷിക്കാൻ അത്തരം പ്രീണന നടപടികൾ സ്വീകാര്യമല്ല. തൊഴിലാളികളെ നിർബ്ബാധം, നിർദ്ദയം ചൂഷണം ചെയ്യാൻ അനുവദിച്ചുകൊണ്ടല്ല കേരളം നിക്ഷേപം ആകർഷിക്കുന്നത്. തൊഴിലാളികൾക്ക് ന്യായമായ വേതനവും ആനുകൂല്യങ്ങളും നിഷേധിക്കാൻ കൂട്ടുനിന്നു കൊണ്ടുമല്ല.

തൊഴിലാളികളുടെ ന്യായമായ അവകാശങ്ങൾ സംരക്ഷിച്ചുകൊണ്ടു മാത്രമാണ്.

കേരളമെന്ന ബ്രാൻഡ്

നിക്ഷേപകരെ ആകർഷിക്കാൻ പകരം കേരളം മുന്നോട്ടുവെക്കുന്നത് എന്താണ്? മികച്ച അടിസ്ഥാന സൗകര്യങ്ങളും നിക്ഷേപാന്തരീക്ഷവുമാണ് നാം ഉറപ്പാക്കുന്നത്. വെള്ളം, മുടക്കമില്ലാത്ത വൈദ്യുതി, വ്യവസായ പാർക്കുകൾ, ഉന്നത നിലവാരമുള്ള, ഐ ടി ശൃംഖല എന്നിവയെല്ലാം നമുക്ക് നൽകാനാവുന്നു. ഇന്ത്യയിലെ സംസ്ഥാന സർക്കാരുകൾ പൊതുവിൽ അടിസ്ഥാന സൗകര്യ വികസനത്തിന് പണം കണ്ടെത്താൻ കഴിയാത്ത കടുത്ത പ്രതിസന്ധിയിലാണ്. കേരളമാകട്ടെ കിഫ്ബി എന്ന നൂതനാശയം പ്രായോഗികമാക്കിക്കൊണ്ട് ഈ പ്രതിസന്ധിയെ ഒരു അവസരമാക്കി മാറ്റുകയാണുണ്ടായത്. അടിസ്ഥാന സൗകര്യ വികസനത്തിൽ 65000 കോടിയുടെ പൊതുനിക്ഷേപം കിഫ്ബിയിലൂടെ മാത്രം സാദ്ധ്യമായതാണ്. ഇന്ത്യയിൽ മറ്റൊരു സംസ്ഥാനത്തിനും ചിന്തിക്കാൻ കഴിയാത്ത വിസ്മയിപ്പിക്കുന്ന കുതിപ്പാണിത്. ഇത് വ്യവസായവൽക്കരണത്തിനും സാമ്പത്തിക വളർച്ചയ്ക്കും രാസത്വരകമായിത്തീർന്നിരിക്കുന്നു.

എൽ ഡി എഫ് സർക്കാരിന്റെ ശ്രമഫലമായി പ്രമുഖ ആഗോള കമ്പനികൾ പലതും ഇപ്പോൾത്തന്നെ കേരളത്തിൽ മുതൽമുടക്കാൻ സന്നദ്ധരായി വന്നുവെന്നത് നിക്ഷേപങ്ങളുടെ വലിയ സാദ്ധ്യത ഭാവിയിലേക്കും തുറന്നിടുന്നുണ്ട്. കോവിഡ് പ്രതിരോധത്തിലെ കേരള മാതൃകയ്ക്ക് ലഭിച്ച അന്താരാഷ്ട്ര ശ്രദ്ധയും അംഗീകാരവും കേരളത്തെ ഒരു ആഗോള ബ്രാൻഡായി മാറ്റിയിട്ടുണ്ട്. ഈ അനുകൂല ഘടകം നിക്ഷേപങ്ങൾ ആകർഷിക്കാൻ സഹായകമാകും. അതുപോലെ ഇന്ത്യയിൽ ഏറ്റവും അഴിമതി കുറഞ്ഞ സംസ്ഥാനം എന്ന നേട്ടം, ഭരണമികവിലെ ഒന്നാം സ്ഥാനം, വ്യവസായങ്ങൾ ആരംഭിക്കാനുള്ള അനുമതികൾ അനായാസവും സമയബന്ധിതവുമാക്കിയത്, വളരെ മെച്ചപ്പെട്ട ക്രമസമാധാനനില, മികച്ച സാമൂഹിക സൗഹാർദ്ദാന്തരീക്ഷം, മനുഷ്യ മൂലധനത്തിന്റെ ലഭ്യത എന്നിവയൊക്കെ നിക്ഷേപകർ ഏറ്റവും മുൻഗണന കൊടുക്കുന്ന ലക്ഷ്യസ്ഥാനമായി കേരളത്തെ മാറ്റുന്നുണ്ട്.

പൊതുമേഖലയുടെ പ്രാധാന്യം

മൂന്നാമതായി, സ്വകാര്യ വിദേശ മൂലധനം ആകർഷിക്കുന്നതിനൊപ്പം പൊതുമേഖലയുടെ സംരക്ഷണവും ശാക്തീകരണവും പ്രധാനമാണ്. പൊതുമേഖലയെ ബജറ്റ് പിന്തുണയും ആധുനിക സാങ്കേതിക വിദ്യയും മാനേജ്മെന്റ് വൈദഗ്ദ്ധ്യവുമുപയോഗിച്ച് നവീകരിക്കുന്നതിൽ എൽ ഡി എഫ് സർക്കാർ രാജ്യത്തിനുതന്നെ

മാതൃകയായി. നഷ്ടത്തിലായിരുന്ന ഒട്ടേറെ സംസ്ഥാന പൊതുമേഖലാ സ്ഥാപനങ്ങൾ ലാഭത്തിലെത്തിക്കാൻ എൽ ഡി എഫ് സർക്കാരിന് കഴിഞ്ഞു. മുൻ സർക്കാരിന്റെ കാലത്ത് ഏറക്കുറെ പൂട്ടിയ നിലയിൽനിന്ന് കെ എസ് ഡി പി നാല് വർഷം കൊണ്ട് 100 കോടിയുടെ വിറ്റുവരവിലെത്തിയത് ഒറ്റപ്പെട്ട വിജയഗാഥയല്ല. ഇടതുപക്ഷ ബദൽ നയത്തിന്റെ കുറ്റമറ്റ ഉപയോഗത്തിന്റെ ഫലമാണ്. കേന്ദ്രം ഉപേക്ഷിക്കുന്ന കേന്ദ്ര പൊതുമേഖലാ സ്ഥാപനങ്ങളെ സംസ്ഥാനം ഏറ്റെടുത്ത് പൊതുമേഖലയിൽ സംരക്ഷിക്കുന്നത് ഇന്ത്യയിൽ മറ്റൊരു ഗവൺമെന്റും ചെയ്യുന്നില്ല. അതും ഇതേ ബദൽ നയത്തിന്റെ ഫലമാണ്. ശക്തമായ പൊതുമേഖല നാടിന്റെ വ്യവസായ പുരോഗതിക്കും സാമൂഹിക ഉത്തരവാദിത്വങ്ങൾ നിറവേറ്റുന്നതിനും അനിവാര്യമാണ് എന്ന ഉറച്ച ബോദ്ധ്യമാണ് ഇടതുപക്ഷത്തെ നയിക്കുന്നത്. പൊതു മേഖലയെ സ്വകാര്യവൽക്കരിച്ചുകൊണ്ടുള്ള വ്യവസായ വികസനമല്ല ഇടതുപക്ഷ സമീപനം.

സമഗ്രമായ മാറ്റങ്ങൾ

നാലാമതായി, വ്യവസായ വികസനത്തിന്റെ ഭാവി ലക്ഷ്യങ്ങൾക്കൂടി കണക്കിലെടുത്ത് ഉന്നത വിദ്യാഭ്യാസത്തെ നവീകരിക്കേണ്ടതുണ്ട്. ഇപ്പോൾ പൊതുവിദ്യാഭ്യാസത്തെ ശാക്തീകരിച്ചതിന്റെ തുടർച്ചയു ണ്ടാകാനും ഉന്നത വിദ്യാഭ്യാസത്തിന്റെ പൊളിച്ചെഴുത്തും പുനഃസം ഘാടനവും ആവശ്യമാണ്. വൈജ്ഞാനിക സമ്പദ്വ്യവസ്ഥയുടെ വികാസത്തിനൊപ്പം സഞ്ചരിക്കാൻ കേരളത്തെ പ്രാപ്തമാക്കാൻ അത് അനിവാര്യമാണ്. നിലവിലുള്ള കോഴ്സുകൾ ആധുനികവൽക്കരിക്കു കയും പുതിയ തൊഴിലുന്മുഖവും സവിശേഷ വൈദഗ്ദ്ധ്യം ലഭ്യമാക്കു ന്നവയുമായ പുതിയ കോഴ്സുകൾ ആരംഭിക്കുകയും വേണം. പുതിയ വിജ്ഞാന ഉൽപ്പാദനത്തിനുതകുംവിധം ഗവേഷണവും ഉടച്ചുവാർക്കണം. കാലാനുസൃതമായ തൊഴിൽക്ഷമത ഉറപ്പാക്കാനായി നൈപുണ്യവികസന പദ്ധതികളും വികസിപ്പിക്കേണ്ടതുണ്ട്.

അഞ്ചാമതായി, ചെറുകിട ഇടത്തരം സൂക്ഷ്മ സംരംഭങ്ങൾ, പ്രാദേശിക സംരംഭകത്വം, കുടുംബശ്രീ പോലുള്ള സാദ്ധ്യതകൾ ഉപയോഗിച്ച് സ്ത്രീകളുടെ സംരംഭകത്വം എന്നിവ പ്രോത്സാഹിപ്പിക്കാനാവണം. ആയിരക്കണക്കിനാളുകളുടെ ഉപജീവനമാർഗ്ഗമായ പരമ്പരാഗത വ്യവസായങ്ങൾ സംരക്ഷിക്കുന്നതോടൊപ്പം നവീകരിക്കുകയും ചെയ്യേണ്ടതുണ്ട്. അവയുടെ മത്സരക്ഷമത വർദ്ധിപ്പിക്കാൻ അതാവശ്യ മാണ്. ഇതിനെല്ലാം മൂലധനം ലഭ്യമാക്കാനും വിപണി കണ്ടെത്താനും മറ്റും സർക്കാരിന് സഹായിക്കാവുന്നതാണ്. കൂടുതൽ തൊഴില വസരങ്ങളും വരുമാനവും സൃഷ്ടിക്കാൻ ഈ മേഖലകൾക്കു കഴിയും.

കഴിഞ്ഞ അഞ്ചുവർഷത്തിനിടയിൽ ബദൽ നയങ്ങളിലൂടെ കേരളത്തിന്റെ വ്യവസായ രംഗത്ത് പുതിയ ഉണർവ്വുണ്ടായിട്ടുണ്ട്.

ഇന്ത്യൻ സമ്പദ്‌വ്യവസ്ഥ മാന്ദ്യത്തിലാണ്ടുപോവുകയും വ്യവസായ വളർച്ചാ സൂചികയും മാനുഫാക്ചറിങ് വളർച്ചയും തുടർച്ചയായി താഴേക്ക് പതിക്കുകയും ചെയ്യുന്നതിനിടയിലാണ് കേരളത്തിലെ വ്യവസായ രംഗത്ത് നവോൻമേഷം ദൃശ്യമായതെന്നത് ശ്രദ്ധേയമാണ്. നോട്ടു റദ്ദാക്കലും ജി എസ് ടിയും ഇന്ത്യയിലെ ചെറുകിട സംരംഭങ്ങളുടെ നട്ടെല്ലൊടിച്ച കാലയളവിലും കേരളത്തിൽ 2016-2020 കാലയളവിൽ പുതിയ വ്യവസായ യൂണിറ്റുകൾ രജിസ്റ്റർ ചെയ്യപ്പെട്ടു എന്നത് അത്ഭുതകരമായ മാറ്റമാണ്. സംസ്ഥാന ആഭ്യന്തര ഉൽപ്പാദനത്തിൽ വ്യവസായ മേഖലയുടെ പങ്ക് ചരിത്രത്തിലേറ്റവും ഉയർന്ന നിലയിൽ 13 ശതമാനത്തിൽ എത്തിയതും കഴിഞ്ഞ വർഷമാണ്. വെല്ലുവിളികൾക്കു നടുവിലും വ്യവസായമേഖല ശരിയായപാതയിൽ എത്തിക്കാനായിട്ടുണ്ട് എന്നാണിത് വ്യക്തമാക്കുന്നത്. ഭാവിയിൽ വലിയ വ്യവസായക്കുതിപ്പിന് ഇതിനകം കൈവരിച്ച നേട്ടങ്ങൾ കേരളത്തെ സജ്ജമാക്കിയിട്ടുണ്ട്. അത്തരമൊരു കുതിപ്പ് സാമൂഹിക നീതിയിലധിഷ്ഠിതമായ കേരള വികസന മാതൃകയെ ശക്തിപ്പെടുത്താൻ അനിവാര്യവുമാണ്. അതിനിനി വേണ്ടത് ഇപ്പോഴത്തെ നേട്ടങ്ങൾക്ക് നിദാനമായ ബദൽ നയങ്ങളുടെ തുടർച്ച ഉണ്ടാവുകയാണ്.

കേരളത്തിന്റെ വേറിട്ട വഴി: ചരിത്രവും ഭാവിയും

കേരളത്തിന് അറുപത്തിനാല് തികയുന്ന അവസരത്തിൽ ആഹ്ലാദകരമായ ഒരു പിറന്നാൾ സമ്മാനം ലഭിച്ചിരിക്കുന്നു. ഡോ. കസ്തൂരിരംഗൻ അദ്ധ്യക്ഷനായ പബ്ലിക്ക് അഫയേഴ്സ് സെന്ററിന്റെ ഇന്ത്യയിലെ വലിയ സംസ്ഥാനങ്ങൾക്കിടയിലെ ഭരണമികവിനുള്ള ഒന്നാം സ്ഥാനം കേരളത്തിനാണെന്ന പ്രഖ്യാപനം ഒക്ടോബർ 30 നാണ് ഉണ്ടായത്. സർക്കാരിന്റെ കാര്യക്ഷമത, നിയമവാഴ്ച, അഴിമതി തടയൽ എന്നിങ്ങനെയുള്ള പ്രധാന മേഖലകളിലെയും 13 സുസ്ഥിര വികസന ലക്ഷ്യങ്ങൾ കൈവരിക്കുന്നതിലെയും പ്രകടനവും 50 വികസന സൂചികകളിലെ മികവും വിലയിരുത്തിയാണ് കേരളത്തിന് ഒന്നാം സ്ഥാനം ലഭിച്ചത്. നീതി ആയോഗിന്റെ വിദ്യാഭ്യാസ ഗുണമേന്മാ സൂചികയിലും സ്കോർ മെച്ചപ്പെടുത്തി കേരളം ഒന്നാമതെത്തിയിരുന്നു. കഴിഞ്ഞ ദിവസം കേന്ദ്ര സർക്കാർ പ്രസിദ്ധീകരിച്ച *Annual Status of Education Report (ASER)* ലും കേരളം വിദ്യാഭ്യാസ മികവിന്റെ കാര്യത്തിൽ ദേശീയ തലത്തിലെ പൊതുസ്ഥിതിയേക്കാൾ വളരെ മുമ്പിലാണ്. ആരോഗ്യരംഗത്തും നീതി ആയോഗിന്റെ വിലയിരുത്തലിൽ കേരളം ഒന്നാമത് നിൽക്കുന്നു. കോവിഡ് മഹാമാരിയെ ഏറ്റവും ഫലപ്രദമായി നേരിട്ടതിനും ദേശീയ ശരാശരിയേക്കാൾ മരണനിരക്ക് വളരെ കുറയ്ക്കാനായതിനും അന്തർദേശീയ തലങ്ങളിൽ കേരളം അംഗീകരിക്കപ്പെടുകയുണ്ടായി. ഏതാനും ദിവസം മുമ്പ് പുറത്തിറങ്ങിയ റിസർവ്വ് ബാങ്കിന്റെ വാർഷിക റിപ്പോർട്ടിലും ഈ മികവ് ചൂണ്ടിക്കാണിച്ചിട്ടുണ്ട്.

സമ്പൂർണ്ണ സാക്ഷരത, സമ്പൂർണ്ണ വിദ്യാലയ പ്രവേശനം, വിദ്യാഭ്യാസത്തിലെ സ്ത്രീ-പുരുഷ തുല്യത, ഉയർന്ന ആയുർദൈർഘ്യം, കുറഞ്ഞ ജനനമരണ നിരക്ക്, കുറഞ്ഞ ശിശു മാതൃമരണ നിരക്കുകൾ എന്നിവ

യെല്ലാം ലോക ശ്രദ്ധയാകർഷിച്ചതും ഏറെ പ്രശംസകൾക്ക് വിഷയമായ തുമായ നേട്ടങ്ങളാണ്.

എന്താണ് ഈ നേട്ടങ്ങളുടെ അടിസ്ഥാനം.? വിദ്യാഭ്യാസ, ആരോഗ്യ മേഖലകളിലും ജീവിത ഗുണമേന്മയിലും കേരളം ഇന്ത്യക്ക് വളരെ മുമ്പിലും വികസിത ലോകത്തിന് ഒപ്പവും തല ഉയർത്തി നിൽക്കുന്നത് എന്തുകൊണ്ട്?

പുരോഗതിയുടെ പശ്ചാത്തലം

ഈ മികവ് ഐക്യ കേരളം എന്ന ആശയം രൂപപ്പെടുകയും വികസിച്ചുവരികയും ചെയ്ത ചരിത്രപഥവുമായി അഗാധമായി ബന്ധപ്പെട്ടിരുന്നു. ഐക്യകേരളത്തിന്റെ പിറവിയും പിന്നീടുള്ള വളർച്ചയും വേറിട്ട സഞ്ചാര വീഥികളിലൂടെയായിരുന്നു എന്നതാണ് പ്രധാനം. കേരളത്തിന്റെ വേറിട്ട വഴി വെട്ടിയത് ജനകീയ ശക്തിയാണ്. രാജാക്കൻമാരിൽനിന്ന് സമൂഹത്തിന്റെ നായകത്വം ഏറ്റെടുക്കുകയും ചരിത്രത്തിന്റെ ചാലകശക്തിയായി ഉയർന്നുവരികയും ചെയ്ത ജനതയാണ് വേറിട്ട വഴി വെട്ടിയത്. പത്തൊമ്പതാം ശതകത്തിന്റെ അവസാന പാദത്തിലും ഇരുപതാം ശതകത്തിന്റെ ആദ്യ പകുതിയിലുമായി വളർന്നുവന്ന സാമൂഹിക നവോത്ഥാനമാണ് ജനകീയ ഇടപെടലിന്റെ ആധുനിക വഴിതെളിച്ചിട്ടത്. ആ വഴിയിലൂടെ വർഗ്ഗബോധത്തിന്റെ പുതുവെളിച്ചവുമായി മുന്നേറിയ കർഷകരുടേയും തൊഴിലാളികളുടേയും സംഘടിത ശക്തി സാമൂഹിക നവോത്ഥാനത്തിനും നവകേരളത്തിനും സയുക്തികമായ രാഷ്ട്രീയ തുടർച്ച നൽകി. മഹാരാഷ്ട്രയും തമിഴ്നാടും ഉൾപ്പെടെ ഇന്ത്യയിൽ സാമൂഹിക നവോത്ഥാനം ശക്തമായിരുന്ന പലയിടത്തും ഉണ്ടാവാതെ പോയ ഈ രാഷ്ട്രീയ തുടർച്ചയും വികാസവും കേരളത്തിലുണ്ടായതാണ് കേരളത്തെ മാറ്റിത്തീർത്തത്. ഈ രാഷ്ട്രീയ തുടർച്ചയാണ് 1957 ൽ ഏഷ്യയിലാദ്യവും ലോകത്ത് രണ്ടാമതുമായി തിരഞ്ഞെടുപ്പിലൂടെ ഒരു കമ്യുണിസ്റ്റ് ഗവൺമെന്റിനെ അധികാരത്തിലേറ്റിയ പ്രദേശമായി കേരളം മാറാനിടയാക്കിയത്. കേരളത്തിലെ കമ്യൂണിസ്റ്റ് പ്രസ്ഥാനത്തിന്റെ ബീജാവാപം സാമൂഹിക നവോത്ഥാനത്തിലും ദേശീയ സ്വാതന്ത്ര്യ പ്രസ്ഥാനത്തിലുമായിരുന്നു എന്നത് ഈ വളർച്ചയേയും വികാസ പരിണാമങ്ങളേയും വളരെ സ്വാഭാവികമാക്കി.

വഴിത്തിരിവായ 57

ഐക്യകേരള രൂപീകരണത്തിനുപിന്നാലെ 57 ലെ ഇ എം എസ് ഗവൺമെന്റ് അധികാരത്തിലെത്തിയതോടെ അതുവരെ സാമൂഹിക വികാസത്തിന്റെ ചാലകശക്തിയായി വർദ്ധിച്ച ജനകീയ ഇടപെടൽ ഭരണകൂട (state) ഇടപെടലിന് വഴിയൊരുക്കി. കാരണം, സാമൂഹിക മാറ്റത്തിന് നേതൃത്വം നൽകിയ ശക്തികളാണ് അധികാരമേറിയത്. സാമൂഹിക മാറ്റത്തിന്റെ പ്രക്രിയ ആ സർക്കാർ ഭരണ നടപടികളിലൂടെ

മുന്നോട്ടുകൊണ്ടുപോയി. അവയിൽ ഏറ്റവും നിർണായകമായ നടപടികൾ ഭൂപരിഷ്ക്കരണവും വിദ്യാഭ്യാസ പരിഷ്ക്കരണവുമായിരുന്നു. അവ ജാതിയിലും നാടുവാഴിത്തത്തിലും അധിഷ്ഠിതമായ സാമൂഹിക ക്രമത്തിന്റെ സാമ്പത്തിക അടിത്തറയെ തകർക്കുകയും ആധുനിക കേരളത്തിന്റെ ബദൽ പാതയെ കൂടുതൽ വികസിപ്പിക്കുകയും ചെയ്തു. ഭൂപരിഷ്കരണം സമ്പത്തിന്റെ വൻതോതിലുള്ള പുനർവിതരണത്തിന് കാരണമായി. ഭൂപരിഷ്കരണത്തിന് മുമ്പ് ഭൂമിയുടെ ഉടമസ്ഥതയിൽ സവർണ്ണ ജന്മിമാരുടെ കുത്തകയായിരുന്നു നിലനിന്നത്. എന്നാൽ ഭൂപരിഷ്കരണം വന്നതോടെ ഈ സ്ഥിതി മാറി. ഭൂരഹിതരും പിന്നോക്കക്കാരുമായ ലക്ഷക്കണക്കിന് കുടുംബങ്ങൾ ഭൂമിയുടെ ഉടമസ്ഥരായി. ഇതോടൊപ്പം വിദ്യാഭ്യാസ വ്യാപനം കൂടിയായപ്പോൾ അതുവരെ സ്കൂളിൽ പോകാൻ അവസരമില്ലാതിരുന്ന ജനവിഭാഗങ്ങളുടെ കുട്ടികൾ സ്കൂളിലെത്തി. വിദ്യാഭ്യാസം സിദ്ധിച്ച തലമുറ തൊഴിൽ തേടി ഗൾഫിലേക്ക് കുടിയേറാൻ തുടങ്ങി. ഭൂപരിഷ്കരണത്തിലൂടെ ലഭിച്ച ഭൂമി അവർക്ക് ഒരു ആസ്തിയായി മാറി. ഭൂവിതരണത്തിലുണ്ടായ മാറ്റവും വിദ്യാഭ്യാസത്തോടൊപ്പം കുടിയേറ്റത്തെ സഹായിച്ച ഘടകമാണ്. ഗൾഫ് കുടിയേറ്റക്കാർക്ക് താരതമ്യേന ഉയർന്ന വരുമാനം ലഭിച്ചു. ഉപഭോഗം, സമ്പാദ്യം, സാമ്പത്തിക വളർച്ച എന്നിവ വർദ്ധിച്ചു. ഇതോടൊപ്പം വിദ്യാഭ്യാസം, ആരോഗ്യം തുടങ്ങിയ സാമൂഹികക്ഷേമ രംഗങ്ങളിൽ വർദ്ധിച്ച പൊതു മുതൽമുടക്കുമുണ്ടായി. ഇവയുടെയെല്ലാം ഫലമായി നേരത്തേ തന്നെ ഈ രംഗങ്ങളിൽ താരതമ്യേന മുന്നിട്ടുനിന്ന നാം കഴിഞ്ഞ ആറു പതിറ്റാണ്ടിനിടയിൽ വിസ്മയകരമായ പുരോഗതി കൈവരിച്ചു.

കൊട്ടാര മഹിമയല്ല

അതായത്, കേരളത്തിന്റെ അഭിമാനകരമായ സാമൂഹിക പുരോഗതി ചിലർ ഇപ്പോൾ വാഴ്ത്തുന്നതുപോലെ രാജവാഴ്ചയുടെ സദ്ഫലവും രാജകൊട്ടാരത്തിന്റെ ഔദാര്യവുമല്ല. ഐക്യകേരള രൂപീകരണത്തിന് മുമ്പും പിമ്പുമായി ഒരു നൂറ്റാണ്ടിലേറെക്കാലത്തെ ജനകീയ ഇടപെടലുകളുടേയും പോരാട്ടങ്ങളുടേയും ഫലമാണ്. 1956 നുശേഷം ഈ മാറ്റത്തിന്റെ ഗതിവേഗം വർദ്ധിച്ചു. സാമൂഹിക പരിഷ്കരണ പ്രസ്ഥാനങ്ങൾ ദുർബ്ബലമായിരുന്ന മലബാറിന്റെ ആരോഗ്യവിദ്യാഭ്യാസ സൂചികകളിലെ വളർച്ച പ്രധാനമായും ഐക്യകേരള രൂപീകരണത്തിനുശേഷമാണ്. അതിനുമുമ്പ് മലബാർ താരതമ്യേന പിന്നണിയിലായിരുന്നു.

കൊട്ടാര മാഹാത്മ്യ വാദത്തിനൊപ്പം മറ്റൊരുവാദത്തിന്റെകൂടി നിജസ്ഥിതി വിമർശനപരമായി വിലയിരുത്തേണ്ടതുണ്ട്. കേരളത്തിന്റെ പുരോഗതിയിൽ 57 നുശേഷം വന്ന എല്ലാ സർക്കാരുകൾക്കും തുല്യ പങ്കുണ്ട് എന്ന "നിഷ്പക്ഷ" വാദമാണത്. അത് അതേപടി അംഗീകരിക്കുകയെന്നാൽ ചരിത്രവിരുദ്ധവും അരാഷ്ട്രീയവുമാകും. വിമോചന സമരം മുതലിങ്ങോട്ട് കഴിഞ്ഞ ആറരപ്പതിറ്റാണ്ടായി കേരളത്തിന്റെ ബദൽ

വികസന പാതയെ തുരങ്കംവെക്കാൻ നിരന്തരം നടന്ന വലതുപക്ഷ ഉപജാപങ്ങളെ വിസ്മരിച്ചുകൊണ്ട് നേട്ടങ്ങളിൽ എല്ലാവർക്കും തുല്യ പങ്ക് അംഗീകരിച്ചു കൊടുക്കുന്നത് എത്ര വലിയ അനീതിയാണ്? എന്തിനായിരുന്നു വിമോചന സമരം? ഭൂപരിഷ്കരണത്തിലൂടെയും വിദ്യാഭ്യാസ നിയമത്തിലൂടെയും ത്വരിതപ്പെടുത്താൻ ശ്രമിച്ച സാമൂഹിക പുരോഗതിയുടെ പ്രക്രിയ അട്ടിമറിക്കാനുള്ള കേരളത്തിലെ വലതുപക്ഷത്തിന്റെയാകെ ഏകോപിത ഗൂഢപദ്ധതിയായിരുന്നു അതെന്നും അതിന് സാമ്രാജ്യത്വ പിന്തുണയുണ്ടായിരുന്നു എന്നതും ഇന്ന് തെളിയിക്കപ്പെട്ട ചരിത്ര വസ്തുതകളാണല്ലോ. അന്ന് വലതുപക്ഷ പത്രങ്ങൾ നിർമ്മിച്ചുകൊടുത്ത മുദ്രാവാക്യങ്ങൾ നോക്കിയാൽ വിമോചന സമരത്തിന്റെ സവർണ്ണ സമ്പന്ന രാഷ്ട്രീയം വ്യക്തമാകും.

“വിക്കൻ, ചാത്തൻ, ചട്ടൻ
നാടുഭരിച്ചു മുടിച്ചീടുന്നു
വിക്കാ, ഞൊണ്ടീ, ചാത്താ,
നിങ്ങളെ മുക്കിക്കൊല്ലും കട്ടായം.”

എന്ന മുദ്രാവാക്യത്തിൽ ജാതി, ശരീരം എന്നിവയെ മുൻനിർത്തിയുള്ള ആക്ഷേപം മാത്രമല്ല സാമൂഹികനീതിയും പുരോഗതിയും ലക്ഷ്യമാക്കിയ പരിഷ്ക്കാരങ്ങളോടുള്ള അസഹിഷ്ണുതയും കാണാം. അവയെല്ലാം “ഭരിച്ചു മുടിക്കലാ”ണവർക്ക്. വിമോചന സമരം ആധുനിക കേരള നിർമ്മിതിക്ക് അടിത്തറയിട്ട പ്രഥമ സർക്കാരിനെ ജനാധിപത്യവിരുദ്ധമായി പിരിച്ചുവിടുന്നതുവരെ തുടർന്നു. അപൂർണ്ണമായ ആ മാറ്റത്തിന്റെ പ്രക്രിയ പിന്നീട് മുന്നോട്ടു കൊണ്ടുപോയത് 67 ലെ ഇ എം എസ് സർക്കാരാണ്. രണ്ടു വർഷത്തിനുള്ളിൽ ആ സർക്കാരും അട്ടിമറിക്കപ്പെട്ടു. ഭൂപരിഷ്കരണ നടപടികൾ തകർക്കാനുള്ള ശ്രമങ്ങൾക്കെതിരെ ജനങ്ങളെ അണിനിരത്തി പോരാടേണ്ടി വന്നു പിന്നീട്. എൺപതുകൾ മുതലാണ് ഒന്നിടവിട്ട് ഇടതുപക്ഷ സർക്കാരുകൾ കേരളത്തിൽ അധികാരത്തിൽ വന്നത്. അതിനിടയിൽ വന്ന വലതുപക്ഷ സർക്കാരുകളോരോന്നും കേരളത്തെ അതിന്റെ വേറിട്ട വഴിയിൽനിന്ന് പിന്നോക്കം വലിക്കാൻ നിരന്തരം ശ്രമിച്ചവയാണ്. അധികാരത്തിനു പുറത്തുള്ളപ്പോഴും വലതുപക്ഷം കേരളത്തിന്റെ പ്രതിപ്രയാണം ലക്ഷ്യമാക്കിയുള്ള ഉപജാപങ്ങളിൽ ഏർപ്പെട്ടുകൊണ്ടേയിരുന്നവരാണ്. അതിപ്പോഴും അതിതീവ്രമായി തുടരുകയും ചെയ്യുന്നു. എന്നാൽ അവയെ അധികാരത്തിനകത്തും പുറത്തും നിൽക്കുമ്പോൾ ജനങ്ങളെ അണിനിരത്തി നിതാന്ത ജാഗ്രതയോടെ ചെറുക്കാൻ ഇടതുപക്ഷ നേതൃത്വത്തിൽ പുരോഗമന ശക്തികൾക്ക് വലിയൊരളവോളം കഴിഞ്ഞിട്ടുണ്ട്. പ്രത്യേകിച്ച്, തൊണ്ണൂറുകൾക്കുശേഷം നവലിബറൽ ആഗോളവൽക്കരണ പ്രക്രിയയുടെ പശ്ചാത്തലത്തിൽ വിപണിയുടെയും കോർപ്പറേറ്റ് മൂലധനത്തിന്റെയും കടന്നാക്രമണങ്ങളിൽനിന്ന് കേരളത്തിന്റെ സാമൂഹിക നേട്ടങ്ങളെ സംരക്ഷിച്ചത് ആ ചെറുത്തുനിൽപ്പുകളാണ്. വിദ്യാ

ഭ്യാസ വാണിജ്യവൽക്കരണത്തിനെതിരായും മറ്റ് സാമൂഹിക ഉത്തര വാദിത്വങ്ങളിൽനിന്നുള്ള സർക്കാർ പിന്മാറ്റത്തിനുമെതിരായ സമാന പോരാട്ടങ്ങളും ഉദാഹരണം. ഈ ചെറുത്തുനിൽപ്പുകളുടെ ഫലമായി ഇന്ത്യയിലെ ഇതര സംസ്ഥാനങ്ങളിൽനിന്ന് വ്യത്യസ്തമായി വലതു പക്ഷ സർക്കാരുകൾക്കുപോലും ജനങ്ങളുടെ അവകാശങ്ങളും, കൈ വരിച്ച നേട്ടങ്ങളും പൂർണ്ണമായും തകർക്കാനായില്ല എന്നതാണ് യാഥാർ ത്ഥ്യം. അല്ലാതെ അവരുടെ ഔദാര്യമോ അവർക്കുകൂടി അവകാശ പ്പെട്ടതോ ആണ് ആധുനിക കേരളത്തിന്റെ നേട്ടങ്ങൾ എന്നല്ല.

കഴിഞ്ഞ ആറരപ്പതിറ്റാണ്ടിനിടയിൽ കാൽ നൂറ്റാണ്ടാണ് ഇടതു പക്ഷം കേരളം ഭരിച്ചത്. ഈ കാലയളവ് ഉടനീളം സാമൂഹിക നീതിയില ധിഷ്ഠിതമായ കേരളത്തിന്റെ ബദൽ വികസന മാതൃകയെ നവീകരിക്കാ നുള്ള നിരന്തര പരിശ്രമങ്ങളാണ് നടത്തിയിട്ടുള്ളത്. പെൻഷനുകളടക്കം സാമൂഹിക ക്ഷേമപദ്ധതികളുടെ വിപുലമായ ശൃംഖല, സമ്പൂർണ്ണ സാക്ഷരതായജ്ഞം, അധികാര വികേന്ദ്രീകരണത്തെ ജനകീയവും വികേന്ദ്രീകൃതവുമായ ആസൂത്രണ പ്രക്രിയയായി ഗുണപരമായി പരിവർ ത്തിപ്പിച്ചത്, പൊതുമേഖലാ സംരക്ഷണം, പൊതുവിദ്യാഭ്യാസ ആരോഗ്യ സംവിധാനങ്ങളുടെ നവീകരണം, പരിസ്ഥിതി സൗഹൃദ വികസന സമീപനം എന്നിവയെല്ലാം പഴയതു മുതൽ ഇപ്പോഴത്തേതു വരെയുള്ള ഇടതുപക്ഷ സർക്കാരുകളുടെ സംഭാവനകളാണ്.

സമസ്യകൾ

നേട്ടങ്ങൾക്കിടയിലും കേരള ബദലിന്റെ പരിമിതികളും വെല്ലു വിളികളും അവഗണിക്കപ്പെടരുത്. നാം കൈവരിച്ച പൊതു സാമൂഹിക പുരോഗതിക്കൊപ്പം ചില സാമൂഹിക വിഭാഗങ്ങൾ എത്തിയിട്ടില്ല എന്നത് പ്രധാന പ്രശ്നമാണ്. ആദിവാസികൾ ഉദാഹരണം.

കേരളത്തിന്റെ ഉയർന്ന സാമൂഹിക വികസന നേട്ടങ്ങൾ നിലനിർ ത്താൻ സമ്പത്തുൽപ്പാദനം വർദ്ധിപ്പിക്കാൻ കഴിയണമെന്നതാണ് മറ്റൊന്ന്. അഭ്യസ്തവിദ്യരുടെ ഉയർന്ന തൊഴിലില്ലായ്മ എന്ന പ്രശ്നം അഭിസം ബോധന ചെയ്യുന്നതിൽ ഊന്നൽ ഉണ്ടാവണം. കേരളത്തിന്റെ മനുഷ്യ മൂലധനത്തിന്റെ സാദ്ധ്യതകൾ ഉപയോഗിക്കാൻ കഴിയുന്ന നവ വ്യവസാ യങ്ങൾക്കായിരിക്കണം ഊന്നൽ. ഐ ടി, ബയോടെക്നോളജി തുടങ്ങിയ മേഖലകളുടെ വികാസത്തിന് സർക്കാർ പ്രാധാന്യം കൊടുക്കുന്നതിന്റെ ലക്ഷ്യമിതാണ്. മാത്രമല്ല, ഉയർന്ന ജനസാന്ദ്രത, ഭൂമിയുടെ ദൗർലഭ്യം, പാരിസ്ഥിതിക പ്രത്യാഘാതങ്ങൾ എന്നിവ കണക്കിലെടുക്കുമ്പോൾ വൻകിട വ്യവസായങ്ങൾ കേരളത്തിന് വളരെ അനുയോജ്യവുമല്ല. ഗൾഫ് കുടിയേറ്റത്തിന്റെ സാദ്ധ്യതകൾ അടയുന്നതും അവിടെ നിന്നുള്ള മടക്കം വർദ്ധിക്കുന്നതും ഉയർത്താവുന്ന സാമ്പത്തിക സാമൂഹിക പ്രത്യാഘാ തങ്ങളെ ഫലപ്രദമായി നേരിടാനുള്ള തയ്യാറെടുപ്പ് പ്രധാനമാണ്. രണ്ട് പ്രളയങ്ങളുടെ അനുഭവത്തിന്റെ അടിസ്ഥാനത്തിൽ പാരിസ്ഥിതിക

പരിഗണനകൾ കർശനമായി പാലിക്കുന്ന വികസന സമീപനവും ആവിഷ്ക്കരിക്കാതെ തരമില്ല.

ബദൽ സാദ്ധ്യമാണ്

സാമൂഹികക്ഷേമ പദ്ധതികളിൽ ഇടതുപക്ഷ സർക്കാരുകളുടെ സംഭാവനകൾ പ്രശംസിക്കപ്പെട്ടപ്പോൾത്തന്നെ ഇന്നലെകളിൽ ഉയർന്നിരുന്ന ഒരു വിമർശനം സാമ്പത്തിക വളർച്ചയ്ക്കും അതിന് വഴിയൊരുക്കുന്ന അടിസ്ഥാന സൗകര്യ വികസനത്തിലും അത്രത്തോളം ശ്രദ്ധ കേന്ദ്രീകരിക്കാറില്ല എന്നതായിരുന്നു. ആ പ്രശ്നം അഭിസംബോധന ചെയ്യാനുള്ള ധീരമായ ശ്രമം ഈ സർക്കാർ നടത്തിയിട്ടുണ്ട്. സംസ്ഥാന സർക്കാരുകളാകെ കടുത്ത സാമ്പത്തിക പ്രതിസന്ധി നേരിടുന്ന ഇന്നത്തെ ദേശീയ പരിതഃസ്ഥിതിയിൽ അത് അടിസ്ഥാന സൗകര്യ വികസന പദ്ധതികളെ ബാധിക്കാതിരിക്കാൻ നൂതനമായ മാതൃക കേരളം ആവിഷ്ക്കരിച്ചതാണ് കിഫ് ബി. ഇതിനകം തന്നെ ദേശീയ വളർച്ചാ നിരക്കിനേക്കാൾ ഉയർന്ന വളർച്ചാ നിരക്ക് സംസ്ഥാന ആഭ്യന്തര ഉൽപ്പാദനത്തിൽ കൈവരിക്കാൻ കേരളത്തിന് കഴിഞ്ഞിട്ടുണ്ട്. കിഫ്ബിയിലൂടെ അടിസ്ഥാന സൗകര്യ വികസന മേഖലയിലുണ്ടാവുന്ന കുതിച്ചുചാട്ടം കേരളത്തിന്റെ ഭാവി സാമ്പത്തിക വളർച്ചയ്ക്ക് നൽകുന്ന ഉത്തേജനം വലുതായിരിക്കും. സമ്പത്തുൽപ്പാദനവും വരുമാനവും വർദ്ധിപ്പിച്ചു മാത്രമേ കേരളത്തിന്റെ അഭിമാനനേട്ടങ്ങൾ നമുക്ക് നിലനിർത്താനും മറ്റ് വികസനലക്ഷ്യങ്ങൾ കൈവരിക്കാനും കഴിയൂ. സാമൂഹിക നീതിയും സാമ്പത്തിക വളർച്ചയും പരസ്പര പൂരകമാണ്. വളർച്ചയുടെ ഗുണഫലങ്ങൾ നീതിപൂർവ്വകമായി വിതരണം ചെയ്യപ്പെടുന്നു എന്നുറപ്പാക്കുന്ന ഭരണ നടപടികളാണ് ഇടതുപക്ഷ സർക്കാരുകളുടേത്.

ഒരു രാഷ്ട്ര സംവിധാനത്തിന്റെ ചട്ടക്കൂടിനകത്തുള്ള സംസ്ഥാന സർക്കാരിന്റെ പരിമിതികൾക്കുള്ളിൽ നിന്നേ കേരളത്തിലെ ഇടതുപക്ഷ സർക്കാരുകൾക്ക് പ്രവർത്തിക്കാൻ കഴിയുമായിരുന്നുള്ളൂ. ഇന്നാണെങ്കിൽ ജി എസ് ടി സംസ്ഥാന സർക്കാരുകളുടെ പരിമിതമായ വിഭവ സ്രോതസ്സുകളും ഇടപെടൽ ശേഷിയുംകൂടി ഇല്ലാതാക്കിയിട്ടുണ്ട്. ഈ പ്രതികൂല സാഹചര്യങ്ങളിലും ആശയങ്ങളുടെ സർഗ്ഗാത്മകതയും രാഷ്ട്രീയമായ ഇച്ഛാശക്തിയുംകൊണ്ട് ഇടതുപക്ഷം ബദൽ കെട്ടിപ്പടുക്കുകയാണ്. ബദൽ വിജയകരമായി നടപ്പാക്കാനാവുമെന്ന് തെളിയിക്കുകയാണ്. ആഗോളവൽക്കരണത്തിന്റെ പ്രതാപകാലത്തും ഈ ബദൽ കേരളത്തിലെ ഇടതുപക്ഷം കൈവിടാതെ കാത്തവരാണ്. വേറെ ബദലില്ല എന്ന TINA (There is No Alternative) വാദങ്ങളുടെ ആ കാലത്ത് ബദലുയർത്തിയ ഇടതുപക്ഷം വികസനവിരുദ്ധരെന്ന് പരിഹസിക്കപ്പെട്ടിട്ടുണ്ട്. ഇന്നാവട്ടെ "കമ്പോള മുതലാളിത്തത്തിന്റെ ഇന്ദ്രജാല സിദ്ധാന്തങ്ങൾ പരാജയപ്പെട്ടിരിക്കുന്നു" എന്ന് ഫ്രാൻസിസ് മാർപ്പാപ്പ പ്രഖ്യാപിക്കുകയും നവ ലിബറൽ ആഗോളവൽക്കരണത്തിന്റെ നിശിതവിമർശകരായി, ഒരു കാലത്ത്

അതിന്റെ വക്താക്കളായിരുന്ന ജോസഫ് സ്റ്റിഗ്ലിറ്റ്സിനെപ്പോലുള്ളവർ മാറുകയും ചെയ്യുമ്പോൾ കേരളത്തിന്റെ പ്രവിശ്യാധികാരത്തിന്റെ പരിമിതികൾക്കകത്തുള്ള ബദൽവഴി വീണ്ടും ലോകത്തിന്റെ ശ്രദ്ധാ കേന്ദ്രമാകുന്നു. കോവിഡ് കാലത്ത് പ്രത്യേകിച്ചും നാം അത് കാണുക യുണ്ടായി. ബദൽ വഴി തുറന്ന 1957 ൽ എന്നപോലെ ഇന്നും കേരള മാതൃക ലോകം ഉറ്റുനോക്കുകയാണ്. എന്നാൽ വിമോചനസമര കാലത്തേ ക്കാൾ പകയോടെ ഇന്നത്തെ വലതുപക്ഷവും എല്ലാ ഭിന്നതകളും ഭേദിച്ച് ഇടതു ബദലിനെ കുഴിച്ചുമൂടാനുള്ള അധാർമ്മിക യുദ്ധത്തിലാണിപ്പോൾ എന്നും മറക്കരുത്. ആറുപതിറ്റാണ്ടിലേറെയായി നടക്കുന്ന ആ സംഘർഷം തീവ്രമായി തുടരുകയാണിന്നും എന്നർത്ഥം. കേരളത്തിന്റെ ഭാവി നിർണയിക്കുക ആ സംഘർഷത്തിന്റെ ഗതിയായിരിക്കും.

അസമത്വത്തിന്റെ റിപ്പബ്ലിക്ക്

മാർക്സ് മാത്രമല്ല അസമത്വത്തെക്കുറിച്ച് മുന്നറിയിപ്പ് നൽകിയത്. വിഖ്യാതമായ ഗറ്റിസ് ബർഗ് പ്രസംഗത്തിൽ അബ്രഹാം ലിങ്കൺ പറഞ്ഞത്, വർഗ്ഗപരമായ അസമത്വം ജനാധിപത്യത്തിന്റെ പരാജയത്തിനുള്ള ഏറ്റവും വലിയ കാരണമാകുമെന്നാണ്.

സാമൂഹ്യവും സാമ്പത്തികവുമായ അസമത്വം എത്രയുംവേഗം പരിഹരിക്കാനായില്ലെങ്കിൽ അതിന്റെ ഇരകൾ നമ്മുടെ രാഷ്ട്രീയ ജനാധിപത്യത്തെ തകർക്കുമെന്ന് ബി ആർ അംബേദ്കർ താക്കീത് നൽകിയത് അസംബ്ലിയിലെ ചർച്ചകൾ ഉപസംഹരിച്ചുകൊണ്ട് 1949 നവംബർ 25 ന് നടത്തിയ പ്രസംഗത്തിലാണ്. എഴുപത്തിമൂന്ന് വർഷങ്ങൾ പിന്നിടുമ്പോൾ സ്ഫോടനാത്മകമായ സാമ്പത്തിക അസമത്വത്തിന്റെ മുകളിലാണ് രാജ്യം ഇന്നുള്ളത്. ഏതാനും ദിവസം മുമ്പ് ദാവോസിലെ ലോക സാമ്പത്തിക ഫോറം ഉച്ചകോടിയോടനുബന്ധിച്ച് ഓക്സ്ഫാം പ്രസിദ്ധീകരിച്ച റിപ്പോർട്ട് ഇന്ത്യയിലെ അസമത്വത്തിന്റെ വളർച്ചയുടെ ഭയാനക ചിത്രമാണ് വരച്ചിട്ടിരിക്കുന്നത്.

കോവിഡ് മഹാമാരിയുടെ കാലത്ത് ഇന്ത്യയിലെ 10 അതിധനികരുടെ സ്വത്ത് ഇരട്ടിയിലേറെ വർദ്ധിച്ചുവെന്ന് റിപ്പോർട്ട് വ്യക്തമാക്കുന്നു. ഇക്കൂട്ടത്തിൽ ഒരാളുടെ ഭരണകൂടവുമായി ഉറ്റ ചങ്ങാത്തം പുലർത്തുന്ന ഒരു ശതകോടീശ്വരന്റെ സ്വത്ത് പത്തിരട്ടിയാണ് വർദ്ധിച്ചത്! ഇതേ കാലയളവിൽ ഇന്ത്യയിലെ ശതകോടീശ്വരരുടെ എണ്ണവും വർദ്ധിച്ചു. 102 ൽ നിന്ന് 142 ലേക്ക്, അതേസമയം ഇതേ കാലത്ത് 84 ശതമാനം കുടുംബങ്ങളുടെയും വരുമാനം ഇടിയുകയാണുണ്ടായത്. പുതിയതായി 32 അതിധനികരുണ്ടായ അതേ കാലത്ത് അധികമായി 46 കോടി ഇന്ത്യക്കാർ അതിദാരിദ്ര്യത്തിലേക്ക് എടുത്തെറിയപ്പെടുകയും ചെയ്തു. മഹാമാരി

യുടെ കാലം സമ്പദ്ഘടനയും വളർച്ചാനിരക്കും കൂപ്പുകുത്തിയ കാലമാണ്. ലോകത്തിലെ പ്രധാന സമ്പദ്ഘടനകളിൽ വളർച്ചാനിരക്കിൽ ഏറ്റവും പതനമുണ്ടായതിവിടെയാണ്. ജനകോടികളുടെ തൊഴിലും വരുമാനവും ഉപജീവനമാർഗ്ഗങ്ങളും തകർന്നടിഞ്ഞു. പക്ഷേ, വിരലിലെണ്ണാവുന്ന അതിസമ്പന്നർക്കു മാത്രം പോറലേറ്റില്ല എന്ന് മാത്രമല്ല, അവർക്കുമാത്രം അംബരചുംബിയായ വളർച്ചയുണ്ടായി. എല്ലാവരുടെയും വറുതിയുടെയും ദുരന്തത്തിന്റെയും കാലം അവരുടെ മാത്രം കൊയ്ത്തുകാലമായി. ഇന്ത്യൻ ഭരണകൂടവുമായി ഗാഢമായ ചങ്ങാത്തം പുലർത്തുന്ന രണ്ട് ശതകോടീശ്വരന്മാരിൽ ഒരാളുടെ സ്വത്ത് എടുത്താൽ പഞ്ചാബിന്റെ ആഭ്യന്തര ഉൽപ്പാദനത്തോള (സംസ്ഥാന ജി ഡി പി)മാണെന്ന പി സായിനാഥിന്റെ താരതമ്യം അസമത്വത്തിന്റെ വ്യാപ്തി വ്യക്തമാക്കുന്നതാണ്.

അതിധനികരുടെ എണ്ണവും അവരുടെ സ്വത്തിന്റെ വണ്ണവും കൂടിയ കാലത്താണ് ആഗോള പട്ടിണിസൂചികയിൽ ഇന്ത്യ വീണ്ടും താഴേക്കു പതിച്ചത്. 116 രാജ്യങ്ങളിൽ 101 സ്ഥാനത്തേക്ക്. ഒരു പതിറ്റാണ്ടു മുമ്പ്, 2011 ലെ 67 ാം സ്ഥാനത്തുനിന്നാണീ വീഴ്ചയെന്നോർക്കണം. പട്ടിണിസൂചികയിൽ സ്ഥാനം 100 ലും താഴെയാണെങ്കിലും അതിസമ്പന്നരുടെ എണ്ണത്തിൽ ആദ്യ മൂന്നിലാണിടം.

യു എൻ ഏജൻസികളുടെ കണക്കനുസരിച്ച് ലോകത്തിൽ ഭാരക്കുറവുള്ള കുട്ടികൾ ഏറ്റവും കൂടുതലുള്ള രാജ്യമാണിന്ത്യ. ലോകമാകെയുള്ള ഭാരക്കുറവുള്ള കുട്ടികളിൽ പകുതിയോളം ഇന്ത്യയിലാണ്. അഞ്ചു വയസ്സിൽ താഴെയുള്ള കുട്ടികളിൽ മൂന്നിലൊന്നും ഇന്ത്യയിൽ വളർച്ച മുരടിച്ചവരാണ്. രാജ്യത്തെ കുട്ടികളിൽ മൂന്നിലൊന്നും പോഷകാഹാരക്കുറവും നേരിടുന്നവരാണ്. അതാണ് വളർച്ച മുരടിപ്പിന്റെയും ഭാരക്കുറവിന്റെയും ഉയർന്ന ശിശുമരണനിരക്കിന്റെയും മുഖ്യ കാരണം. മഹാമാരി സൃഷ്ടിച്ച ജീവിതത്തകർച്ച ഈ കെടുതികൾ വിവരണാതീതമാക്കി. ഇന്ത്യയിൽ അഞ്ചു വയസ്സിൽ താഴെയുള്ള ശിശുമരണങ്ങളിൽ മൂന്നിൽ രണ്ടും സംഭവിക്കുന്നത് പോഷകാഹാരക്കുറവിനാലാണ്. ഈ തലമുറ മാത്രമല്ല, വരും തലമുറയും കെടുതികളിൽനിന്ന് മോചനമില്ലാതെ തുടരും എന്നതാണ് ഭീതിദമായ യാഥാർഥ്യം. വളർച്ച മുരടിച്ച കുട്ടികളെന്നാൽ വളർച്ച മുരടിച്ച രാജ്യമാണെന്നർത്ഥം. വിളറിയ ഭാവിക്കു മുന്നിൽ പകച്ചുനിൽക്കുന്ന റിപ്പബ്ലിക്ക് എന്നും. കുട്ടികൾ മാത്രമല്ല, സ്ത്രീകളും അസമത്വം വിതയ്ക്കുന്ന കെടുതിയുടെ ഇരകളാണ്. ലോകാരോഗ്യ സംഘടന തെക്കുകിഴക്കൻ ഏഷ്യയിലെ രാജ്യങ്ങളിലെ ആരോഗ്യമേഖലയുടെ സുസ്ഥിര വികസന ലക്ഷ്യങ്ങളെ ആസ്പദമാക്കി നടത്തിയ പഠനം കാണിക്കുന്നത് ഇന്ത്യയിലെ സ്ത്രീകളുടെ ആരോഗ്യം, മേഖലയിലെ തന്നെ ഏറ്റവും മോശമാണെന്നാണ്. സ്ത്രീകളുടെയും കുട്ടികളുടെയും ആരോഗ്യത്തിന്റെ കാര്യത്തിൽ ഇന്ത്യയേക്കാൾ മോശം അവസ്ഥയുള്ളത് തിമൂറിലും മ്യാന്മറിലും മാത്രമാണെന്നും റിപ്പോർട്ട്

ചൂണ്ടിക്കാട്ടുന്നു. ഇതിനു പ്രധാന കാരണം ആരോഗ്യ മേഖലയിലെ സർക്കാർ ചെലവുകളുടെ കാര്യത്തിൽ തെക്കുകിഴക്കൻ ഏഷ്യയിൽ ഇന്ത്യ ഏറ്റവും പിന്നിലാണെന്നതാണ്. ശ്രീലങ്ക, തായ്‌ലൻഡ്, മാലിദ്വീപ് എന്നീ രാജ്യങ്ങളിൽ ആരോഗ്യ മേഖലയിലെ സർക്കാർ ചെലവ് ഏറ്റവും ഉയർന്നതാണെന്നറിയുക. വേറൊരു കണക്കനുസരിച്ച് ആരോഗ്യ മേഖലയിലെ സർക്കാർ ചെലവിന്റെ ആഗോള നിലവാരം നോക്കിയാൽ ഇന്ത്യയും അഫ്ഗാനിസ്ഥാനും ഒരേ നിലയിലാണ്. എന്തൊരു സാദൃശ്യം!

ഈ ഭയാനകമായ ജീവിതത്തകർച്ചയുടെ ഇരകളിൽ ആദിവാസികൾ, ദളിതർ, ന്യൂനപക്ഷങ്ങൾ എന്നിങ്ങനെ പാർശ്വവൽക്കരിക്കപ്പെട്ട ജനവിഭാഗങ്ങളുമുണ്ട് ഉദാരവൽക്കരണ നയങ്ങളുടെ ഫലമായി സാമൂഹ്യ മേഖലയിൽനിന്ന് സർക്കാർ പിന്മാറിയതും ക്ഷേമ ചെലവുകൾ വെട്ടിക്കുറയ്ക്കുന്നതും ഇതിന് പ്രധാന കാരണമാണ്. ധനക്കമ്മി നിയന്ത്രിക്കുന്നതിന്റെയും വിഭവപരിമിതികളുടെയും പേരിൽ സർക്കാർ ചെലവുകളും നിക്ഷേപങ്ങളും വെട്ടിച്ചുരുക്കി മൂലധനത്തിന് വിശാലമായ മേച്ചിൽപ്പുറങ്ങൾ തുറന്നുകൊടുക്കുകയാണ് ഉദാരവൽക്കരണം ചെയ്യുന്നത്.

ഉദാരവൽക്കരണം തുറന്നിട്ട മേച്ചിൽപ്പുറങ്ങളിൽ മനുഷ്യരെയും പ്രകൃതിവിഭവങ്ങളെയും നിർബാധം കൊള്ളചെയ്തും ഭരണകൂടചങ്ങാത്തത്തിന്റെ ചിറകിലേറി അന്യായമായി വെട്ടിപ്പിടിച്ചുമെല്ലാമാണ് അതിധനികരായ കോർപ്പറേറ്റുകൾ മഹാവറുതിയുടെ കാലത്തുപോലും സമൃദ്ധിയുടെ രാക്ഷസീയാകാരം പൂണ്ടത്. സാമ്പത്തികവളർച്ചയ്ക്കും മൂലധനനിക്ഷേപത്തിനുമുള്ള പ്രോത്സാഹനമെന്ന പേരിൽ നികുതിയിളവുകളും ഭൂമിയടക്കമുള്ള സാജന്യങ്ങളും കണക്കറ്റ് സ്വന്തമാക്കിയും സ്വകാര്യവൽക്കരണത്തിന്റെ മറവിൽ സ്പ്രെക്ട്രം മുതൽ കൽക്കരിവരെയും ഹൈവേ മുതൽ എയർ ഇന്ത്യ വരെയും ഭൂമിക്കടിയിലും മുകളിലും ആകാശത്തും കരയിലും കടലിലുമെല്ലാമുള്ള വിലമതിക്കാനാവാത്ത ദേശീയ ആസ്തികളാകെ തുച്ഛ വിലയ്ക്ക് കയ്യടക്കിയും കുന്നുകൂട്ടിയ സമ്പത്തിന്റെ നെറുകയിലാണ് അവർ ഗർവ്വോടെ അമർന്നിരിക്കുന്നത്. അല്ലാതെ മുതലാളിത്തത്തിന്റെ തന്നെ പ്രഖ്യാപിതമായ കളിനിയമങ്ങളനുസരിച്ചുള്ള ഉൽപ്പാദനവും കച്ചവടവും നടത്തിയുണ്ടാക്കിയ ന്യായമായ ലാഭത്തിന്റെ മുകളിലല്ല. നവജാത മുതലാളിത്തത്തിന്റെ കാലത്തെ അനുസ്മരിപ്പിക്കുന്ന പ്രാകൃത മൂലധന സഞ്ചയത്തിലൂടെയാണീ വിരലിലെണ്ണാവുന്ന ശതകോടീശ്വരർ സമ്പത്തിന്റെ പർവത ശിഖരങ്ങൾ കീഴടക്കിയത് എന്നർത്ഥം. സമ്പത്തിന്റെ കൊടുമുടിയിൽ വാഴുന്നവരും വളരെ താഴെ ദുരിതങ്ങളുടെ മഹാനരകത്തിൽ കെട്ട മർത്യജീവിതത്തിലിഴയുന്ന ജനകോടികളുമായി പരസ്പരം വിച്ഛേദിക്കപ്പെട്ട രണ്ട് പാളയങ്ങളായി അസമത്വം നമ്മുടെ റിപ്പബ്ലിക്കിനെ വേർപിരിച്ചിരിക്കുന്നു.

ഈ അസമത്വം സമകാലിക ലോകത്തിലും ഇന്ത്യയുടെ രണ്ട് നൂറ്റാണ്ടിന്റെ ചരിത്രത്തിലും ഇന്നേവരെ ദർശിച്ചിട്ടില്ലാത്തത്ര തീവ്രമാണ്. ഇന്ന്

രാജ്യത്തെ ഒരു ശതമാനം വരുന്ന ധനിക സൂക്ഷ്മ ന്യൂനപക്ഷം ദേശീയ വരുമാനത്തിന്റെ നാലിലൊന്നോളം കൈവശപ്പെടുത്തുന്നു. സമ്പന്നരായ പത്ത് ശതമാനം ദേശീയ വരുമാനത്തിന്റെ 57 ശതമാനവും അവരുടേതാക്കുന്നു. ലോക ജനസംഖ്യയിലെ സമ്പന്നരായ 10 ശതമാനത്തിന്റെ വിഹിതത്തേക്കാൾ (52 ശതമാനം) ഗണ്യമായി കൂടുതലാണിത്. ബ്രിട്ടീഷ് 'ഇന്ത്യയിൽ, 1947 നു മുമ്പുള്ള ഒരു നൂറ്റാണ്ടിൽ മുകൾത്തട്ടിലെ 10 ശതമാനം ധനികർ ദേശീയ വരുമാനത്തിന്റെ 50 ശതമാനത്തോളമാണ് നേടിയിരുന്നത്. ഇപ്പോൾ അതിനേക്കാൾ കൂടുതലാണെന്നോർക്കുക. കണ്ണിൽ ചോരയില്ലാത്ത കൊളോണിയൽ ചൂഷണത്തിന്റെയും അടിമത്തത്തിന്റെയും കാലത്തേക്കാൾ സ്വാതന്ത്ര്യപരമാധികാര രാഷ്ട്രത്തിൽ അസമത്വം കൊടികുത്തിവാഴുന്നു എന്ന തിരിച്ചറിവ് നമ്മെ നടുക്കുന്നതാണ്. സ്വാതന്ത്ര്യത്തിന്റെ ആദ്യ ദശകങ്ങളിൽ പരിമിതമെങ്കിലും പുനർവിതരണ നയങ്ങളുടെയെല്ലാം ഫലമായി മുകൾത്തട്ടിലെ 10 ശതമാനം ധനികർക്ക് ദേശീയ വരുമാനത്തിലുള്ള വിഹിതം ബ്രിട്ടീഷ് വാഴ്ചയിലെ 50 ശതമാനത്തിൽനിന്ന് 35-40 ശതമാനത്തിലേക്ക് കുറയ്ക്കാനായിരുന്നു. എന്നാൽ 80 കളുടെ മധ്യത്തോടെ തുടങ്ങുകയും തൊണ്ണൂറുകളോടെ ഗതിവേഗമാർജ്ജിക്കുകയും ചെയ്ത ഉദാരവൽക്കരണ നയങ്ങൾ ആ പ്രക്രിയയെ വിപരീത ദിശയിലാക്കി.

സ്ഫോടനാത്മകമായ അസമത്വത്തെ നേരിടാൻ അതിസമ്പന്നരിൽനിന്ന് കൂടുതൽ നികുതി ഈടാക്കുകയും സാമൂഹ്യസുരക്ഷാ ചെലവുകൾ വർധിപ്പിക്കുകയും ചെയ്യണമെന്ന നിർദേശം ഓക്സ്ഫാം റിപ്പോർട്ട് മുന്നോട്ടുവെക്കുന്നുണ്ട്. അതിസമ്പന്നരുടെ സ്വത്തിനു മേൽ സർചാർജും സ്വത്തുനികുതിയുമടക്കമുള്ള നിർദേശങ്ങൾ ഇവിടത്തെ കോർപ്പറേറ്റുകൾക്കും അവരുടെ വക്താക്കൾക്കും ഒട്ടും സ്വീകാര്യമല്ല എന്നവർ വ്യക്തമാക്കി കഴിഞ്ഞു. ഈ മഹാമാരിക്കാലത്തുപോലും അങ്ങനെയുള്ള ഏതൊരു ആലോചനയും മുളയിലേ നുള്ളിക്കളയാൻ അവർ ദത്തശ്രദ്ധരാണ്. സമ്പന്നരിൽനിന്ന് അധികനികുതി പിരിക്കുക എന്ന ആശയം അപ്രായോഗികവും പ്രയോജനമില്ലാത്തതുമാണെന്ന മുഖപ്രസംഗങ്ങളുമായി കോർപ്പറേറ്റ് ജിഹ്വകൾ ഉടൻ രംഗത്തെത്തിയതിന്റെ സൂചനകൾ വ്യക്തമാണല്ലോ. *ടൈംസ് ഓഫ് ഇന്ത്യ* (19.01.2022) മുഖപ്രസംഗത്തിലൂടെ പറയുന്നത് സമ്പന്നരിൽനിന്ന് നികുതി ഈടാക്കുകയല്ല സാമ്പത്തിക വളർച്ച ത്വരിതപ്പെടുത്തുകയാണ് വേണ്ടതെന്നാണ്. നവ ഉദാരവാദത്തിന്റെ ആരംഭം മുതൽ വിതച്ചതും ഒരിക്കലും വിളയാതെപോയതുമായ വ്യാമോഹമാണ് സാമ്പത്തികവളർച്ച വർധിച്ചാൽ ഫലം സമൂഹത്തിന്റെ അടിത്തട്ടിലേക്ക് കിനിഞ്ഞിറങ്ങുമെന്നും (trickle down) എല്ലാവർക്കും അതിന്റെ ഗുണഫലങ്ങൾ കിട്ടുമെന്നുമുള്ളത്. ആ വ്യാമോഹത്തിന്റെ പഴകിയ വീഞ്ഞല്ലാതെ പുതിയതൊന്നും വിളമ്പാനില്ല. വളർച്ചയ്ക്കുള്ള ഉത്തേജനം എന്നുരുവിട്ടുകൊണ്ടാണല്ലോ നികുതിയിളവുകൾ കോർപ്പറേറ്റുകൾക്ക് ആവർത്തിച്ചും വാരിക്കോരിയും കൊടുത്തുകൊണ്ടിരി

ക്കുന്നത്. 2019 ൽ കോർപ്പറേറ്റ് നികുതി 30 ൽനിന്ന് 22 ശതമാനമായി (പുതിയ സംരംഭങ്ങൾക്ക് 15 ശതമാനമാണ്) കുറച്ചതുകൊണ്ട് സ്വകാര്യ നിക്ഷേപത്തിൽ വർധനവുണ്ടായില്ല എന്ന കണക്കുകൾ നമ്മുടെ മുന്നിലുണ്ട്. ഇളവുകൾ കരുതലായി സൂക്ഷിച്ചതല്ലാതെ മുതൽമുടക്കിയില്ല. ഇളവുകളുടെ ഫലമായി പ്രത്യക്ഷനികുതി വരുമാനത്തിലുണ്ടായ ചോർച്ചകൾ കാരണം ഗണ്യമായ പൊതുനിക്ഷേപത്തിനു സർക്കാരിനും പാങ്ങില്ലാതായി. ലോകത്തെ പ്രധാന സമ്പദ്ഘടനകളിൽ ഏറ്റവും കുറഞ്ഞ നികുതി ജി ഡി പി അനുപാതമുള്ള രാജ്യമാണ് ഇന്ത്യ എന്നോർക്കുക. ഇളവുകൾ ധാരാളം കൊടുത്തിട്ടും കോവിഡിന് മുമ്പും കോവിഡ് കാലത്തും വളർച്ച ഇടിയുകയാണുണ്ടായത് എന്നതും മറക്കരുത്. വളർച്ചയുണ്ടായ കാലത്താണെങ്കിലും ഗുണഫലങ്ങൾ മുകൾത്തട്ടിൽ ചെറുവിഭാഗത്തിന് മാത്രമാണ് ലഭ്യമായതെന്നതും ശ്രദ്ധേയമാണ്. എന്നിട്ടും പഴയ പല്ലവി പാടുന്നത് വഞ്ചനയുടെ പരമകാഷ്ഠയാണ്.

സമ്പന്നരിൽനിന്ന് അൽപ്പം നികുതി അധികമായി പിരിച്ചാലോ? 142 ശതകോടീശ്വരന്മാരുടെ ഒരു ശതമാനം സ്വത്തിന് നികുതി ഏർപ്പെടുത്തിയാൽ 50000 കോടി രൂപ സർക്കാരിന് അധികമായി ലഭിക്കും. ഇന്ത്യയിൽ എല്ലാവർക്കും വാക്സിൻ സൗജന്യമായി നൽകാൻ പര്യാപ്തമായ തുകയാണിത്. 98 അതിസമ്പന്ന വ്യക്തികളുടെ സ്വത്തിനുമേൽ 4 ശതമാനം നികുതി ഏർപ്പെടുത്തിയാൽ രാജ്യത്തെ രണ്ടു വർഷത്തെ ആരോഗ്യ ബജറ്റിനും 17 വർഷത്തേക്കുള്ള സ്കൂൾ ഉച്ചഭക്ഷണ പദ്ധതിക്കും മതിയായ തുക സമാഹരിക്കാം. പണമില്ലാത്തതിന്റെ പേരിൽ, മഹാമാരിയിൽ വറുതിക്കൊരല്പം ആശ്വാസമായിരുന്ന തൊഴിലുറപ്പ് പദ്ധതിക്ക് 2021-22 ൽ മുൻ വർഷത്തേക്കാൾ 38000 കോടി രൂപ വെട്ടിക്കുറയ്ക്കുകയും നടപ്പു വർഷം പകുതിയായപ്പോഴേക്കും തൊഴിലുറപ്പിന്റെ ബജറ്റ് വിഹിതം പൂർണമായും തീർന്നുപോവുകയും അതേസമയം സമ്പന്നർ സ്വത്ത് ഇരട്ടിപ്പിക്കുകയും ചെയ്ത രാജ്യത്തിരുന്നാണ് അവരുടെ സ്വത്തിന് കൂടുതൽ നികുതിയരുതെന്ന് പറയുന്നത്. എന്നാൽ അതേസമയം ലോകത്തെ 102 അതിസമ്പന്നർ ചേർന്ന് തങ്ങളിൽനിന്ന് അധികനികുതി പിരിക്കണമെന്ന് ആവശ്യപ്പെട്ടുകൊണ്ട് ദാവോസിൽ നടക്കുന്ന ലോക സാമ്പത്തിക ഫോറം ഓൺലൈൻ ഉച്ചകോടിക്ക് കത്തെഴുതുകയുണ്ടായി. മനുഷ്യരാശി മഹാദുരിതം നേരിടുന്ന കാലത്ത് തങ്ങൾക്ക് വൻ ലാഭം ഉണ്ടായെന്നും തങ്ങൾ ഇത്രയും കുറഞ്ഞ നിരക്കിൽ നികുതി കൊടുക്കേണ്ടിവരുന്നത് ന്യായമല്ലെന്നും തുറന്നുപറഞ്ഞാണ് ദേശസ്നേഹികളായ ദശലക്ഷാധിപതികൾ (Patriotic Millionaires) മനുഷ്യരാശിക്കു വേണ്ടിയുള്ള ദശലക്ഷാധിപതികൾ (Millionaires for Humanity) എന്നീ പേരുകളിലുള്ള കൂട്ടായ്മകൾ തങ്ങളിൽനിന്ന് ഇപ്പോൾത്തന്നെ അധിക നികുതി ഈടാക്കണമെന്ന് ആവശ്യപ്പെടുന്നത്. എന്നാൽ ആ ദേശസ്നേഹികളും മനുഷ്യപ്പറ്റുള്ളവരുമായ ശതകോടീശ്വരരുടെ കൂട്ടത്തിൽ ഇടം പിടിക്കാൻ ഇന്ത്യയിലെ ശതകോടീശ്വരരിൽ ഒരാൾക്കുപോലും താൽപ്പ

ര്യമുണ്ടായില്ല എന്നതും കൗതുകകരമാണ്. ഇന്ത്യൻ ശതകോടീശ്വരർക്കില്ലാതെ പോയ ഒരു തിരിച്ചറിവ് കത്തയച്ച 102 പേർക്കുണ്ട്. ഇത്രയും ഉയർന്ന അസമത്വം നിലനിൽക്കുന്ന നവ ലിബറൽ മുതലാളിത്ത ക്രമത്തിന് സ്ഥായിയായ നിലനിൽപ്പില്ല എന്നതാണത്. വ്യവസ്ഥ പൊട്ടിത്തെറിയിലേക്കെത്താതെ പിടിച്ചുനിർത്താൻ പൊതുനിക്ഷേപവും ജനങ്ങളുടെ തൊഴിലും വരുമാനവും വാങ്ങൽശേഷിയും കൂട്ടാതെ തരമില്ലെന്ന് അവർക്കറിയാം. അതുണ്ടായില്ലെങ്കിൽ തങ്ങളുടെ ലാഭം ഇടിയുമെന്നും ഇതിനകം തന്നെ വഴിമുട്ടിയ നവ ലിബറൽ നയങ്ങൾ തകർന്നടിയുമെന്നും അവർ നന്നായി മനസ്സിലാക്കുന്നു. അർജന്റീനയുടെ അനുഭവം മുൻനിർത്തി നൊബേൽ സമ്മാനജേതാവും *ആഗോളവൽക്കരണവും അസംതൃപ്തികളും* എന്ന വിഖ്യാത ഗ്രന്ഥത്തിന്റെ രചയിതാവുമായ ജോസഫ് സ്റ്റിഗ്ലിറ്റ്സും (ബിസിനസ് സ്റ്റാൻഡേർഡ് 20.01.2022) സമ്പന്നരുടെ നികുതിയും പൊതുനിക്ഷേപവും വർദ്ധിപ്പിച്ചുകൊണ്ടു മാത്രമേ കരകയറാനാകൂ എന്ന് വ്യക്തമാക്കുന്നുണ്ട്. എന്നാൽ ഇന്ത്യൻ കോർപ്പറേറ്റുകൾ ഈ യാഥാർഥ്യത്തിലേക്ക് ഇതുവരെ ഉണർന്നിട്ടില്ല. അവരിപ്പോഴും കരുതുന്നത് ഭരണകൂട പിന്തുണയോടെ പ്രതിഷേധങ്ങളെ അടിച്ചമർത്തി ഈ അസമത്വ ക്രമത്തിന്റെ അമരത്തിരുന്ന് ഇനിയും സുഗമസഞ്ചാരം തുടരാമെന്നാണ്. അവർ യാഥാർഥ്യബോധത്തിലേക്ക് ഉണരുന്നില്ലെങ്കിലും ജനങ്ങൾ കൂടുതലായി വസ്തുതകൾ തിരിച്ചറിയുന്നു എന്നത് പ്രതീക്ഷയേകുന്നു. പാർലമെന്റിലെ മൃഗീയ ഭൂരിപക്ഷം ഉപയോഗിച്ച് ബുൾഡോസ് ചെയ്ത ജനവിരുദ്ധ കാർഷിക നിയമങ്ങൾ പിൻവലിക്കേണ്ടി വന്നത് ജനങ്ങളുടെ തിരിച്ചറിവിന്റെ കൂടി ഫലമായിരുന്നല്ലോ.

റിപ്പബ്ലിക്ക് എന്ന് പറഞ്ഞാൽ ജനങ്ങൾ പരമാധികാരം സ്ഥാപിക്കുക എന്നാണർത്ഥം. അപ്പോഴാണ് സ്വാതന്ത്ര്യം സാർത്ഥകമാകുന്നതും. ഭരണഘടനയുടെ അടിസ്ഥാനലക്ഷ്യങ്ങളാണ് സ്വാതന്ത്ര്യവും നീതിയും സമത്വവും. കൊളോണിയൽ അടിമത്വത്തിന്റെ കാലത്തേക്കാൾ അസമത്വം കൊടികുത്തിവാഴുകയും ജനങ്ങൾ കുത്തക മൂലധനത്തിന്റെ അടിമത്വത്തിന് വിധേയരാക്കപ്പെടുകയും ചെയ്താൽ സ്വാതന്ത്ര്യം, പരമാധികാരം, സമത്വം, നീതി എന്നിവയെല്ലാം ഭരണഘടനയിലെ ജീവനറ്റ വ്യർത്ഥാക്ഷരങ്ങളായിത്തീരും. ദരിദ്ര ജനകോടികളുടെ ചോരയും വിയർപ്പും കണ്ണീരുമുറഞ്ഞ മഹാസമ്പത്തിന്റെ കൊടുമുടി മുകളിൽ പാർപ്പുറപ്പിച്ച 142 അതിസമ്പന്നരുടെ, അല്ലെങ്കിൽ അവരെയും നയിക്കുന്ന ശതകോടീശ്വരരായ പത്തുപേരുടെ പരമാധികാരമല്ല 1950 ജനുവരി 26 ന് "നാം ഇന്ത്യയിലെ ജനങ്ങൾ" സ്വപ്നം കണ്ടതെന്ന് ഓർമിപ്പിക്കേണ്ട ചരിത്ര സന്ദർഭമാണിത്.

തകരുന്ന ക്ഷേമരാഷ്ട്രസങ്കല്പങ്ങൾ

ഹൃദയഭേദകമായ ഒരു മാനുഷിക ദുരന്തത്തെ പ്രേക്ഷകരുടെ ഉള്ളുലയ്ക്കും വിധം ആവിഷ്കരിച്ചിട്ടുള്ള സത്യജിത് റേയുടെ വിഖ്യാത ചലച്ചിത്രമാണ് *അശനി സങ്കേത്.* ബിഭൂതി ഭൂഷൺ ബന്ദോപാദ്ധ്യായയുടെ നോവലിനെ ആധാരമാക്കിയുള്ള ഈ ചിത്രത്തിന്റെ പ്രമേയം 43 ലക്ഷം മനുഷ്യർ വിശന്നു മരിച്ച 1943 ലെ ബംഗാൾ ക്ഷാമമാണ്. പട്ടിണിയും വിശപ്പും മനുഷ്യാന്തസ്സിനെ നശിപ്പിക്കുന്നതിന്റെ കാഴ്ചകൾ ചിത്രം കാണുന്ന ഏതൊരാളെയും വേട്ടയാടും. ബംഗാൾ ക്ഷാമം സ്വാതന്ത്ര്യത്തിനു മുമ്പ്, രണ്ടാം ലോകയുദ്ധകാലത്താണ് സംഭവിക്കുന്നത്. അന്ന് കുട്ടിയായിരുന്ന അമർത്യാസെൻ പിന്നീട് ക്ഷാമങ്ങളെക്കുറിച്ചുള്ള പഠനത്തിനും വികസന സാമ്പത്തിക ശാസ്ത്രശാഖയിലേക്കും തിരിയാനുള്ള സ്വാധീനങ്ങളിൽ പ്രധാനം ക്ഷാമം നേരിട്ടുകണ്ട ശൈശവാനുഭവങ്ങളായിരുന്നുവെന്ന് അദ്ദേഹംതന്നെ പറഞ്ഞിട്ടുണ്ട്. ബംഗാൾ ക്ഷാമകാലത്ത് തിരുവനന്തപുരം യൂണിവേഴ്സിറ്റികോളേജ് വിദ്യാർത്ഥിയായിരുന്ന ഇന്ത്യൻ ഹരിത വിപ്ലവത്തിന്റെ പിതാവ് ഡോ. എം എസ് സ്വാമിനാഥൻ ഡോക്ടറാവാൻ ആഗ്രഹിച്ചിരുന്ന തന്നെ വഴിതിരിച്ചു വിട്ടതും കാർഷിക ശാസ്ത്രജ്ഞനാവാൻ പ്രേരണയായതും ബംഗാൾ ക്ഷാമത്തിന്റെ തിരിച്ചറിവുകളായിരുന്നു എന്ന് എഴുതിയിട്ടുണ്ട്.

ഈ കുറിപ്പ് കഴിഞ്ഞദിവസത്തെ കേന്ദ്ര ബജറ്റിനെക്കുറിച്ചാണ്. കേന്ദ്ര ബജറ്റും സ്വാതന്ത്ര്യപൂർവ്വ കാലത്തെ ബംഗാൾക്ഷാമവും തമ്മിലെന്ത്? അതു വഴിയേ പറയാം.

വ്യക്തികളിൽ മാത്രമല്ല, ഭരണഘടന ഉറപ്പുനൽകുന്ന അവകാശങ്ങളിലും സ്വാതന്ത്ര്യാനന്തര ഇന്ത്യയുടെ വികസന നയത്തിന്റെ മുൻഗണനകളിലുമെല്ലാം പട്ടിണിയും ക്ഷാമവും സ്വാധീനം ചെലുത്തിയിട്ടുണ്ട്.

ഭരണഘടനയുടെ അനുച്ഛേദം 21 ഉറപ്പുനൽകുന്ന ജീവിക്കാനുള്ള അവകാശത്തിൽ ഭക്ഷണത്തിനുള്ള അവകാശവും മനുഷ്യാന്തസ്സ് ഉയർത്തിപ്പിടിച്ച് ജീവിക്കാനുള്ള അവകാശവും ഉൾപ്പെടുന്നു. (അതിന്റെ അടിസ്ഥാനത്തിലാണ് ഇന്ത്യൻ പാർലമെന്റ് ഭക്ഷ്യസുരക്ഷാ നിയമം പാസാക്കിയത്. അതിൽ, പാർലമെന്റ് അംഗം എന്ന നിലയിൽ ഈ ലേഖകനും പങ്കാളിയായിരുന്നു). സ്വാതന്ത്ര്യാനന്തരകാലത്ത് ഭക്രാനംഗൽ പോലുള്ള വൻകിട ജലസേചന പദ്ധതികളിലൂടെയും പിന്നീട് ഹരിത വിപ്ലവത്തിലൂടെയുമെല്ലാം കാർഷികോൽപ്പാദനം വർദ്ധിപ്പിക്കുന്നതിലും ഭക്ഷ്യസുരക്ഷ ഉറപ്പാക്കുന്നതിലുമുള്ള ഊന്നലിനുമെല്ലാം ബ്രിട്ടീഷ് ഇന്ത്യയിൽ പതിവായിരുന്ന ക്ഷാമങ്ങളും പട്ടിണി മരണങ്ങളും കാരണമായിരുന്നു. അതിന് ഇപ്പോഴത്തെ കേന്ദ്രബജറ്റ് എന്തിന് അതെല്ലാം കണക്കിലെടുക്കണം എന്നാണ് സംശയം? ബംഗാൾ ക്ഷാമകാലത്തിനു ശേഷമുള്ള ഏറ്റവും വലിയ മാനുഷിക പ്രതിസന്ധിയെയാണ് ഇന്ന് ഇന്ത്യ അഭിമുഖീകരിക്കുന്നത്. അന്ന് ലോകമഹായുദ്ധവും ക്ഷാമവും സൃഷ്ടിച്ച ദുരന്തമാണ് ദശലക്ഷങ്ങളെ കൊന്നൊടുക്കിയത്. അതിന്റെ പാഠങ്ങളാണ് സ്വതന്ത്ര ഇന്ത്യയുടെ മുൻഗണനകൾ നിശ്ചയിക്കുന്നതിനെ സ്വാധീനിച്ചത്. ഇന്ന് ലോകത്തെയാകെ ഗ്രസിച്ച മഹാമാരിയും അതിദാരിദ്ര്യവുമാണ് നാം നേരിടുന്നത്. മഹാമാരിയുടെ കാലത്ത് 4.6 കോടി മനുഷ്യരാണ് (ബംഗാൾ ക്ഷാമത്തിൽ മരിച്ചതിന്റെ പത്തിരട്ടി) അതി ദാരിദ്ര്യത്തിലേക്ക് കൂപ്പുകുത്തിയതായി ഓക്സ്ഫാം റിപ്പോർട്ട് കണ്ടെത്തിയത്. ഏറ്റവും ഞെട്ടിപ്പിക്കുന്ന ഒരു സമാനത ബ്രിട്ടീഷിന്ത്യയിലെ ക്ഷാമകാലങ്ങളിലെ ആളോഹരി ഭക്ഷ്യധാന്യ ലഭ്യത തന്നെയാണ് സ്വാതന്ത്ര്യത്തിന്റെ ഈ അമൃത മഹോത്സവകാലത്തും ഇന്ത്യയിൽ ഉള്ളത് എന്നതാണ്. ക്ഷാമങ്ങൾ പതിവായിരുന്ന ബ്രിട്ടീഷിന്ത്യയിൽ, ഇരുപതാം നൂറ്റാണ്ടിന്റെ ആദ്യ ദശകത്തിൽ ആളോഹരി വാർഷിക ഭക്ഷ്യധാന്യ ലഭ്യത 177 കിലോഗ്രാം. 2018–19 ൽ 176 കിലോഗ്രാം! (ചൈനയിൽ അത് 450 ഉം, അമേരിക്കയിൽ 1100 ഉം എന്തിനേറെ ബംഗ്ലാദേശിൽ 200 കിലോഗ്രാമു മാണെന്നറിയുക) ഈ യാഥാർത്ഥ്യമാണ് കേന്ദ്ര ബജറ്റ് ഒന്നാമതായി കണക്കിലെടുക്കേണ്ടിയിരുന്നത്. അതെങ്ങനെയാണ് ബജറ്റ് അഭി സംബോധന ചെയ്തത്? ഭക്ഷ്യസബ്സിഡിയിൽ 30 ശതമാനത്തിന്റെ, അതായത് 70000 കോടിയിലേറെ രൂപയുടെ വൻ കുറവുവരുത്തി. രാസവള സബ്സിഡിയിൽ 25 ശതമാനവും കുറവുവരുത്തി. താങ്ങുവിലയിൽ കുറവു വരുത്തിയത് 11000 കോടി വിള ഇൻഷ്വറൻസ് പദ്ധതിയായ പി എം എഫ് ബി വൈ, കർഷകർക്ക് നേരിട്ട് പണം നൽകുന്ന പി എം കിസാൻ പദ്ധതികൾക്കും വിഹിതം കുറച്ചു. ഇതിന്റെ ആകത്തുക കാർഷികോല്പാദനം ചെലവേറിയതായിത്തീരുകയും പൊതുസംഭരണം ഗണ്യമായി കുറയുകയും പൊതുവിതരണം കൂടുതൽ ശോഷിക്കുകയും ചെയ്യുക എന്നതായിരിക്കും. ഭക്ഷ്യസുരക്ഷാ നിയമം പാസാക്കിയ ശേഷമുള്ള ജനസംഖ്യാ വർദ്ധനവിന്റെ ഫലമായി അർഹരായ 10 കോടി

ഗുണഭോക്താക്കൾ ഇപ്പോൾത്തന്നെ പുറത്തുനിൽക്കുകയും മഹാമാരി ദശലക്ഷങ്ങളെ അതിദാരിദ്ര്യത്തിലേക്ക് വലിച്ചെറിയുകയും ചെയ്യുന്ന കാലത്ത് ഈ ചെലവു ചുരുക്കലിന്റെ പ്രത്യാഘാതം അതിയായ ആശങ്കയുളവാക്കുന്നതാണ്.

മഹാമാരി സൃഷ്ടിച്ച വറുതിയുടെ കാലത്ത് ദാരിദ്ര്യത്തിന് നേരിയ ആശ്വാസമായത് തൊഴിലുറപ്പു പദ്ധതിയായിരുന്നുവെന്ന വസ്തുത ഇന്ന് എല്ലാവരും അംഗീകരിക്കുന്നുണ്ട്. എന്നാൽ അത്ഭുതകരമെന്നു പറയട്ടെ, തൊഴിലുറപ്പു പദ്ധതിക്ക് നടപ്പുവർഷത്തേക്കാൾ നീക്കിയിരുപ്പ് 25000 കോടി കുറവാണ്. നിയമം അനുശാസിക്കുംവിധം സജീവമായ തൊഴിൽ കാർഡ് ഉടമകൾക്ക് 100 ദിവസം തൊഴിൽ നൽകാൻ ബാങ്കുകളിൽ പറഞ്ഞ തുകയുടെ ഏതാണ്ട് മൂന്നിരട്ടി (2.64 ലക്ഷം) വേണമെന്നാണ് കണക്ക്. ബജറ്റ് വിഹിതം എല്ലാ കാർഡുടമകൾക്കും 16 ദിവസം തൊഴിൽ നൽകാൻ മാത്രമേ മതിയാകൂ എന്നതാണ് വസ്തുത. ഗ്രാമവികസനത്തിനാകെയുള്ള ബജറ്റിൽ നടപ്പുവർഷത്തെക്കാൾ കുറവ് 17000 കോടി രൂപയാണ്. ഗ്രാമീണ ഇന്ത്യയുടെ ജീവിതത്തെ മഹാമാരി കശക്കിയെറിഞ്ഞ കാലമാണ്. കോവിഡ് കാലത്ത് കർഷകത്തൊഴിലാളികളുടെ ആത്മഹത്യയിൽ 18 ശതമാനം വർദ്ധനവുണ്ടായി എന്ന് ക്രൈം റെക്കോഡ്സ് ബ്യൂറോ കണക്ക് കണ്ണുതുറപ്പിക്കേണ്ടതാണ്. എന്നാൽ ഗ്രാമീണ ദരിദ്രരുടെ വരുമാനവും വാങ്ങൽ ശേഷിയും വീണ്ടും ശോഷിക്കാനാണ് ബജറ്റ് നിർദ്ദേശങ്ങൾ ഇടയാക്കുക എന്ന ഭയം അസ്ഥാനത്തല്ല.

ദാരിദ്ര്യത്തിന്റെയും വറുതിയുടെയും പ്രധാന ഇരകളാണ് സ്ത്രീകളും കുട്ടികളും. ഇരുവിഭാഗങ്ങളിലും വളർച്ചാ മുരടിപ്പ്, ഭാരക്കുറവ്, വിളർച്ച, ഇതിനു കാരണമാകുന്ന പോഷകാഹാരക്കുറവ് എന്നിവ വർദ്ധിച്ച കാലയളവാണിത്. ആഗോള പട്ടിണി റിപ്പോർട്ട് മുതൽ കേന്ദ്ര സർക്കാരിന്റെ ദേശീയ കുടുംബാരോഗ്യ സർവ്വേ റിപ്പോർട്ടുവരെ ഈ യാഥാർത്ഥ്യങ്ങൾ ചൂണ്ടിക്കാണിക്കുന്നുണ്ട്. അംഗൻവാടി സേവനങ്ങളും പോഷകാഹാര പരിപാടിയും ഉൾപ്പെടുന്ന ശിശുവികസന പദ്ധതികൾക്കാകെയുള്ള വിഹിതം 11 ശതമാനം വെട്ടിക്കുറച്ചും പ്രധാൻമന്ത്രി പോഷൺ (PM POSHAN) എന്ന പേരിലുള്ള ഉച്ചഭക്ഷണ പദ്ധതിക്ക് 2021 ൽ ചെലവഴിച്ചതിനേക്കാളും 2022 ലെ ബജറ്റ് വിഹിതത്തേക്കാളും കുറവാണ് അടുത്ത വർഷത്തെ (2022-23) ബജറ്റ് വിഹിതം. മഹാമാരി സൃഷ്ടിച്ച ആഘാതത്തെ നേരിടാൻ ഇന്ത്യയിലെ പൊതുജനാരോഗ്യ സംവിധാനം എത്രമേൽ അപര്യാപ്തമായിരുന്നു എന്ന് തെളിയിക്കപ്പെട്ട നാളുകളാണ് കടന്നുപോയത്. ഈയിടെ പുറത്തുവന്ന ഒരു നീതി ആയോഗ് റിപ്പോർട്ട് പ്രകാരം 40 കോടി ഇന്ത്യക്കാർക്ക് ഇൻഷ്വറൻസ് ഉൾപ്പെടെ യാതൊരുവിധത്തിലുള്ള ആരോഗ്യ പരിരക്ഷയും ലഭ്യമല്ല. മൂന്നിൽ രണ്ട് ഇന്ത്യക്കാരും സ്വകാര്യ ആശുപത്രികളെ ആശ്രയിക്കാൻ നിർബന്ധിതരാണ്. മഹാമാരിക്കു മുമ്പുതന്നെ ആരോഗ്യരംഗത്തെ പൊതുചെലവിൽ ലോകത്ത് ഏറ്റവും പിന്നണിയിൽ കിടക്കുന്ന രാജ്യമാണ് ഇന്ത്യ. മഹാമാരി

ക്കാലത്തുപോലും ആരോഗ്യബജറ്റിൽ കുറവു വരുത്തിയ ഒരുപക്ഷേ, ലോകത്തെ തന്നെ ഏക രാജ്യവും ഇന്ത്യയായിരിക്കും. വാക്സിനേഷന്റെ വെല്ലുവിളി ബാക്കി നിൽക്കുന്നു. ആരോഗ്യമേഖലയ്ക്ക് ഗണ്യമായ വകയിരുത്തൽ അനിവാര്യവുമായിരുന്നു. എന്നാൽ കേവലം 200 കോടി രൂപ മാത്രമാണ് വർദ്ധിപ്പിച്ചത്. പണപ്പെരുപ്പനിരക്ക് കണക്കിലെടുത്താൽ വകയിരുത്തൽ കുറയുകയാണുണ്ടായത് എന്നതാണ് യാഥാർത്ഥ്യം. കോവിഡ് താളം തെറ്റിച്ച വിദ്യാഭ്യാസ മേഖലയുടെ പുനരുജ്ജീവന ത്തിനും കാര്യമായ ഊന്നൽ ബജറ്റിൽ കാണുന്നില്ല.

ബജറ്റ് അഭിസംബോധന ചെയ്യേണ്ടിയിരുന്ന മറ്റൊരു പ്രധാന വെല്ലുവിളി തൊഴിലില്ലായ്മയുടേതായിരുന്നു. ആഗോളതലത്തിലുള്ള തൊഴിൽ നിരക്കിനേക്കാൾ 12 മുതൽ 15 ശതമാനം വരെ കുറവാണ് ഇന്ത്യയിലെ തൊഴിൽ നിരക്ക് എന്ന് ലോകബാങ്ക് ചൂണ്ടിക്കാട്ടുന്നു. ഇന്ത്യയിലെ തൊഴിൽ നിരക്കിനേക്കാൾ ഗണ്യമായി ഉയർന്നതാണ് ചൈന, ബംഗ്ലാദേശ് എന്നീ അയൽരാജ്യങ്ങളിലെ തൊഴിൽ നിരക്കുകൾ. ഇന്ത്യയിൽ സ്ത്രീകളുടെ തൊഴിൽ നിരക്ക് വളരെ കുറവാണ്. സെന്റർ ഫോർ മോണിറ്ററിങ് ഇന്ത്യൻ ഇക്കോണമി (CMIE)യുടെ കണക്കനു സരിച്ച് തൊഴിലില്ലായ്മാ നിരക്ക് ഡിസംബറിൽ ഗ്രാമീണ മേഖലയിൽ 7.3. ഉം നഗരങ്ങളിൽ 9.3 ഉം ശതമാനമായി ഉയർന്നിരിക്കുന്നു. നഗര ങ്ങളിലെ വിദ്യാസമ്പന്നരായ യുവാക്കളെ തൊഴിലില്ലായ്മ സാരമായി ബാധിച്ചതായി CMIE ചൂണ്ടിക്കാട്ടുന്നു. ബിരുദധാരികൾക്കിടയിൽ തൊഴിലില്ലായ്മ 60 ശതമാനം വരെയാണ്. 2016 നും 2021 നും ഇടയിൽ ഇന്ത്യയിൽ ഒരുകോടി തൊഴിൽ നഷ്ടമുണ്ടായതായും CMIE പഠനം വ്യക്തമാക്കുന്നു. നഗര ദരിദ്രർക്ക് തൊഴിൽ നൽകാൻ ഗ്രാമീണ മേഖല യിലെ പദ്ധതിയുടെ മാതൃകയിൽ 'നഗര തൊഴിലുറപ്പു പദ്ധതി' എന്ന ആശയം പലരും മുന്നോട്ടുവച്ചിരുന്നെങ്കിലും പരിഗണിക്കപ്പെട്ടില്ല. എന്നാൽ മൂലധനച്ചെലവുകളിൽ വിഭാവനം ചെയ്യുന്ന ഗണ്യമായ വർദ്ധനവിലൂടെ വൻതോതിൽ തൊഴിലവസരം സൃഷ്ടിക്കാനാവുമെന്ന പ്രതീക്ഷയാണ് ബജറ്റ് പങ്കവയ്ക്കുന്നത്. 2022-23 ലെ ബജറ്റിൽ നടപ്പുവർഷത്തെ ബജറ്റിനേക്കാൾ കൂടുതലായി മൂലധനച്ചെലവിൽ വകയിരുത്തിയിട്ടുള്ളത് 1.06 ലക്ഷം കോടി രൂപയാണ്. ഇത് അപര്യാപ്തമാണെന്നത് ഒരു കാര്യം. പ്രധാനപ്പെട്ട മറ്റൊരു കാര്യം നടപ്പുവർഷത്തെ ബജറ്റിൽ മൂലധന ച്ചെലവുകളിൽ 30 ശതമാനം വർദ്ധന വരുത്തിയിട്ടും സാമ്പത്തിക വർഷത്തിന്റെ മൂന്നിലൊന്നു പിന്നിട്ടപ്പോഴും പകുതിപോലും ചെലവഴി ക്കാനായില്ല എന്നതാണ്. പ്രത്യേക ഊന്നൽ നൽകിയ മേഖലകളിൽ പ്പോലും വിനിയോഗം വളരെ കുറഞ്ഞതായിരുന്നു. നാഷണൽ ഇൻഫ്രാ സ്ട്രക്ചർ പൈപ്പ് ലൈനിന് അനുവദിച്ച അൻപതിനായിരം കോടിയുടെ രണ്ടുശതമാനം മാത്രമാണ് നടപ്പു സാമ്പത്തിക വർഷം പകുതിയിലേറെ പിന്നിട്ടപ്പോഴും ചെലവഴിച്ചത്. അറുപതിനായിരം കോടിയുടെ കുടിവെള്ള പദ്ധതികളുടെ മൂന്നിലൊന്നിൽ താഴെ മാത്രമേ ഈ കാലയളവിൽ

ചെലവഴിക്കപ്പെട്ടിട്ടുള്ളൂ.

വിലക്കയറ്റമാണ് രാജ്യം നേരിടുന്ന മറ്റൊരു ഗുരുതരമായ വെല്ലുവിളി. ആഭ്യന്തരവും ആഗോളവുമായ ഘടകങ്ങൾ ഇതിനു കാരണമാണ്. നിരന്തരം ഇന്ധന നികുതികൾ വർദ്ധിപ്പിക്കുന്നത് നിത്യോപയോഗ സാധനങ്ങളുടെ വിലക്കയറ്റത്തിനിടയാക്കുന്ന മുഖ്യകാരണമാണ്. അന്താരാഷ്ട്ര മാർക്കറ്റിൽ അസംസ്കൃത എണ്ണയുടെ വില വീണ്ടും വർദ്ധിച്ചുകൊണ്ടിരിക്കുന്നു എന്നത് വേറൊരു അശുഭ സൂചനയാണ്. എന്നാൽ ഈ സാഹചര്യത്തിലും കേന്ദ്രബജറ്റിൽ പെട്രോളിയം സബ്സിഡി 11 ശതമാനം വെട്ടിക്കുറച്ചു എന്നതിനർത്ഥം അന്താരാഷ്ട്ര വിപണിയിലെ എണ്ണവില വർദ്ധനവിന്റെ ആഘാതം ജനങ്ങൾ അനുഭവിക്കേണ്ടി വരുമെന്നാണ്. അന്താരാഷ്ട്ര വിപണിയിൽ വില കുറഞ്ഞപ്പോൾ നികുതി ഗണ്യമായി കൂട്ടിയതിനാൽ ആ കുറവിന്റെ ആശ്വാസം ഒട്ടും കിട്ടിയിരുന്നില്ല എന്നോർക്കണം. രാസവള സബ്സിഡി കുറച്ചതും വിലക്കയറ്റത്തിൽ പ്രതിഫലിക്കും. തൊഴിലും വരുമാനവും സാരമായി ഇടിഞ്ഞ പശ്ചാത്തലത്തിൽ വിലക്കയറ്റം ജനങ്ങളുടെ അവശേഷിക്കുന്ന വാങ്ങൽ കഴിവിനെക്കൂടി ഊറ്റിയെടുക്കുന്നതാണ്. ഇത് ഉപഭോഗം ഗണ്യമായി കുറയുന്നതിനിടയാക്കും.

ജി ഡി പിയുടെ സിംഹഭാഗവും ഉപഭോഗത്തിൽ നിന്നാണെന്നും നടപ്പുവർഷത്തിൽ കണക്കുകൾ പ്രകാരം സ്വകാര്യ ഉപഭോഗത്തിന്റെ വളർച്ച വളരെ മന്ദഗതിയിലാണെന്നതും കണക്കിലെടുക്കുമ്പോൾ വിലക്കയറ്റംമൂലം വാങ്ങൽശേഷി വർദ്ധിപ്പിക്കാനുള്ള നടപടികളാണ് ഉണ്ടാവേണ്ടത്.

എങ്ങനെയാണ് അത് സാധ്യമാവുക? അടിസ്ഥാന സൗകര്യ വികസനത്തിന് - ഭൗതികമായതും സാമൂഹിക (സ്കൂളുകൾ, ആശുപത്രികൾ എന്നിവ)മായതുമായ അടിസ്ഥാനസൗകര്യങ്ങൾ വിപുലീകരിക്കുന്നതിന് വൻതോതിൽ പൊതുനിക്ഷേപം നടത്തുകയും അതിലൂടെ തൊഴിലും വരുമാനവും സൃഷ്ടിക്കുകയും ചെയ്യുക ഒരു മാർഗ്ഗം. സാമൂഹിക സുരക്ഷാ പദ്ധതികൾ വിപുലീകരിച്ചും ക്ഷേമച്ചെലവുകൾ കൂട്ടിയും മറ്റും ജനങ്ങളുടെ കയ്യിൽ ചെലവഴിക്കാവുന്ന വരുമാനം ലഭ്യമാക്കുക. പക്ഷേ, സാമൂഹിക സുരക്ഷാ പദ്ധതികളൊക്കെ തീർത്തും അവഗണിക്കപ്പെട്ടിരിക്കുകയാണ്. അംഗപരിമിതർക്കും വിധവകൾക്കുമുള്ള പെൻഷൻ യഥാക്രമം 200, 300 എന്നത് കഴിഞ്ഞ 15 വർഷമായി മാറ്റമില്ലാതെ തുടരുകയാണ്. ചുരുക്കിപ്പറഞ്ഞാൽ ഈ ദുർഘടസന്ധിയിൽ സർക്കാർ കയ്യയച്ച് പൊതുചെലവുകൾ കൂട്ടുക എന്നതുമാത്രമാണ് പോംവഴി. ഇതാകട്ടെ ലോകപ്രസിദ്ധനായ മുതലാളിത്ത സാമ്പത്തിക ശാസ്ത്രജ്ഞൻ ജോൺ മെയ്നാർഡ് കെയ്ൻസ് എത്രയോ പതിറ്റാണ്ടുകൾക്കു മുമ്പ് മുന്നോട്ടുവച്ച സിദ്ധാന്തമാണ്. അങ്ങനെ കയ്യയച്ച് ചെലവഴിക്കാൻ പണമെവിടുന്ന് എന്ന ചോദ്യമുയരാം. സമ്പത്തിന്റെ ഗോപുരങ്ങൾ ഇവിടെത്തന്നെയുണ്ട് എന്നാണുത്തരം. മഹാമാരിക്കാലം ഭക്ഷ്യധാന്യ ലഭ്യതയിൽ മാത്രമല്ല,

ക്ഷാമം പതിവായ ബ്രിട്ടീഷ്‌വാഴ്ചക്കൊപ്പം നിൽക്കുന്നതാണ്. സാമ്പത്തികാസമത്വത്തിൽ അത് ബ്രിട്ടീഷ് ഇന്ത്യയേക്കാൾ മോശം സ്ഥിതിയിലാണ്. ഒരുശതമാനം അതിസമ്പന്നരുടെ കൈവശം ദേശീയ സ്വത്തിന്റെ നാലിലൊന്നോളം കുന്നുകൂടിയിരിക്കുന്നു. ഈ ഒരു ശതമാനത്തിന്റെ മേൽ വെറും രണ്ടു ശതമാനം സ്വത്ത് നികുതിയും 33 ശതമാനം പിന്തുടർച്ചാ നികുതിയും ചുമത്തിയാൽ പ്രതിവർഷം 11 ലക്ഷം കോടി രൂപ അധികമായി സമാഹരിക്കാമെന്നാണ് ഒരു കണക്ക്. ലോകത്ത് നിരവധി രാജ്യങ്ങളിൽ സമ്പന്നർക്കു മേൽ സമാന നികുതികളുണ്ടായിട്ടും ഇവിടെ എന്തുകൊണ്ടില്ല? എന്തുകൊണ്ട് ഇന്ത്യയിൽ മാത്രം കഴിഞ്ഞ ഒരു ദശകമായി നികുതിയും ദേശീയവരുമാനവും തമ്മിലുള്ള അനുപാതം 10 ശതമാനത്തിനു ചുറ്റും മുരടിച്ചു നിൽക്കുന്നു? എന്തുകൊണ്ടാണ് സമ്പന്നരിൽനിന്ന് ന്യായമായും കൂടുതൽ നികുതി പിരിക്കാവുന്ന എല്ലാ സാഹചര്യവുമുണ്ടായിട്ടും ബജറ്റിൽ വീണ്ടും കോർപ്പറേറ്റ് സർച്ചാർജ്ജ് കുറച്ചു? വറുതിയുടെ കാലത്തും എന്തുകൊണ്ട് ആകെ സബ്സിഡികളിൽ 39 ശതമാനത്തിന്റെ ഭീമമായ കുറവുവരുത്തി? പൊതുതാൽപ്പര്യത്തിന് ഹാനികരമാകുംവിധം സമ്പത്തിന്റെ കേന്ദ്രീകരണത്തിന് ഇടയാക്കുന്നു? എന്തുകൊണ്ടാണ് സർക്കാർ ഇടപെടലും ചെലവുകളും വർദ്ധിപ്പിക്കേണ്ട ദുരിതകാലത്തും എൽ ഐ സി പോലുള്ള അമൂല്യമായ ദേശീയ ആസ്തികളുടെ സ്വകാര്യവൽക്കരണത്തിന് മുൻഗണന കിട്ടുന്നത്? നവലിബറൽ നയം, സർക്കാർ ഇടപെടലുകൾ വെട്ടിക്കുറയ്ക്കാനും ചെലവു ചുരുക്കാനും ധനമൂലധനത്തിന് സമ്പദ്ഘടനയെ തുറന്നിടാനും അനുശാസിക്കുന്നതുകൊണ്ട് എന്നാണ് ഈ ചോദ്യങ്ങൾക്കുള്ള ഉത്തരം. ചില മുതലാളിത്ത രാജ്യങ്ങളിലെ സർക്കാരുകൾപോലും കോവിഡ് മഹാമാരിയുടെ പശ്ചാത്തലത്തിൽ നവലിബറൽ നയത്തിന്റെ കടുംപിടുത്തത്തിൽ അയവുകൾ വരുത്താൻ തയ്യാറായി. പകർച്ചവ്യാധിയെ നേരിടാൻ ആശുപത്രികൾ ദേശസാൽക്കരിച്ചതും ആരോഗ്യമേഖലയിലെ പൊതുചെലവുകൾ കൂട്ടിയതുമെല്ലാം ഉദാഹരണങ്ങളാണ്. ഇന്ത്യ പക്ഷേ, വിട്ടുവീഴ്ചയില്ലാതെ നവലിബറൽ പാതയിൽ മുന്നോട്ടുപോവുകയാണ്. ലോകമാകട്ടെ, ഈ നവലിബറൽ നയങ്ങളുടെ പരാജയവും മനുഷ്യവിരുദ്ധതയും മുൻപത്തേക്കാൾ കൂടുതൽ തിരിച്ചറിയുകയാണ്. ചിലി മുതൽ ജർമ്മനി വരെ ലാറ്റിനമേരിക്കയിലേയും യൂറോപ്പിലേയും സമീപകാല തിരഞ്ഞെടുപ്പുകളിൽ പ്രതിഫലിച്ച പ്രധാന ഘടകം ഈ നവലിബറൽ നയങ്ങൾക്കും അത് പിന്തുടരുന്ന സർക്കാരുകൾ കോവിഡ് മഹാമാരിയെ കൈകാര്യം ചെയ്ത രീതിക്കുമെതിരായ ജനങ്ങളുടെ അസംതൃപ്തിയായിരുന്നു. ഇനി നടക്കാനിരിക്കുന്ന ബ്രസീൽ പോലുള്ള രാജ്യങ്ങളിൽനിന്നുള്ള സൂചനകളുമതാണ്.

ബജറ്റ് സർക്കാരിന്റെ ഏറ്റവും ശക്തമായ നയപരമായ ഒരു ഉപകരണമാണ്. സർക്കാർ ഏത് താൽപ്പര്യങ്ങളെ പ്രതിനിധീകരിക്കുന്നു എന്നതനുസരിച്ചാണ് ആ ഉപകരണത്തിന്റെ പ്രയോഗം. വൻകിട

മൂലധനതാൽപ്പര്യങ്ങളോടുള്ള പ്രതിബദ്ധത ആവർത്തിച്ചു പ്രഖ്യാപിക്കുന്നതാണ് ഈ കേന്ദ്രബജറ്റും. എന്നാൽ ഭരണഘടന ഭരണകൂടത്തിന് നൽകുന്ന മാർഗ്ഗദർശനം മറിച്ചാണ്. ഭരണഘടനയുടെ അനുച്ഛേദം 39(C) പറയുന്നത്, “പൊതുതാൽപ്പര്യത്തിന് ഹാനികരമാകുംവിധം സമ്പത്തിന്റെ കേന്ദ്രീകരണം സമ്പദ്ഘടനയിൽ ഉണ്ടാകാൻ ഇടയാക്കാത്തവിധം ഭരണകൂടം നയം നടപ്പിലാക്കണം” എന്നാണ്. ക്ഷാമകാലത്തെന്നതുപോലുള്ള മനുഷ്യാന്തസ്സിന്റെയും മനുഷ്യജീവന്റെയും മൂല്യമിടിയുന്ന കാഴ്ചകൾക്ക് സാക്ഷ്യം വഹിച്ചതാണ് കോവിഡ് മഹാമാരിയുടെ കാലം. മനുഷ്യർ പ്രാണവായു കിട്ടാതെ പിടഞ്ഞുമരിക്കുകയും കൂട്ടച്ചിതകളിൽ എരിഞ്ഞടങ്ങുകയും പുണ്യനദികളിൽ അഴുകിയ ജഡങ്ങളായി ഒഴുകി നടക്കുകയും ചെയ്യുന്നത് കാണേണ്ടിവന്ന കാലം. അതിന്റെ ബാക്കിയായ അതിദാരിദ്ര്യവും അസമത്വവും അസ്സഹനീയമായ കാലം. ഈ കാലം തിരിച്ചറിവുകളും തിരുത്തലുകളും ആവശ്യപ്പെടുന്നുണ്ട്.

അദാനി ചിറകുവിരിക്കുമ്പോൾ

എത്ര കൗശലത്തോടെയാണ് വിമാനത്താവള സ്വകാര്യവൽക്കരണത്തിന്റെ അടിസ്ഥാന പ്രശ്നങ്ങളിൽനിന്ന് പ്രതിപക്ഷവും മാധ്യമങ്ങളും വിഷയം അദാനിക്കനുകൂലമായി വഴിതിരിച്ചുവിടുന്നത്? വിമാനത്താവളം പൊതുമേഖലയിൽത്തന്നെ വേണമെന്ന ശക്തമായ ജനവികാരത്തിനൊപ്പമാണ് തങ്ങളെന്ന് വരുത്തുകയും യഥാർത്ഥത്തിൽ അദാനിക്കായി അഭിപ്രായ രൂപീകരണം നടത്തുകയുമാണ് ഇരുകൂട്ടരും ചെയ്യുന്നത്. ഒരു ദിവസം സ്വകാര്യവൽക്കരണത്തെ എതിർത്ത് ഗംഭീര മുഖപ്രസംഗം. തൊട്ടടുത്ത ദിവസം സ്വകാര്യവൽക്കരണത്തെ അനുകൂലിക്കുന്നതിനായി പേജുകൾ നിറയ്ക്കുക. ഇതുപോലുള്ള ഇരട്ടത്താപ്പാണ് മാധ്യമങ്ങൾ പൊതുവിൽ ഇക്കാര്യത്തിൽ പുലർത്തുന്നത്. പ്രതിപക്ഷത്തിന്റെ ചാഞ്ചാട്ടവും വ്യക്തമാണ്. വിമാനത്താവളം ഏറ്റെടുക്കാനുള്ള ടെന്ററിൽ പങ്കെടുത്ത കേരള സർക്കാരിന് നിയമ ഉപദേശം നൽകിയ നിയമസ്ഥാപനത്തെ മുൻനിർത്തി സംശയം സൃഷ്ടിക്കാൻ ശ്രമിക്കുന്നതിന്റെ ലക്ഷ്യവും സ്വകാര്യവൽക്കരണം സുഗമമാക്കലാണ്. ആ നിയമ സ്ഥാപനം ഇന്ത്യയിലെ ഏറ്റവും മുൻനിരയിലുള്ളതാണ് എന്ന കാര്യത്തിൽ ആർക്കും സംശയമില്ല. അതിന്റെ 130 പാർട്ണർമാരിൽ ഒരാളുടെ മകൾക്ക് അദാനി കുടുംബവുമായുള്ള വിവാഹബന്ധത്തിന്റെ പേരിലാണ് പുകമറയുണ്ടാക്കാൻ ശ്രമിച്ചത്. രാജ്യത്തെ മുൻനിര നിയമ സ്ഥാപനത്തിന് സ്വന്തം പ്രൊഫഷണൽ വിശ്വാസ്യത എത്ര പ്രധാനമാണെന്നതോ, എത്ര തുകയ്ക്കാണ് ക്വാട്ട് ചെയ്യുന്നത് എന്ന കാര്യം നിയമ സ്ഥാപനത്തിന്റെ അറിവിലോ പരിഗണനയിലോ വരേണ്ട വിഷയമല്ലെന്നതോ മനസ്സിലാവാതെയല്ല ആ വഴിക്കൊരു വിഫലശ്രമം നടത്തി നോക്കിയത്. എൽ ഡി എഫ് സർക്കാരിന് അദാനിയെ

സഹായിക്കണമായിരുന്നെങ്കിൽ ഇടപെടാതിരിക്കുകയും ഔപചാരിക പ്രതിഷേധത്തിൽ മാത്രമൊതുക്കുകയും ചെയ്യാമായിരുന്നല്ലോ. അദാനിക്കുവേണ്ടി എല്ലാം കേന്ദ്രം തന്നെ ചെയ്യുന്നുണ്ടല്ലോ.

കൊച്ചി, കണ്ണൂർ വിമാനത്താവളങ്ങളിൽ സ്വകാര്യ പങ്കാളിത്തമില്ലേ? പിന്നെന്താ തിരുവനന്തപുരം അദാനിക്ക് നൽകിയാൽ എന്നൊരു ചോദ്യം ചിലർ ഉയർത്തുന്നു. കൊച്ചിയും കണ്ണൂരും സ്വകാര്യ പങ്കാളിത്തമുണ്ടെങ്കിലും സംസ്ഥാന സർക്കാരിന് ശക്തമായ നിയന്ത്രണവും പങ്കുമുള്ളവയാണ്. അവ രണ്ടും കേന്ദ്രം പണം മുടക്കാൻ തയ്യാറാവാത്തതുകൊണ്ടാണ് സംസ്ഥാനം സ്വകാര്യ പങ്കാളിത്തത്തോടെ സ്ഥാപിച്ചത്. തുടങ്ങിയതു തന്നെ പൊതു-സ്വകാര്യ പങ്കാളിത്തത്തോടെയാണെന്നർത്ഥം. എന്നാൽ തിരുവനന്തപുരം വിമാനത്താവളം പൂർണ്ണമായും പൊതുമേഖലയിലുള്ളതും 170 കോടി വാർഷിക ലാഭമുള്ളതുമായ രാജ്യത്തിന്റെ ആസ്തിയാണ്. അത് അദാനിക്ക് കൊടുക്കുന്നത് പൊതു സ്വത്ത് അടിയറവെക്കലാണ്.

അദാനിക്കായുള്ള കള്ളക്കളികൾ

യു പി എ, ബി ജെ പി സർക്കാരുകൾ ഒരുപോലെ പിന്തുടർന്ന നയമാണ് രാജ്യത്തെ വിമാനത്താവളങ്ങൾ സ്വകാര്യവൽക്കരിക്കുക എന്നത്. തിരുവനന്തപുരത്തിനൊപ്പം അഹമ്മദാബാദ്, ജയ്പൂർ, മംഗലാപുരം, ഗുവാഹത്തി, ലഖ്നൗ എന്നിവയുൾപ്പെടെ ആറെണ്ണം ഒരുമിച്ചാണ് സ്വകാര്യവൽക്കരിച്ചത്. ഇവയെല്ലാം അദാനിക്ക് കിട്ടിയത് എങ്ങനെയാണ്? ആരാണ് അതിന് ഒത്തുകളിച്ചത് ഒരു കമ്പനിക്ക് രണ്ട് വിമാനത്താവളത്തിൽ കൂടുതൽ നൽകരുത്, വിമാനത്താവള നടത്തിപ്പിൽ മുൻപരിചയം ഉള്ളവരേ ടെന്ററിൽ പങ്കെടുക്കാവൂ എന്നീ മാനദണ്ഡങ്ങൾ നീതി ആയോഗ് മുന്നോട്ടുവെച്ചിരുന്നില്ലേ? കേന്ദ്രം ആ മാനദണ്ഡങ്ങൾ ഉപേക്ഷിച്ചത് അദാനിയെ സഹായിക്കാനായിരുന്നു എന്ന് വ്യക്തമല്ലേ?

വിമാനത്താവള നടത്തിപ്പിൽ മുൻ പരിചയം ഉണ്ടാവണമെന്ന നീതി ആയോഗ് വ്യവസ്ഥ കേന്ദ്രം വെട്ടിയില്ലായിരുന്നെങ്കിൽ അദാനിക്കു പകരം കേരള സർക്കാരിന് തിരുവനന്തപുരത്തിന്റെ ഉടമസ്ഥത കിട്ടുമായിരുന്നു. കാരണം കൊച്ചി, കണ്ണൂർ വിമാനത്താവള നടത്തിപ്പിലൂടെ കേരളത്തിനുള്ള മുൻ പരിചയമുള്ളപ്പോൾ അദാനി ഈ രംഗത്ത് അതില്ലാത്തവരാണ്. അതുകൊണ്ടുതന്നെയാണ് നീതി ആയോഗിന്റെ ഈ വ്യവസ്ഥ കേന്ദ്രം ഒഴിവാക്കിയത്. തിരുവനന്തപുരം സ്വകാര്യവൽക്കരിക്കാനുള്ള പട്ടികയിൽ ഉൾപ്പെട്ടപ്പോൾത്തന്നെ കേരള സർക്കാർ തങ്ങൾക്ക് വിട്ടുതരണമെന്ന് രേഖാമൂലം അറിയിച്ചിരുന്നു. പ്രധാനമന്ത്രി തലത്തിൽത്തന്നെ ഇടപെട്ടിരുന്നു. വിമാനത്താവളത്തിനായി കാലാകാലങ്ങളിൽ സൗജന്യമായി ഭൂമി ഏറ്റെടുത്തു നൽകിയതടക്കമുള്ള സംസ്ഥാന സർക്കാരിന്റെ നിർണായക സംഭാവനകൾ ചൂണ്ടിക്കാട്ടിയാണ് കേരളം ഏറ്റെടുക്കാനുള്ള അവകാശം

ഉന്നയിച്ചത്. എന്നാൽ കേരളത്തിനും ടെന്ററിൽ പങ്കെടുക്കാമെന്നാണ് കേന്ദ്രം നിർദ്ദേശിച്ചത്. ഏതുവിധേനയും സ്വകാര്യവൽക്കരണം തടയുക എന്ന ലക്ഷ്യത്തോടെയാണ് കേരളം ടെന്ററിൽ പങ്കെടുത്തത്. കള്ളക്കളികൾക്കെല്ലാം ശേഷവും അദാനി ഗ്രൂപ്പ് ക്വാട്ട് ചെയ്ത അത്രയും തുക കേരളവും നൽകാൻ തയ്യാറാണെന്ന് മുഖ്യമന്ത്രി (27.02.2019) രേഖാമൂലം കേന്ദ്ര സർക്കാരിനെ അറിയിച്ചതുമാണ്. എന്നാൽ അദാനിക്കു തന്നെ കൈമാറണമെന്ന നിർബന്ധബുദ്ധിയായിരുന്നു മോദി സർക്കാരിന്. ഈ സാഹചര്യത്തിലാണ് ടെന്റർ നടപടികളെ ചോദ്യം ചെയ്ത് കേരളം ആദ്യം സുപ്രീം കോടതിയേയും പിന്നെ ഹൈക്കോടതിയേയും സമീപിക്കുന്നത്. കേരള സർക്കാരിന് വിമാനത്താവളം കൈമാറുന്നതിന് തടസ്സമാകുന്നത്, വിഷയം സബ്ജുഡീസ് (കോടതിയുടെ പരിഗണനയിൽ) ആയതാണെന്നാണ് കേന്ദ്ര വ്യോമയാന മന്ത്രി രേഖാമൂലം രാജ്യസഭയിൽ എളമരം കരീമിന് മറുപടി നൽകിയത് (11.03.2020) കേരളത്തിന് കൈമാറാൻ മാത്രമേ കേസ് തടസ്സമാകു എന്നാണോ? അദാനിക്ക് കൈമാറാൻ തടസ്സമാകില്ലേ? ക്രേന്ദ സർക്കാർ എങ്ങനെ പാർലമെന്റിനേയും ജനങ്ങളേയും വഞ്ചിച്ചു എന്നാണിത് കാണിക്കുന്നത്.

കോൺഗ്രസ് സ്വീകരിച്ച നിലപാടോ? തിരുവനന്തപുരത്തിനൊപ്പം സ്വകാര്യവൽക്കരിച്ച മംഗലാപുരം, ജയ്പൂർ വിമാനത്താവളങ്ങൾ പൊതുമേഖലയിൽ നിലനിർത്താൻ സിദ്ധരാമയ്യയുടെയും അശോക് ഗെഹ്ലോട്ടിന്റെയും നേതൃത്വത്തിലുള്ള കർണാടകയിലേയും രാജസ്ഥാനിലേയും സർക്കാരുകൾ അനങ്ങിയില്ലല്ലോ. കേരള സർക്കാർ ചെയ്തതുപോലെ അവ ഏറ്റെടുക്കാൻ അവർ എന്തേ മുന്നോട്ടുവന്നില്ല? ഇവിടെ സ്വകാര്യവൽക്കരണത്തിനെതിരായി ഇടതുപക്ഷം സ്വീകരിച്ച ഉറച്ച നിലപാടു കൊണ്ട് കോൺഗ്രസ് ഗത്യന്തരമില്ലാതെ അതിനൊപ്പം നിൽക്കാൻ നിർബന്ധിതമായതാണ്. ഇന്ത്യയിൽ വിമാനത്താവള സ്വകാര്യവൽക്കരണം തുടങ്ങിവെച്ച കോൺഗ്രസിന് കേരളത്തിൽ മാത്രം അതിനെതിരായ നിലപാട് എടുക്കേണ്ടിവന്നത് ഇടതുപക്ഷമുള്ളതുകൊണ്ട് മാത്രമാണ് എന്നർത്ഥം.

പാർലമെന്ററി സമിതി കണ്ടെത്തിയത്

വിമാനത്താവളങ്ങളടക്കം പൊതുമേഖലയുടെ സ്വകാര്യവൽക്കരണം രാജ്യതാൽപ്പര്യത്തിനെതിരാണെന്ന ദൃഢനിലപാടിലൂന്നിയാണ് ഇടതുപക്ഷം എന്നും അതിനെ എതിർത്തു വന്നിട്ടുള്ളത്. ഇതു ശരിവെക്കുന്നതാണ് പാർലമെന്ററി സ്റ്റാന്റിങ് കമ്മിറ്റി മുതൽ സി എ ജി വരെ ഇതു സംബന്ധിച്ച് അംഗീകരിച്ച റിപ്പോർട്ടുകളും ഇതുവരെയുള്ള അനുഭവങ്ങളും. വിമാനത്താവള സ്വകാര്യവൽക്കരണത്തെക്കുറിച്ച് പരിശോധിച്ച പാർലമെന്ററി സ്ഥിരം സമിതി 2013 ൽ ഏകകണ്ഠമായി അംഗീകരിച്ച 203 നമ്പർ റിപ്പോർട്ടിലെ കണ്ടെത്തലുകൾക്കും ശുപാർശകൾക്കുമെതിരായാണ് കോൺഗ്രസ്, ബി ജെ പി ഗവൺമെന്റുകൾ തുടരുന്ന നയം.

ഈ സ്ഥിരം സമിതിയുടെ ചെയർമാൻ സീതാറാം യെച്ചൂരിയായിരുന്നുവെങ്കിൽ അംഗങ്ങളിൽ ഒരാൾ ഇപ്പോഴത്തെ യു പി മുഖ്യമന്ത്രി യോഗി ആദിത്യനാഥ് ആയിരുന്നു. താൻ കൂടി അംഗീകരിച്ച ഏകകണ്ഠമായ റിപ്പോർട്ടിനെതിരെ തന്റെ സംസ്ഥാന തലസ്ഥാനമായ ലഖ്നൗവിലെ വിമാനത്താവളംകൂടി ഇക്കൂട്ടത്തിൽ സ്വകാര്യവൽക്കരിക്കുമ്പോൾ ആദിത്യനാഥിന് മിണ്ടാട്ടമില്ലാത്തത് എന്തുകൊണ്ട്? ആദിത്യനാഥ് കൂടി അംഗീകരിച്ച പാർലമെന്ററി സമിതി റിപ്പോർട്ട് പറയുന്നത് എന്തെല്ലാമാണെന്ന് നോക്കാം. "വിമാനത്താവളങ്ങൾ വികസിപ്പിക്കുന്ന സ്വകാര്യകമ്പനികൾ നൽകുന്ന സേവനങ്ങൾക്ക് യാത്രക്കാർക്ക് താങ്ങാനാവാത്ത ചെലവ് വഹിക്കേണ്ടി വരുന്നുണ്ട്. (ഖണ്ഡിക. 41) ഡൽഹി, മുംബൈ എന്നീ വിമാനത്താവളങ്ങളുടെ സ്വകാര്യവൽക്കരണത്തിനുശേഷം ജീവനക്കാരുടെ പ്രശ്നങ്ങൾ മോശമായാണ് കൈകാര്യം ചെയ്തത്. (ഖണ്ഡിക. 36) സ്വകാര്യവൽക്കരണത്തിൽ കാണിച്ച അസാധാരണ വ്യഗ്രത പാർലമെന്ററി സമിതിയെ അത്ഭുതപ്പെടുത്തി. (35) സമിതിയുടെ കണ്ടെത്തലുകളുടെ അടിസ്ഥാനത്തിൽ വിമാനത്താവളങ്ങൾ എയർപോർട്ട് അതോറിറ്റിയുടെ നിയന്ത്രണത്തിൽ പൊതു മേഖലയിൽത്തന്നെ പ്രവർത്തിപ്പിക്കാൻ ശുപാർശ ചെയ്യുന്നു. (42) 'ഈ ഏകകണ്ഠമായ ശുപാർശയും നിഗമനങ്ങളും തള്ളിക്കളഞ്ഞാണ് കേന്ദ്ര സർക്കാർ അദാനിക്കുവേണ്ടി സ്വകാര്യവൽക്കരണം നടപ്പാക്കുന്നത്.

അഴിമതിയും കൊള്ളയും

ഡൽഹി, വിമാനത്താവളത്തിന്റെ സ്വകാര്യവൽക്കരണം എങ്ങനെ വൻഅഴിമതിക്ക് കളമൊരുക്കി എന്ന ഞെട്ടിക്കുന്ന കണ്ടെത്തൽ സി എ ജിയുടെ റിപ്പോർട്ടിലും കാണാം. (സിവിൽ ഏവിയേഷൻ മന്ത്രാലയത്തിന്റെ പ്രവർത്തനം പരിശോധിക്കുന്ന റിപ്പോർട്ട് നമ്പർ 5, 2013). സ്വകാര്യ കമ്പനിക്ക് ഡൽഹി വിമാനത്താവളത്തിന്റെ ഭൂമി 60 വർഷത്തേക്ക് പാട്ടത്തിന് കൊടുക്കുന്നതിലൂടെ 1.63 ലക്ഷം കോടി രൂപ ലാഭം തങ്ങൾക്ക് ഉണ്ടാകുമെന്ന സ്വകാര്യ കമ്പനിയുടെ തന്നെ കണക്ക് സി എ ജി ചൂണ്ടിക്കാണിക്കുന്നു! ഇത്രയും ലാഭം സ്വകാര്യ കമ്പനിക്ക് ഭൂമിയുടെ വാണിജ്യ ഇടപാടിലൂടെ ഉറപ്പാക്കുന്ന കരാറിൽ എത്ര വലിയ അഴിമതി നടന്നിട്ടുണ്ടാകും? (അത് 60 വർഷമാണെങ്കിൽ ഇവിടെ അദാനിക്ക് 50 വർഷത്തിനാണ്). സി എ ജി റിപ്പോർട്ടിലെ ഞെട്ടിക്കുന്ന ഒരു പരാമർശം ഇങ്ങനെയാണ്. "മന്ത്രാലയവും എയർപോർട്ട് അതോറിറ്റിയും എല്ലായ്പ്പോഴും സ്വകാര്യ കമ്പനിക്കുവേണ്ടിയും സർക്കാർ താൽപ്പര്യങ്ങൾക്കെതിരായുമാണ് പ്രവർത്തിച്ചത്."

മാത്രമല്ല, വിമാനത്താവളത്തിന്റെ ഉടമസ്ഥത കൈവന്നതോടെ സ്വകാര്യ കമ്പനി ടെന്ററിൽ ഇല്ലാതിരുന്ന യൂസർ ഡെവലപ്മെന്റ് ഫീസ് യാത്രക്കാരിൽനിന്ന് പിരിച്ചു തുടങ്ങി. റെഗുലേറ്ററി അതോറിറ്റി എയർപോർട്ട് സേവന നിരക്കുകളിൽ 346 ശതമാനം വർദ്ധനവ് സ്വകാര്യ

കമ്പനിക്ക് അനുവദിക്കുകയും ചെയ്തു. ടെന്റർ വ്യവസ്ഥകളിലില്ലാത്തതും ചട്ടവിരുദ്ധവുമായ ഈ ചാർജുകൾ ഈടാക്കുന്നതിനെതിരെ സുപ്രീം കോടതിയിൽ കേസു വന്നു. സ്വകാര്യ കമ്പനി ഈടാക്കുന്ന ചാർജുകൾക്ക് ചട്ടങ്ങളുടെ പിൻബലമില്ലെന്നും അത് നിയമ വിരുദ്ധവും തുടക്കം മുതൽ അസാധു (void ab-initio) വുമാണെന്ന് സുപ്രീം കോടതി വിധിച്ചു. ഡൽഹിയിൽനിന്ന് പിരിച്ച 1481 കോടി രൂപ ഉൾപ്പെടെ അനധികൃതമായി കൊള്ളയടിച്ച പണം മുഴുവൻ ഈ സ്വകാര്യ കമ്പനികളിൽ നിന്ന് തിരിച്ചു പിടിക്കണമെന്ന ആവശ്യമുയർന്നു. എന്താണ് കേന്ദ്ര സർക്കാർ ചെയ്തതെന്നോ? പാർലമെന്റിൽ സ്വകാര്യ കമ്പനിക്ക് യൂസർ ഫീ പിരിക്കാമെന്ന ചട്ടമുണ്ടാക്കിക്കൊടുത്ത് ആ കൊള്ളയ്ക്ക് നിയമ സാധുത ഉണ്ടാക്കി കൊടുത്തു! ഇതിൽ കോൺഗ്രസും ബി ജെ പിയും ഒറ്റക്കെട്ടായിരുന്നു. സി പി ഐ(എം)ന്റെ രാജ്യസഭാംഗമായിരുന്ന കെ എൻ ബാലഗോപാലാണ് ഇതിനെതിരെ പാർലമെന്റിൽ അസാധാരണമായി മാത്രം ഉപയോഗിക്കാറുള്ള സ്റ്റാറ്റ്യൂട്ടറി മോഷൻ കൊണ്ടുവന്നത്. യൂസർ ഫീ സി എ ജി ഓഡിറ്റിന് വിധേയമാക്കുക, അനധികൃതമായി നേരത്തേ പിരിച്ച തുക തിരിച്ചുപിടിക്കുക, സ്വകാര്യ കമ്പനികളുടെ പിരിവ് അനുവദിക്കാതിരിക്കുക എന്നീ ഭേദഗതികളാണ് നിർദ്ദേശിച്ചത്. ഇടതുപക്ഷത്തിന്റെ ഈ ഭേദഗതികളെ എതിർക്കാനും കോൺഗ്രസും ബി ജെ പിയും യോജിച്ചു. ഇടതുപക്ഷം മാത്രമാണ് കൊള്ളയെ എതിർത്തത് എന്നർത്ഥം.

കെടുകാര്യസ്ഥത

സ്വകാര്യവൽക്കരണം യാത്രക്കാരെ ചൂഷണം ചെയ്യുന്നതിനും അഴിമതിക്കും വഴിയൊരുക്കുന്നുവെന്നു മാത്രമല്ല കൊട്ടിഘോഷിക്കുന്ന കാര്യക്ഷമത സൃഷ്ടിക്കുന്നുമില്ല. സംസ്ഥാന സർക്കാർ നിയന്ത്രണത്തിലുള്ള കൊച്ചി വിമാനത്താവളത്തിന് വിമാനത്താവളങ്ങളിലെ സേവനമികവിനുള്ള എയർപോർട്ട് കൗൺസിൽ ഇന്റർനാഷണലിന്റെ പുരസ്കാരം ഉൾപ്പെടെ അനേകം അന്താരാഷ്ട്ര അംഗീകാരങ്ങൾ നേടിയത് കാര്യക്ഷമതയ്ക്കും യാത്രക്കാർക്ക് അന്താരാഷ്ട്ര നിലവാരമുള്ള സേവനങ്ങൾ നൽകാനാവുന്നതിനും തെളിവാണ്. കൊച്ചിയും തിരുവനന്തപുരവുമൊക്കെ ലാഭത്തിൽ പ്രവർത്തിക്കുകയും ചെയ്യുന്നു. എന്നാൽ സ്വകാര്യവൽക്കരിച്ച ഡൽഹി, മുംബൈ എന്നിവ പലപ്പോഴും നഷ്ടത്തിലായിരുന്നു. മുംബൈ 2017 ൽ 289 കോടിയും ഡൽഹി 2019 ൽ 135 കോടിയും വരെ നഷ്ടംവരുത്തി. ലാഭമുണ്ടാക്കിയ വർഷങ്ങളിലാവട്ടെ അത് തുച്ഛവുമായിരുന്നു. ഇതിന്റെ ഫലമായി അന്താരാഷ്ട്ര റേറ്റിങ് ഏജൻസിയായ ക്രിസിൽ ഈ രണ്ടു വിമാനത്താവളങ്ങളുടെയും റേറ്റിങ് നെഗറ്റീവാക്കി. കൊട്ടിഘോഷിക്കുന്ന കാര്യക്ഷമതയുടെ സ്ഥിതിയാണിത്. അപ്പോഴാണ് തിരുവനന്തപുരത്തിന് ചിറകുവിരിക്കാൻ അദാനി വരണമെന്ന സ്വാഗതഗാനവുമായി ചില മാധ്യമങ്ങൾ രംഗത്തുവരുന്നത് എന്നോർക്കണം. ആരെയാണിവർ കബളിപ്പി

ക്കുന്നത്? കോവിഡ് വന്നപ്പോൾത്തന്നെ തങ്ങൾക്കുണ്ടാവുന്ന നഷ്ടം പരിഹരിക്കാൻ യാത്രക്കാരിൽനിന്ന് അധിക ചാർജുകൾ ഈടാക്കാൻ അനുവദിക്കണമെന്നാണ് സ്വകാര്യ വിമാനത്താവള കമ്പനികൾ ആവശ്യപ്പെട്ടത്... സ്വകാര്യവൽക്കരണം യാത്രക്കാർക്ക് ഗുണമോ, കുറഞ്ഞ ചെലവിൽ മികച്ച സേവനമോ, കാര്യക്ഷമതയോ ഉറപ്പുവരുത്തില്ല എന്ന് ഈ അനുഭവങ്ങളാകെ സാക്ഷ്യപ്പെടുത്തുന്നു. ഇന്ത്യയിലെ വിമാനത്താവളങ്ങളിലെ വികസനഫീസുകൾ സംബന്ധിച്ച ഒരു ആധികാരിക പഠനം വിഖ്യാതമായ ജേർണൽ ഓഫ് എയർ ലോ ആന്റ് കൊമേഴ്സ് നടത്തിയിരുന്നു. 'ഇന്ത്യയിലെ വിമാനത്താവളങ്ങളുടെ സ്വകാര്യവൽക്കരണം യഥാർത്ഥത്തിൽ വിചാരിച്ചതുപോലെ സ്വകാര്യ മൂലധനം ഉപയോഗിച്ചല്ല പൊതു മൂലധനം ദുരുപയോഗിച്ചാണ് നടന്നത്' എന്ന അതിലെ നിരീക്ഷണം ഭരണകൂട പിന്തുണയോടെയുള്ള കോർപ്പറേറ്റ് കൊള്ളയിലേക്കാണ് വിരൽ ചൂണ്ടുന്നത്.

പൊതു സ്വത്തിന്റെ സ്വകാര്യവൽക്കരണം രാജ്യത്തിന്റെയും ജനങ്ങളുടെയും താൽപ്പര്യങ്ങൾക്കെതിരായ, കോർപ്പറേറ്റ് കൊള്ള മാത്രമാണ് എന്ന ഇടതുപക്ഷ നിലപാട് അനുഭവങ്ങളും പഠനങ്ങളും ശരിവെക്കുന്നു. ബി എം എസിനുപോലും ഇത് അംഗീകരിക്കേണ്ടി വരുന്നു. തിരുവനന്തപുരം അടക്കമുള്ള ആറ് വിമാനത്താവളങ്ങളുടെ സ്വകാര്യവൽക്കരണത്തിനെതിരായി ഈ ജൂൺ 10 ന് നടന്ന പണിമുടക്കിൽ അവർക്കും അണിനിരക്കേണ്ടി വന്നു. എല്ലാ പൊതു ആസ്തികളുടേയും സ്വകാര്യവൽക്കരണത്തിനെതിരായ ഇടതുപക്ഷത്തിന്റെ വിട്ടുവീഴ്ചയില്ലാത്ത നിലപാടിന്റെ ഭാഗമാണ് കേരളത്തിലെ എൽ ഡി എഫ് സർക്കാർ ലാഭത്തിലുള്ള തിരുവനന്തപുരം വിമാനത്താവളം പൊതുമേഖലയിൽ നിലനിർത്താൻ നടത്തുന്ന പോരാട്ടം. കേന്ദ്രം വിൽക്കുന്ന കേരളത്തിലെ എല്ലാ പൊതുമേഖലാ സ്ഥാപനങ്ങളും സംരക്ഷിക്കാൻ സംസ്ഥാന സർക്കാർ രംഗത്തു വന്നതും ഇതേ പ്രതിബദ്ധതയുടെ ഭാഗമാണ്. ഈ ബദൽ നയമാണ് എൽ ഡി എഫ് സർക്കാരിനെ വ്യത്യസ്തമാക്കുന്നത്.